செல்லக் கருப்பி

செல்லக் கருப்பி

அல்லி பாத்திமா

எழுத்து
பிரசுரம்

Title: Chella Karuppi
Author's Name: Alli Fathima

Published by Ezutthu Prachuram

Ezutthu Prachuram
(An imprint of Zero Degree Publishing)
No. 55(7), R Block, 6th Avenue,
Anna Nagar,
Chennai - 600 040

Website: www.zerodegreepublishing.com
E Mail id: zerodegreepublishing@gmail.com
Phone : 89250 61999

Ezutthu Prachuram First Edition: December 2021
ISBN: 978-93-91748-46-3
TITLE NO EP: 267

Rs. 280/-

Cover Design & Layout: Vijayan
Printed at Manipal Technologies, India.

என்னுரை

என் முதல் நாவல் *பாண்டிச்சி* நூலின் என்னுரையில் மீண்டும் கதை சொல்ல வருவேன் என்றேன். ஆனால் 'செல்லக் கருப்பி' நாவல் வெறும் கதையல்ல. தேயிலைத் தோட்டத்தின் மலைகளின் உலைகளில் கொதிக்கும் மக்களின் பதம் காட்டும் ஓர் உயிர் இவள். இவளது கண்ணீரும் கதறலும் அம்மக்களின் வலிகளின் சிறு துளிதான். அம்மக்களோடு பேசிப்பழகி கண்டு அந்தத் தேயிலைக்காட்டின் வாழ்வின் உதிரத்தையும் கண்ணீரையும் வியர்வையையும் பிழிந்து ஒரு நாவலாக வடித்துள்ளேன்.

அந்த உலகம் தனி. அவர்களது காயங்கள் ஆறாத இரணங்கள். வலிகள் பழகிப்போன இதயங்களில் இன்னும் பிரிந்து வந்த மண்ணின் வாசமும் இழந்து போன உரிமைகளின் ஏக்கமும் நிறைந்து ததும்புகின்றன.

உலுக்கினால் தங்கமும் வைரமும் உதிரும் என்ற ஆசைகள் கண்ணாடி பிம்பங்களாய் கைக்கு எட்டாமல் போக

பேராசைக்காரர்களின் கட்டளைகளால் கட்டப்பட்ட பாவப்பட்ட சீவன்களின் பரிதாபக்கதை இது. நூலாக்கிய பிறகும் கண்ணீரில் கரைத்திட முடியவில்லை அம்மக்களிடம் பழகியபோது கேட்டறிந்த வேதனைகளை.

ஒரு கோப்பை நிறைக்கும் தேநீருக்குப்பின் இத்தனை புலம்பல்களா...?

மீண்டும் இன்னொரு அறியப்படாத உலகத்தின் மக்களின் வலிகளை உணரவைக்கும் முயற்சியில் பயணித்துக் கொண்டிருக்கிறேன்.

அன்புடன்
அல்லிபாத்திமா

நன்றி.!

ஸீரோடிகிரி பதிப்பகமும் தமிழரசி அறக்கட்டளை அமைப்பும் இணைந்து நடத்திய நாவல் போட்டியில் தேர்வானதால் இந்நூல் வெளிவரும் சிரமத்தை அவர்கள் எனக்கு இல்லாமல் செய்து விட்டனர். அவர்களுக்கு என் மகிழ்வும் நன்றியும்.

இந்நூல் உருவாக காரணமாக இருந்தவர்கள் ஃபீல்ட் ஆபிஸர் குணசீலன், மணிகண்டன், ஆன்டனி போன்றோரும் கங்காணிகளாக இருந்து ஓய்வு பெற்ற சபரிமுத்து, அந்தோணி அவரது மனைவி சின்னம்மா, ஆசிரியர் சுரேஷ், ஆசிரியர் ஹாரிஷ், ஆசிரியை சந்தியா மற்றும் இலட்சுமணன், சுபாஷ், சரண், ராஜா, கோபால், பாலகிருஷ்ணன் என நீண்டு கொண்டே போகும் பட்டியலில் இன்னும் பலரும் உள்ளனர். அவர்கள் அத்தனைபேரும் அந்தக் காட்டின் வலிகளை உணர்ந்தவர்கள். என்னிடம் மறைவின்றி சொல்லித் தந்தவர்கள். அனைவருக்கும் என் அன்பும் நன்றியும்.

அன்பு மகளுக்குச் சொல்லும் அறிவுரையாக எழுத்துப்பிழைகளை திருத்திக் கொடுத்த பெரியகுளம் தமிழ்ப் புலவர் திரு து. இராசகோபால் அவர்களுக்கும், அம்மா சானகிக்கும், தட்டச்சுக்கு உதவிய பேராசிரியர் ஐயா சுப வீரபாண்டியன் அவர்களின் உதவியாளர்கள் இக்லாஸ், கதிர், நிஷா அவர்களுக்கும் என் நன்றியைத் தெரிவித்துக் கொள்கிறேன்.

இன்னும் என்னை ஒரு நாவலிலே ஏற்றுக்கொண்ட வாசக நல்லுள்ளங்களுக்கும் எனக்கு உறுதுணையாக நிற்கும் குடும்பத்தினருக்கும் என் அன்பையும் நன்றியையும் தெரிவித்துக் கொள்கிறேன்.

1

பனியோடு வீசும் இளம் குளிர்காற்றைத் தவிர மழை வருவதற்கான எந்த அறிகுறியும் இல்லை. கரும்பச்சைக் குமிழாய் கவிழ்ந்து கிடந்தன தேயிலைக் குன்றுகள். வளைந்தும் நெளிந்தும் மேலேறிக் கொண்டிருந்த வண்டிப்பாதை செல்லக்கருப்பியையும் நெடுங்காடுச் சந்தைக்கு அவளோடு துணையாய் வந்த முத்துமணிப் பாட்டியையும் வீட்டை நோக்கி அழைத்துச் சென்று கொண்டிருந்தது. தேயிலைக் கொழுந்து கிள்ளப்படாத பகுதிகள் எங்கும் துளிர் இலைகள் மஞ்சள் வெயிலை மிச்சம் வைத்திருப்பது போல் மின்னிக்கொண்டிருந்தன.

“மழை வந்துரும்...” செல்லக்கருப்பியின் உள்ளுணர்வு முணுமுணுத்தது. அவளது மெல்லிய உணர்வின் நினைப்பு மூச்சாகிக் காற்றில் கரையும்முன்னே உச்சந்தலையில் சட்டென வீழ்ந்தது ஒரு சொட்டு.

“சொன்னேன்ல வரும்ன்னு...”

தனக்குத்தானே பாராட்டிக்கொண்டு அண்ணாந்து பார்த்தவளின் மினுமினுப்பான கருப்பு நெற்றியில் பொட்டுவைத்து வழிந்தது இன்னொரு துளி.

“குசும்ப பாரு...” கலகலவெனச் சிரித்தாள். மழை மீண்டும் சின்னத் துளிகளால் அவளோடு விளையாடத் துவங்கியது.

பெரு மழையுமல்லாமல் தூரலுமல்லாமல் பெய்த மழையால் குளிர் கொஞ்சம் குறைந்திருந்தது.

முத்துமணிப் பாட்டியின் ஆமை வேகத்துடன் இணைந்து நடப்பதற்குள் கையிலிருந்த பையின் எடை விரலை அறுத்துப்போடும் அளவிற்கு கனக்கத் துவங்கியது. ஆனாலும் குளிரும் மாலைப்பொழுதும் பரந்து விரிந்த பச்சைப்பரப்பின் குளுமையும் மழைச்சிலிர்ப்பும் முகம் நிறைய சிரிப்பை அள்ளி வழங்கின.

“ஏல... கருப்பி தன்னாலயே சிரிக்குற. உம் புருஷன் வரேனு சொல்லியிருக்கானோ..?” தொங்கும் உதடு காதுவரை நீண்டது பாட்டிக்கு.

கடும் பனிக்குளிரில் விறைத்துப்போயிருந்த காது மடல்களில் வெறுப்பின் அமிலத்தைக் கொட்டிவிட்டாள் பாட்டி. செல்லக்கருப்பிக்குள் ஒலித்துக்கொண்டிருந்த மெல்லிய குழலோசை வாயை மூடிக்கொள்ள கோபத்தின் பேரிரைச்சல் நெஞ்சைச் சூழ்ந்தது.

“ஏ... குட்டக் கிழவி. ஒழுங்கா வீடு வந்து சேரமாட்ட.... துருத்திட்டுருக்கிற ஒத்தப்பல்லையும் தட்டிக் கையில தந்துடப்போறேன்.” செல்லக்கருப்பி அணைந்துபோன சிரிப்பின் ஆத்திரத்துடன் வார்த்தைகளைத் துப்பினாள்.

“ம்க்கும்... என்னத்த சொல்லிட்டேனு எரிஞ்சு விளற... அப்படி என்னத்த கேட்டுடேன்? உம் பேச்சுக்கு மட்டும் ஒரு கொறச்சலுமில்ல..! ஒன் கடுப்பு மூஞ்சிக்கும் நீ போடுற சட்டத்துக்கும் அவன் ஏழு மல தாண்டி ஓடியே போயிருப்பானே...” முணுமுணுத்துக்கொண்டே கொழுந்து கொண்டு செல்லும் வண்டிப்பாதை வழியாக வேகமாக நடந்தாள் கிழவி.

“அடக் கெழவி... ஒனக்கா நடக்க முடியலனு சொமய இழுத்துட்டு நத்தையா ஊர்ந்து வந்தேன்..?” பாட்டி போன வழியைப் பார்த்து உர்ரென்று முறைத்தாள்.

பண்டைய காலத்தில் தொழிலாளர்களுக்கு கேப்பை, சோளம், கோதுமை, அரிசி எனப் பொருட்களை மாட்டுவண்டிகளில் கொண்டு வருவார்கள். சிட்டிப்புரை என்னும் சேமிப்புக் கிடங்குகளில் சேமித்துவைத்து வாரத்துக்கு ஒருமுறை தொழிலாளர்களுக்கு அளந்து கொடுப்பார்கள். அதேபோல் தேயிலை ஆலைகளில் உற்பத்தி செய்யும் தேயிலையை துறைமுகங்களுக்கு எடுத்துச் செல்லவும் மாட்டுவண்டிகள்தான் பயன்படும். வண்டி வருவதற்கும் போவதற்குமான பாதை கருங்கற்கள் கொண்டு அமைந்திருக்கும். மழையிலும் வழுக்காத அந்தப் பாதை வழி, பாட்டி வளைவுகளைத் தாண்டி மறைந்திருந்தாள்.

“சே... ஒரு பேச்சுலயே மனச சுருட்டிட்டாளே கெழவி...” செல்லக்கருப்பியின் சின்ன ஒளிர்கண்கள் மேலும் சுருங்கின.

செல்லக்கருப்பியின் பூங்குன்றம் எஸ்டேட் வீட்டை அடைய இன்னும் நடக்க வேண்டும். வண்டிப்பாதை முன்னால் நீண்டு வளர்வதைப் போலத் தோன்றியது.

வானுக்கும் பூமிக்கும் போட்ட நீண்ட கோடுகளாய் மழை சடசடவென அடர்த்தியாகப் பெய்யத் துவங்கியது. செல்லக்கருப்பி சந்தைக்குப் போகும்போது மட்டுமே கட்டும் இளநீலச் சரிகைச்சேலை நனைந்து உடலோடு ஒட்டிக்கொண்டது. இழைத்து இழைத்து உருவாக்கப்பட்டது போன்ற அவள் அழகில் வளைந்தும் நெளிந்தும் தன்னை அழகாக்கிக்கொண்டது ஈரச்சேலை.

தோள் வரை சுருண்டிருந்த கூந்தல் வழியாக வழிந்த மழை அவள் மன வெப்பத்தைத் தணித்தடங்கியது. வெயில் தலைகாட்டும் என்பதுபோல் பளிச்சென்ற வெளிச்சம் பரவத் துவங்கியது. எப்போதேனும் இன்றைய பொழுது போல் அபூர்வமாய் வெயில், பனி, மழை என அத்தனை வியப்புகளும் ஒரே நேரத்தில் தேயிலைக் காட்டின் பச்சைப் பரப்பெங்கும் திட்டுத்திட்டாய் நிறையும். மலையுச்சியில் பனி வழுக்கி விளையாட தொலைவில் வெயில் வெப்பத்தின்

வெளிச்சத்தைக் காட்டி ஆசை மூட்டியது. போதாதென்று மாலை மேகம் பொன் வெயிலோடு பல வண்ணங்களைக் காட்ட செல்லக்கருப்பியின் மனதுக்குள் அலையடித்தது.

பிறந்து வளர்ந்த முப்பது வருடத்தில் அலுக்காத பசுமையின் வியப்பூட்டும் அழகு. பெரும் வலிகளைத் தின்றுவிடும் சின்னச்சின்ன குதூகலங்கள். கண்களுக்கு சொர்க்கத்தையும் நிஜ வாழ்க்கையில் நரகத்தையும் காட்டிடும் காடுதான் இது என்றாலும் சில நேரங்களில் ஒப்பற்ற அழகில் மெய்மறந்து நிற்கச் செய்துவிடும்.

இதே காட்டில்தான் அன்றாடம் அவதிப்படுகிறாள். விடியலுக்காக வேண்டி நிற்கிறாள். ஆனாலும் எட்டி நிற்கையில் பசுமை தனிப்பெரும் பேரழிலை ஏந்தி நிற்கும்போது அதை அப்படிக் கடந்துவிட முடியவில்லை. தேயிலைக்காட்டின் அழகால் இதயவலிகளை மெதுவாய் ஒப்பிக்கொண்டிருந்தாள் கருப்பி.

மனம் இயற்கை அழகில் இறங்கியதும் ஏற்றிவந்த சுமையின் எடையே தெரியாமல் சாக்குப்பை இப்போது இடுப்போடு இன்னொரு உறுப்பாய் ஒட்டிக்கொண்டிருந்தது.

“எங்கூடவே வராம உம் மவ காட்டச் சுத்திட்டுருக்கானு அம்மேட்ட இன்னேரம் வத்தி வச்சிருப்பா பொல்லாக் கிழவி. அம்மையோ என்ன எதுவும் விசாரிக்காமலே இருட்டுற வரைக்கும் என்னதான் செஞ்சிட்டு இருந்தியோனு பேசுவாளே... அகலப்பாதை வழி நடந்திட்டுருந்தா நேரமாயிரும். குறுக்கு வழியில குன்றேறி எறங்கினா கொஞ்சம் விறகும் ஒடிச்சுட்டு சீக்கிரம் வீடுபோய்ச் சேரலாம்.” என யோசித்தபடி உயர்ந்து நின்ற மலையை ஒரு நிமிடம் உற்றுப் பார்த்தாள்.

ஆழமான காயத்திலிருந்து அடங்காமல் கொப்பளிக்கும் உதிரம்போல் சிற்றருவிகள் செம்மண் கலந்து வழிந்து கொண்டிருந்தன. மண் சரிவைத் தடுக்கும் கருங்கல் வேலிகளில் பற்றிப்படர்ந்திருந்த செடிகளின் சிவப்பு, வெள்ளை, மஞ்சள்

பூக்கள் அனைத்தையும் செம்மண் நிறமாக்கிய மகிழ்ச்சியில் தாழ்வாரத்தை நோக்கிப் பாய்ந்துகொண்டிருந்தன. நெடுகே மலையேறும் செம்மண் பாதை அடையாளமே தெரியாமல் புற்கள் வளர்ந்து மறைந்திருந்தது. காட்டின் எல்லா இடங்களிலிருந்தும் தண்ணீர் வழிந்துகொண்டிருந்தது.

பொதுவாகக் குறுக்குப் பாதைகளை அதிகமாக யாரும் பயன்படுத்துவதில்லை. தேயிலைக் கொழுந்து பறிக்கையில் எல்லா இடங்களிலும் பாதங்கள் படுவதால் தோட்டத்துக்குள்ளான பாதைகள் எதுவும் தனியாகத் தெரிவதுமில்லை.

செல்லக்கருப்பியின் திரண்ட கால்களோடு பின்னிக்கொண்ட சேலையை இடையில் தூக்கிச் சொருகிக் குதிங்காலை அழுத்தமாய் ஊன்றியபடியே தேயிலைச் செடிகளுக்கு ஊடே ஏறத் துவங்கினாள்.

தேயிலையின் வேர் முடிச்சுகள் அவளை வழுக்கிவிடாமல் தாங்கிக் கொண்டன. இப்படி வழுக்கும் சரிவு நிலங்களில் அவளைப்போல் பழக்கப்பட்டவர்களால் மட்டுமே ஏற முடியும். மழைக்காலங்களில் தினமும் கொழுந்துக் கூடையின் எடையுடன் ஏறிப்பழகியதுதான். ஆனாலும் செம்மண் சேற்றில் இரப்பர் செருப்பு வழுக்கித் தடுமாற வைத்தது. ஒரு கையால் தேயிலைக் கிளைகளை அழுத்தமாகப் பற்றிக்கொண்டே முன்னேறினாள்.

மழைக்காலங்களில் கிளைகளிலும் களைகளிலும் அட்டைகள் மனித வாசத்திற்காக காத்துக் கிடக்கும். ஆனால் அதையெல்லாம் யோசிக்கக்கூட நேரமிருக்காது. கன்னங்களின் ஈரத்தில் இறங்குவெயில் இளஞ்சிவப்பாய் பிரதிபலித்தது. உச்சியை அடையும்முன் மூச்சிரைத்து உள்நாக்கு உலர, தாகத்தைத் தணிப்பதுபோல் குளிரை உறிஞ்சி சிலிர்த்துக்கொண்டது உடல்.

சனிக்கிழமைகளில் சந்தையில் சாமான்கள் வாங்க அவ்வளவு சிரமமாக இருக்கும். சிறு நகரம் போலத் தோன்றும் நெடுங்காடு சந்தை மட்டும்தான் அத்தனை எஸ்டேட்டுக்கும்

பொதுவானது. வாரக்காசு கிடைக்கும் சனிக்கிழமைகளிலும் விடுமுறை நாள்களான ஞாயிற்றுக்கிழமைகளிலும் எஸ்டேட் தொழிலாளர்களால் சந்தை நிரம்பி வழியும்.

பெரியகண்டம், சின்னாறு, பொன்கிரி முதல் செல்லக்கருப்பியின் பூங்குன்றம் எஸ்டேட் தொழிலாளிகள் வரை அனைவரும் வாரக்கடைசியில் கிடைக்கும் செலவுக்காசை வாங்கி பைகளிலும் மனங்களிலும் நிறைத்துக்கொள்வார்கள். ஏதேனும் தேவை வரும்போதுதான் வட்டிக்குக் கொடுப்பவர்கள் வாய்நிறைய சிரிப்போடு காத்துக் கிடப்பார்கள்.

மாதக்கடைசியில் கிடைக்கும் மீதிப்பணம் வட்டி காசுக்கு போகாவிட்டால் சிறு சேமிப்பாக ஏதேனும் மிச்சமிருக்கும். துளிகளைச் சேர்த்து பெருந்தாகம் தீர்க்க நினைக்கும் நெஞ்சங்கள் வருடக்கடைசியில் வரும் போனஸுக்காக வருடம் முழுவதுமே காத்துக்கிடக்கும்.

"இந்த வருடம் போனஸு காசு சல்லடையில புடிச்ச தண்ணிய போல வந்ததும் போனதும் தெரியல. டிசம்பரு பள்ளிப் பெருநாளுக்கு எம்பேரனுக்கு ஒரு கலரு கண்ணாடிகூட வாங்கிக்கொடுக்க இயலல. கந்துவட்டிக்காசுல அம்புட்டும் போச்சுனு புலம்பிட்டே இருக்கா அம்ம... ஆறு மாசம் காட்டோடு கிடந்து நொந்தும் எங்கையிலயே ஒண்ணுமில்ல.

மகனுக்கு வாங்கிய கலர் பென்சிலும் நோட்டும் பலூனும் மழையில் நனைஞ்சிருக்குமோ... கத்தப்போறான்." மகன் முகிலனை நினைத்ததும் பாசத்தின் புன்னகை கருப்பியின் இதயத்தில் நிறைந்து இதழ்களில் வழிந்தது.

சாம்பலை உச்சியில் வாரியிறைத்து சிலிப்பிக்கொண்டதுபோல் உயர்ந்த காற்றாடி மரங்களைச் சுற்றும் மூடுபனி சூழ ஆரம்பித்தது. வெயில் வந்த தடமே தெரியவில்லை. மிளகுச்செடிகள் படர்ந்திருந்த முள் முருங்கைகளில் மரகதப்புறாக்கள், எதையோ தேடுவதைப்போல பழுப்புநிறக் கழுத்தைச் சுழற்றிப் பார்த்து தேயிலை போலிருக்கும் சிறகுகளை சில்லிடும் குளிருக்கு

இதமாக உடம்போடு சுருக்கிக்கொண்டன.

காட்டுப்பன்றிகளின் நடமாட்டம் அதிகமாகுமுன் வீடுபோய்ச்சேர வேண்டும். சுற்றும் கூடடையும் பலவிதமான பறவைகளின் ஓசைகள் கேட்கத் துவங்கிவிட்டன. கிளிகளும் மைனாக்களும் கொண்டைக் குருவிகளும் தேயிலைகளுக்கு இடையே நிற்கும் காட்டுக் கொய்யாமரங்களிலும் ஆமணக்குச் செடிகளிலும் ஒடுங்கிக்கொண்டன.

பாட்டியை வேறு சுள்ளென்று பேசி மூட்டிவிட்டிருக்கிறாள். இன்னேரம் அவள் வீடுபோய் சேர்ந்திருப்பாள்.

இந்தக் கோபம் எங்கிருந்துதான் வருகிறதோ..? இப்போதெல்லாம் அடிக்கடி வார்த்தைகள் வெப்பமாக வந்து விழுந்து விடுகின்றன. என்ன செய்வது? புருசன் என்ற சொல்லைக் கேட்டதும் குபுக்கென்று வரும் சொற்கள் அவை. அவன் நினைப்பே அருவருப்பாக இருந்தது. நீண்ட பெருமூச்சுடன் செம்மண் கலவை ஒழுகிக்கொண்டிருந்த புற்களில் காலை அழுத்தமாக ஊன்றி வேகமாக ஏறினாள்.

வெண்மேகத்தால் பாதி விழுங்கப்பட்டதைப்போல் தோன்றிய மலை உச்சியை அடைந்ததும் தாழ்வார ஓடையின் சலசலப்பு காதுக்குள் எட்டிக் கிளர்ச்சியை உண்டு பண்ணியது. தலைக்கு மீதே பனி படர ஆரம்பித்திருந்தது.

பட்டுத்துணியாய் மிதக்கும் வெள்ளைப்பனியை அப்படியே வெற்றுடம்பாய் நின்று ஆடையாகக் கட்டிக்கொள்ள வேண்டும்போல் தோன்ற, வீடும் வாழ்க்கையின் வலிகளும் மறந்து போயின.

“விழிகளுக்கு வேடிக்கை காட்டியே பொழுதைக் கழிச்சிட்டியே கருப்பி.” சொல்லிக்கொண்டே குன்றிறங்க ஆரம்பித்தாள்.

சரிவுகளில் ஏறுவதை விட இறங்குவதே மிகச் சிரமமாகத் தோன்றும். மழைநீர்த் தேங்காமல் இருக்க அமைக்கப்பட்ட கால்வாய்க்களில் தண்ணீர் ஓரங்களைத் தாண்டி வழிந்து

கொண்டிருந்தது. வழுக்கிவிடுமோ என்ற பயத்தைவிட ஒரு வாரத்துக்குத் தேவையான அரிசியும் பருப்பும் சேற்றில் சிந்திவிடுமோ என்ற பயத்தோடு கவனமாக இறங்கினாள் கருப்பி.

பையின் கனம் அழுத்த ஆரம்பித்திருந்தாலும் வழியில் முதிர்ந்த தேயிலைச்செடிகளில் மான் கொம்புகள் போல் உலர்ந்து நின்ற கிளைளைக் கண்டதும் பையைப் புற்தரையில் வைத்துவிட்டு ஓங்கி மிதித்து உடைத்தாள்.

உள்ளிருந்த கறையான்களை சிறு பாறையில் தட்டி உதிர்த்து கட்டைகளைச் சாக்குப்பையோடு சேர்த்துப் பிடித்துக் கொண்டு மீண்டும் வழுக்காத இடமாய் பார்த்து முன்னங்கால்களை அழுத்தமாய் ஊன்றி இறங்கினாள்.

“கருப்பி சந்தையிலருந்தா வாரே…?”பாதையோரத்தின் கொழுந்துகளும் அரும்புகளுமாய் உயர்ந்து நிற்கும் ஆளுயரத் தேயிலைகளுக்குள் பார்வதி அத்தை நின்றிருந்தாள்.

“இங்கன என்ன செஞ்சிட்டுருக்க அத்தே..?” செல்லக்கருப்பியின் குரலில் லேசான எரிச்சல் எட்டிப்பார்த்தது.

“ஏண்டி கழுத இப்ப எதுக்குடி வருவாக... தேயிலைச்செடிய கணக்கெடுக்கவா? எல்லாம் அவசரத்துக்கு ஒதுங்கத்தான்.”

யாருமற்றத் தோட்டத்திலும் இரகசியம் சொல்வதைப்போல் குரல் தாழ்த்திப் பேசினாள்.

“ஏ...அத்த உனக்குப் புத்தியே இல்லையா... கொழுந்து நுள்ளாத காட்டுல வந்து அசிங்கம் பண்ற... தூரமா நிரை எடுத்த காட்டுக்கு போவலாம்ல..?”

“அதுவரைக்கும் தாங்கலடி.” சிறிது வெட்கத்தோடு பெரிய உடம்பைக் குறுக்கி நெளிக்க செல்லக்கருப்பி சிரித்துவிட்டாள்.

“நாளைக்கு கொழுந்து நுள்ள வர்றவளுக தீயள்ளிப் போடுவாளுக... உனக்குத்தான் புண்ணுவரப் போகுது.”

தேயிலைக்காட்டில் அப்படி ஒரு நம்பிக்கை இருந்தது. அவசரத்துக்கு ஒதுங்கும் இடம் இந்தத் தேயிலைக்காடுகள் மட்டும்தான். எஸ்டேட் வீடுகளுக்கான பொதுக் கழிப்பறைகள் இருந்தாலும் பராமரிப்பு இல்லாததால், அதை அதிகமாக யாரும் பயன்படுத்துவதில்லை. இலை துளிர்விடும் காடுகளில் கொழுந்து கிள்ளப்படாமலிருக்கும்போது வேலைக்கு வரும் பெண்களுக்குச் சிரமம் ஏற்படும் என்று அந்தக் காட்டுப்பக்கம் யாரும் ஒதுங்கப் போவதில்லை. ஒருசிலர் எடுப்பு முடியாத காட்டில் அசிங்கம் செய்து விட்டுப்போக, கொழுந்து கிள்ள வருபவர்களின் வாயில் அதைவிட அசிங்கமாக வந்துவிடும்.

சில பெண்கள், “குண்டி அவிஞ்சு போகட்டும்.” என்று சருகுகளைக் கூட்டி மலத்துடன் சேர்த்து தீவைத்து விடுவார்கள். முத்துமணி பாட்டிதான் அடிக்கடி சொல்வாள். “இப்பவாச்சும் டிப்பு டாப்புனு பூட்ஸ் கால்ல மிதிக்கிறீக அந்தக் காலத்துல செருப்பில்லாம கால்ல நாத்தத்தோட அவுக பேண்டத நாங்க கழுவ வேண்டியிருக்கும். செருப்புப் போட்டா எசமான்களுக்குப் புடிக்காதுல்ல... பிச்சுப்போடுவானுக.”

முத்துமணிப் பாட்டியின் பழங்கால கதைகள் வலிகளை உண்டு பண்ணும். பெரியதுரை, சின்னத்துரை, மேஸ்திரி, கங்காணி, வாச்சரு, பசிக்கொடுமை, பாலியல் கொடுமை, தண்டனைகள், விலங்குகள், பாம்புகள், விஷப்பூச்சிகள். நோய்நொடிகள்னு வாய் ஓயாத கதைகளுடன் பேசிக்கொண்டே இருப்பாள்.

அவளுடைய கதைகளில் சில இப்பொழுதும் தொடர்ந்துகொண்டே இருப்பவைதான். தோட்ட வேலைகளில் இருந்து ஓய்வு பெற்றவள். ஒரே மகளைக் காலராவுக்கும் கணவனை அம்மை நோய்க்கும் பலி கொடுத்தவள். அவர்களைப் புதைத்த காட்டைவிட்டு எங்கும் போக விரும்பாமல் பத்துமணி காப்பி கொண்டுவரும் பணியில் சேர்ந்துகொண்டாள்.

செல்லக்கருப்பியின் அம்மா கோமதிக்குத் துணையாக அவள் வீட்டுத் திண்ணையிலே ஒண்டிக்கொண்டவள்.

அங்கேயே மூலையில் கருங்கல்லைக் கூட்டிய அடுப்பில் தேநீரும் பலகாரங்களும் தயார் செய்வாள். அவள் கொண்டு வரும் கடும் சாயாவும் பருப்பு வடையும் போண்டாவும் வேலைப்பளுவுக்கிடையே கிள்ளும் பசிக்கு இதமான ஆறுதலாக அமையும். ஆனால் மதிய நேரம் அரைவேலை முடியும்வரை வீட்டுக்குப் போகமாட்டாள்.

புதர்க்காடாய் கிடந்த இடத்தைக் கடுமையான உழைப்பால் பணப்பயிரான தேயிலையாக நட்டு வளர்த்து அடைமழை குளிர் என்றும் பாராமல் அடிமைகளாகக் கிடந்து உருவாக்கியது இந்தக் காடு என்பாள். இந்தத் தேயிலைக்காடு அவளைப் போன்ற பலரின் இரத்தத்திலும் வியர்வையிலும் கண்ணீரிலும் முளைத்தது என்று புலம்பிக்கொண்டே உரிமை கொண்டாடுவதோடு சரியாக வேலை செய்யாதவர்களைக் கங்காணிகளோடு சேர்ந்து திட்டிக்கொண்டுமிருப்பாள்.

நாட்காட்டிகளில் உதிரும் நாட்கள் தெரியாமல் மணித்துளிகளின் கணக்குத் தெரியாமல் உழைத்ததைச் சொல்லியழுவாள்.

தங்கம் விளைகிறது, வருடம் முழுதும் வேலை, கை நிறைய காசு என்ற நம்பிக்கை வார்த்தைகளால் தாங்க முடியாத அல்லல்பட்ட காலத்தை மறக்க முடியாமல் பிதற்றுவாள். அவள் காலத்தில் இப்படி வசதிகள் இல்லை என்ற வேதனையும் அவள் பேச்சோடு பேச்சாக வந்து விழுந்துகொண்டே இருக்கும். பாட்டியை நினைக்கப் பரிதாபம் தோன்றியது.

மங்கிய மாலைப்பொழுதினை வெட்கம் மறைக்கும் போர்வையாய்ப் போர்த்திக்கொண்டு கால் கழுவிவர பார்வதி காட்டுப்பாதை வழி ஆற்றுப்பக்கம் போக, செல்லக்கருப்பி வீட்டை நோக்கி நடந்தாள். கண்களில் படிந்திருந்த இயற்கையின் அழகை அப்படியே துடைத்துவிட்டதைப் போல் வீட்டை நெருங்கும் முன்னே வாசலில் குவிந்திருந்த செருப்புகள் கண்களில் பட்டதும் மனசு திக்கென்றானது.

2

வீட்டுக்கும் அவளுக்குமான தூரத்தில் பெரும் சோகம் அப்பிக்கிடப்பதுபோல் தோன்றியது. வழுக்கு நிலத்தில் தடுமாறாத கால்கள் வாசலுக்கு வரும் முன் தடுமாறத் துவங்கிவிட்டன. மங்கிய சிமினிவிளக்கின் ஒளி வாடிய வெளிச்சத்தை தன்னால் முடிந்த அளவு வாசலுக்கும் வாரி விதைத்துக் கொண்டிருந்தது. வீட்டுக்குள் யார்யாரோ அவளுடைய கனவுகளை ஊதி உடைத்துக்கொண்டு இருக்கிறார்கள் எனத் தோன்றியது.

கணவனை விட்டு வந்த இந்த ஆறு மாதத்தில் அறுபது முறையாவது அறிவுரைக் கூட்டங்கள் நடைபெற்று விட்டன. அறிவுரைகள் என்பதைவிட பழிச்சொற்களின் கூர்மையான முனைகளால் இதயத்தைக் குடைந்தெடுத்து விட்டார்கள் என்றுதான் சொல்ல வேண்டும். செம்மண் அப்பிய செருப்பைத் திண்ணையிலே கொழுந்துக்கூடைக்கு அடியில் கழற்றி வைத்துவிட்டு வீட்டுக்குள் நுழைந்தாள்.

பொன்கிரி எஸ்டேட்டில் இருந்து பெரியம்மா, பெரியப்பா, அண்ணன் மூவரும் வந்திருந்தார்கள். கண்டிப்பாக காரசாரமான பேச்சுவார்த்தை நடக்கும் என்றாலும் அவர்களைக் கண்டதும் மகிழ்ச்சியாக இருந்தது.

“வாங்கப்பா வாங்கம்மா வாண்ணே..!” சிரித்தபடியே அருகே சென்றாள்.

“நல்லா இருக்கியாம்மா..?” பெரியப்பாவின் குரலிலும் கண்களிலும் வேதனை ஒட்டிக்கொண்டிருந்தது.

“ம்...”

விழிகளையும் இதழ்களையும் விரிக்காமல் தொண்டைக் குழிக்குள்ளிருந்து வெளிவந்த ஒற்றைச் சொல்லில் புதைந்திருந்த ஓராயிரம் அர்த்தங்களை யாரும் உணர்ந்ததாகத் தெரியவில்லை.

“ஏன் புள்ள புருஷன்கூடப் போகமாட்டேன்னு சொல்லுதட்டி..?”

ஏளனம் நிறைத்த குரலில் சட்டெனக் கேட்டாள் பெரியம்மா. என்ன பதில் சொல்வதென்று தெரியவில்லை. பெரியம்மாவுக்கு வெடுக்கென்று பேசுவதில் எப்போதுமே மகிழ்ச்சிதான். பழகிப்போன ஒன்றுதான்.

பெரியம்மா மட்டுமல்ல; நங்கூரம் போடாத நாக்குகள் பதில்கள் சொல்ல முடியாத எத்தனையோ கேள்விகளைக் கேட்டு விட்டன. மழைக்குளிருக்குச் சூடான காப்பி குடிக்க வேண்டும்போல் இருந்தது. உள்ளே அடுப்படிக்குச் சென்றாள். முத்துமணிப் பாட்டி அடுப்படியின் மூலையில் கம்பளிக்குள் சுருண்டு கிடந்தாள். வீட்டில் ஆட்கள் வந்திருப்பதால் கிழவி வாயைத் திறக்காமல் கிடக்கிறாள் என்பது புரிந்தது. செம்மண்ணும் சாணியும் மெழுகிய அறையில் தரையோடு தரையாகப் போடப்பட்டிருந்த மண் அடுப்பில் தேயிலைச் சுள்ளிகளை ஒடித்துவைத்துத் தீ மூட்டினாள். சிறு காப்பிச்சட்டியில் கருப்பட்டியும் சுக்கும் பொடித்துப்போட்டு எல்லோருக்கும் போதுமான அளவு தண்ணீரை ஊற்றி மூடினாள். எரியும் நெருப்புக்கு நேராகக் குளிரால் நடுங்கிய பாதங்களை நீட்டி உட்கார்ந்து கொண்டாள்.

தேயிலைக் காட்டிலே கிடந்தாலும் குளிருக்குக் காப்பி குடிக்கும் சுகம் அலாதிதான். அவள் செயல்களைக் கவனித்துக் கொண்டிருந்த அம்மாவுக்கு அப்படியே ஓங்கி அறையவேண்டும்போல் இருந்தது.

“வீட்டுக்கு வந்தவக கேக்குறதுக்குப் பதில் சொல்லாம காப்பி போடுறாளாம் காப்பி...” காதோரமாய் வந்து ஆத்திரத்தில் கிசுகிசுத்தாள்.

சுள்ளி இப்போது நன்றாகப் பற்றி எரிந்து சட்டிக்கு மேல் கொழுந்துவிட்டது. கரியும் சோப்பும் பொடித்துப்போட்டுப் பளபளவென்று தேய்த்து வைத்திருந்த அலுமினியச் சட்டியில் புகை, கருப்புக் கோடுகளை ஓவியமாய் வரையத் துவங்கியது. வெப்பம் ஏறஏற மூடியைத் தட்டி நீர் பொங்கி வந்தது. பழைய தகரப்பாத்திரத்தைத் திறந்ததும் வீட்டிலேயே குத்தி வறுத்துப் பொடித்த காப்பிப் பொடிவாசம் குப்பென்ற நறுமணத்துடன் மூக்கைத் துளைக்க பொடியை வாங்கிய நீர் மீண்டும் உஸ் என்ற ஓசையோடு பொங்கி அடுப்பையே அணைத்துவிட்டது.

காப்பி கொதித்து மணம் பரப்பும்வரை யாருமே பேசவில்லை. நனைந்த சேலையும் காய்ந்து குளிர்விட்டுப் போயிருந்தது. எல்லோருக்கும் காப்பி ஊற்றிக்கொடுத்துத் தன் கைகளுக்குள் டம்ளரை வைத்துக்கொண்டு உள்ளங்கை வழியாகச் சூடு பரவுவதை கண்மூடி ரசித்தாள்.

“இந்த மாசம் மீதிக்காசு வாங்கின கையோடு புள்ளைய அழைச்சுட்டுப் புருசன் வீட்டுக்குப் போ மக்களே...”

பெரியப்பா அடுப்புப் பக்கத்தில் அவளருகிலே உட்கார்ந்தார்.

மிகச் சாதாரணமாக எப்படித்தான் இவர்களால் இப்படியெல்லாம் பேச முடிகிறதோ..?

காப்பியின் இதத்தைத் துடைத்துவிட்டு மனது வலித்தது.

“இல்லை பெரியப்பா... இனி நான் அங்க போவல. அதைப் பத்திப் பேசாதீங்க.”

ஆழ் மனதிலிருந்து வந்த வார்த்தைகளாய் அழுத்தமாகப் பேசினாள். ஊமத்தைப் பூவாய் தலை கவிழ்ந்து உட்கார்ந்திருந்தவளைக் கொஞ்சநேரம் பார்த்துக் கொண்டிருந்தார்.

“அப்படி சொல்லாத மக்களே... இந்தப் பயலுக்கு அப்பன் வேண்டாமா?”

பையிலிருந்த நோட்டை எடுத்து ஏதோ எழுதிக்கொண்டிருந்த மகனைச் சுட்டிக்காட்டினார்.

அப்பா... அந்தச் சொல்லுக்கு அர்த்தம் தெரிந்தவனா அவள் கணவன்..? மழலைச்சொற்களால் வார்த்தைகளைக் கூட்டிப் பேசும் அழகை ரசிக்கத் தெரியாதவன். வலியுடன் அழும் குழந்தையின் அழுகையைப் பொறுக்க முடியாதவன். அவனைத் தூக்கிவைத்து ஒரு நேரமாவது மடியில் வைத்துக் கொஞ்சி நினைவில்லை. அதுகூட பரவாயில்லை. காய்ச்சல் இருமல் என்று மூச்சுத்திணறி சிரமப்படும் மகனைப் பார்த்து உயிர்நோக நிற்பவளை இழுத்து தன்னோடு அணைத்துக் கொள்வதிலேயே குறியாக நிற்பவன். அதுமட்டுமா... நினைக்கவே கூசியது. ‘சீ...’ என்றது மனம்.

அடர்ந்த இருள் பரவ ஆரம்பித்த அறைக்குள் எரிந்துகொண்டிருக்கும் விளக்கை மீறி அடுப்புச்சுள்ளிகள் வெளிச்சத்தைக் கசிந்தன.

“என்ன கேட்டாலும் இப்படி உம்முனு கல்லுளிமங்கன் மாதிரி இருப்பா” அம்மாவின் வழக்கமான குற்றச்சாட்டு.

சில நேரங்களில் வார்த்தைகளால் எதையும் புரியவைக்க முடிவதில்லை. இயலாமையின் உச்சத்தில் மௌனம் வசதியாகிப் போவதைப்போல செல்லக்கருப்பி அமைதியாகவே இருந்தாள். கனமான அழுகை, கண்களை முட்டிக்கொண்டிருந்தாலும் அழவில்லை. எல்லோரும் அவரவர் பாட்டுக்குப் பேசித் தீர்த்துவிட்டார்கள். அவள் மகனை வேடிக்கை பார்த்தபடியே இருந்தாள்.

“அடுத்த வாரம் வருவாகளாம் மக்களே... ஒரு முடிவு எடுக்கணுமாம்.” இவளிடம் பேசிப் பயனில்லை என்பதுபோல் பெரியப்பா கிளம்பிவிட்டார்.

பெரியம்மாவின் அசிங்கமான பார்வையைத் தவிர்த்துவிட்டாள். அண்ணன் அருகில் வந்து தலையை வருடிவிட்டுப் போனான். அந்த அன்பில் லேசாகக் கண் கலங்கியது.

“என் அம்ம பாவம்... இந்தத் தேயிலைக்காடே வேண்டாம். ஒத்தபுள்ள நிம்மதியா இருக்கட்டும்னு லாரி டிரைவருக்குக் கட்டி வெளியூருக்கு அனுப்பினா... ஆனா விதி அங்க எதையுமே தாங்க முடியாம இந்தக் காட்டுக்கே திரும்பிவந்து நோக வேண்டியிருக்கு.” நீண்ட பெருமூச்சு விட்டாள். அறிவுரைகள் சொல்லிவிட்டுக் கிளம்புவார்கள் வழக்கமாக. அவளுடைய அன்றைய தூக்கத்தையும் எடுத்துக்கொண்டே போய்விடுவார்கள்.

தேயிலைத் தோட்டத்தின் ஞாயிற்றுக்கிழமைகள் எப்போதுமே கொண்டாட்டம்தான். காட்டுக்கோழிகளைக் கூவி எழுப்பிவிடும் கூச்சலுடன் அதிகாலை ஆரவாரம் ஆரம்பமாகிவிடும். அழுக்குத் துணிகளையும் உணவுப்பொட்டலங்களையும் எடுத்துக்கொண்டு ஆற்றுக்குப் போவதும் மழை இல்லாத நாட்களில் துணிகள் உலரும்வரை கும்மாளம் போடுவதுமாக நேரம் போவதே தெரியாது. தேயிலைக்காட்டின் பாறை இடுக்குகளில் உருவாகும் ஊற்றுகள், சரிவுகளில் சிறு அருவியாய்ப் பாய்ந்து தாழ்வாரத்தில் ஆறாக ஓடிக்கொண்டிருக்கும். கோடையிலும் சலசலவெனக் கூழாங்கற்களை உருட்டிஉருட்டி விளையாடும். விடுமுறை நாள்களில் குளிரோ மழையோ ஏதும் பொருட்படுத்தாமல் கூட்டமாய்க் குழந்தைகளின் கூச்சலுடன் ஆறும் கூச்சலிடும். எத்தனை கால்கள் குதித்தாடினாலும் தெள்ளத்தெளிவாகவே ஓடிக்கொண்டிருக்கும் அந்த மணலாறு.

ஆறு வீடுகள் வீதம் அமைந்த எஸ்டேட் கீழ் லைன் வீடுகளுக்கும், மேல் லைன் வீடுகளுக்குமான படித்துறைகளை ஆண்களுக்குப் பெண்களுக்குப் பாத்திரம் கழுவ, துணி துவைக்க, மீன் பிடிக்க எனப் பிரித்துக்கொண்டாலும் பல நேரங்களிலும் சண்டைகள் எதற்காக என்று தெரியாமலே நடக்கும். தண்ணீர் குறையும் காலங்களில் மணற்பரப்புகளில் அதிகாலையில் வந்து பல ஊற்றுகளை சிறு கிணறுபோல் தோண்டிவைத்து நீர் தெளிந்ததும்

அதைப் பயன்படுத்துவதுமாக கோடையிலும் ஞாயிறு திருவிழா காணும். தினமும் அந்த ஆற்றில் குளித்து எழுந்தாலும் ஞாயிறு மட்டும்தான் அது குளியலாகத் தோன்றும்.

ஊர்க்கதைகளும் உருவாக்கும் கதைகளும் சுடச்சுடப் பரிமாற்றம் செய்யப்படும் இடமே அந்த ஆற்றங்கரைதான். முணுமுணுப்பிலும் உடல் அசைவுகளிலும் கண் சிமிட்டலுகளுமாக மற்றவர்களைக் குறை சொல்பவர்கள் அனைவருமே இந்த மோசமான உலகத்தில் தன்னைப்போல் நல்லவர்களே இல்லை என்பதுபோல சொல்லிக்கொண்டிருக்க, அவர்கள் தலை அடுத்த பக்கத்தில் உருண்டுகொண்டிருக்கும்.

ஒரு வாரம் முழுதும் இயந்திரம்போல் இயங்கியவர்களுக்கு இந்தக் குளியலைத் தரும் ஆற்று விரிப்பே அசதிகளைப் போக்கும் அரும் மருந்து.

“மஞ்சள் எடுத்துட்டு வந்தியா...” சேலையின் ஈரம் சொட்டச்சொட்ட பானு, செல்லக்கருப்பியின் அருகே வந்தாள்.

“எடி மஞ்சள கேக்கத்தான் வந்தியா?”

குறும்பாகக் கேட்டாள் கருப்பி.

“சும்மாரு...அம்மா பாத்துட்டுருக்கா கத்துவா...” அவள் முகம் வெட்கத்தில் மேலும் சிவந்தது.

பானுவின் அம்மா சுபைதாவும் அப்பா அப்துல்லாவும் போர்வைகளைக் காயப்போட்டுக் கொண்டிருந்தார்கள். ஆற்றோரத்தில் பரந்து விரிந்த அழகிய புல்மேட்டில் சீனிவாசனும் செல்லக்கருப்பியின் மகன் முகிலனும் சந்திராவின் மகன் கண்ணனும் பட்டம்விட்டுக் கொண்டிருந்தனர்.

தேயிலைத் தோட்டமெங்கும் தொழிலாளர்களுக்கான லயம் என்று அழைக்கப்படும் வீடுகள் அமைந்திருக்கும். ஆரம்பக் காலங்களில் ஒரே வீட்டில் மூன்று நான்கு குடும்பங்கள் ஒன்றாகவே குடி வைக்கப்பட்டிருந்தனர் என்பதைவிட குவித்துக் குவித்து

வைக்கப்பட்டிருந்தார்கள் என்றே சொல்லலாம். சிறு தடுப்புகள் மட்டும் இடையில் சுவர்களாய். வெகு நாள்களுக்குப் பின்னர் தனி வீடுகள் வழங்கப்பட்டன. லயங்களில் கங்காணிகளும் தொழிலாளர்களும் சேர்ந்தே வசிக்கிறார்கள். கங்காணிகளுக்கு மட்டும் இரண்டு வீடுகள் வழங்கப்பட்டிருக்க, அதனால்தான் என்னவோ சில கங்காணிகளுக்கு இரண்டு மனைவிகளும் அமைந்துவிடுகிறார்கள். அறைகள்தான் தனித்தனியாக... ஆனால், அடிமைகளாக்கி அதிகார வர்க்கத்தால் வேட்டையாடப்பட்ட அந்தக் கூட்டங்களை எந்தச் சுவரும் பிரித்ததில்லை. பசியும் பட்டினியும் விருந்தும் விழாக்களும் பங்குபோட்டுத்தான் வாழ்கின்றனர். வெள்ளைத்துரைகளிடமிருந்து நாடும் காடும் விடுதலை பெற்றாலும் மலைத்தொடர்களின் வளையத்துக்குள் பின்னிப் பிணைந்துவிட்ட அவர்கள் உலகம் மட்டும் மாற்றமின்றித் தொடர்ந்தது.

“இந்தா...” உரசி வைத்திருந்த மஞ்சளை வழித்துக் கொடுத்தாள் கருப்பி. பானுவோ சீனிவாசனைப் பார்த்து காதலுடன் சிரித்தபடியே நின்றுகொண்டிருந்தாள்.

பானுவின் பெரியத்தா காசிம், அத்தர் மணம் வீச ஊரில் இருந்து எப்போதாவது எஸ்டேட் பக்கம் வருவார். திருநெல்வேலி இனிப்புகளும் பழங்களும் கொண்டுவந்து கொட்டுவார். அவர் அங்கிருக்கும் நாட்களில் தாம் என்றோ தொலைத்து வெளியேறிய சொந்த ஊரையே பார்த்ததுபோல் அந்த லைன் வீடுகளே அவரைக் கொண்டாடும்.

அவர் ஊருக்குப் புறப்பட்டு விட்டால் சீனிவாசனின் சைக்கிள், மிளகு, ஏலக்காய், காப்பித்தூள், தேயிலைத்தூள் என வாங்கிவரப் பறக்கும்.

“எல சீனி... நீ எதுக்குல பானு பெரியப்பாவ காக்கா புடிக்க?” கருப்பி கிண்டலடிப்பாள். சீனிவாசன் முகம் பதிலுக்குப் பூவாய் மலரும்.

போன மாதம் பெரியப்பா பானுவுக்கு ஒரு மாப்பிள்ளையுடன்

வந்தார். பானுவின் கழுத்தளவுதான் இருப்பான். பருமனான உடல்வாகு. பானு அழுதழுது முகம் வீங்கி செல்லக்கருப்பியுடன் வந்து படுத்துக்கொண்டாள்.

“கருப்பி… ஏ உசுரே போனாலும் சீனியைத் தவிர யாரையும் கட்டிக்க மாட்டேன். பெரியப்பா கொண்டு வந்திருக்கவன பாத்தியா, போண்டா மாதிரீ இருக்கான்…”

வயசுக்கோளாறோ பக்கத்து வீடென்ற பழக்கமோ என்று பானு, சீனி காதல் மீது கருப்பிக்குச் சந்தேகங்கள் இருந்தன. ஆனால், பானுவின் அழுகை சீனிவாசன் மேல் அவள் கொண்ட காதலின் தீவிரத்தைப் புரியவைத்தது.

“தேயிலைக் காட்டவிட்டு தப்பிச்சுருட்டி….” கருப்பியின் அம்மா கோமதி சூழ்நிலை புரியாமல் பேசினாள்.

“பேசாம இரும்மா. பானு உனக்கு வெளியூர்ல கலியாணம் எதுவும் வேணாம்னு ஒரேயடியா சொல்லிரு… அப்புறம் பாப்போம்..” செல்லக்கருப்பி பெரிய மனுசி போல பேசினாள். ஆனால், காலையில் நடந்தது வேறு.

பானு, சீனிவாசன் மீதிருக்கும் காதலைச் சொல்லிவிட பெரியப்பா காசிம், “நான் மௌத்தானாலும் எம்மூஞ்சில முழிக்காத… இந்தத் தோட்டக்காட்டுல வந்து கிடந்து எதுவும் இல்லாம கெட்டுப்போயிக் கிடக்கிக. நம்ம அந்தஸ்து என்ன குடும்பப் பெருமை என்ன..?” என்று கத்தினார். அப்துல்லாவும் சும்மா இருக்கவில்லை.

“சோத்துக்குக்கூட வழியில்லாம நம்ம அத்தாவும் அம்மாவும் இங்கன வந்து சேந்தாக. உங்கள பாட்டி கூட்டிப்போயிருச்சு. எங்கள சாதிசனம் யாரு திரும்பிப் பாத்தா… நோக்காடு வந்து அம்மா கிடந்தப்போ ஒரு வாய்த் தண்ணி குடுக்க இவகதான் இருந்தாக. அப்போ ஊரும் உறவும் எங்க போச்சு? எல்லா மக்களும் அல்லா படைச்சதுதானே… அஞ்சு வேள தொழுகைக்கு நெத்தி மண்ணுல உரச இடம் கொடுத்தவக இந்தச் சீனிவாசன் குடும்பம். வெட்டு ஒண்ணு துண்டு ரெண்டுனு போயிட

முடியுமா..?”

அப்துல்லா பேசிக்கொண்டே இருக்க, கோபத்தோடு துண்டை உதறித் தோளில் போட்டுக்கொண்டு வேகமாகப் போய்விட்டார் காசிம். இவ்வளவு ஆன பிறகும் தள்ளிப்போடக்கூடாதென்று ஓணை விடுமுறையில் பானு, சீனிவாசன் திருமணம் நடத்திட நிச்சயிக்கப்பட்டிருந்தாலும் காசிம் கோபித்துப் போனதில் அனைவருக்கும் மிகப் பெரிய வருத்தம்தான்.

ஓணை ஊஞ்சலாய் காதல் விழிகள் கலந்தாடிக் கொண்டிருக்க, மாடசாமிக் கங்காணியின் ஆசைக்கண்கள் கருப்பியின் தோழி சந்திராவையே மொய்த்துக் கொண்டிருந்தன. அவர் மனைவி ராணி ஆத்திரத்துடன் சீயக்காய் கரைசலை அப்படியே அவர் தலைமீது கொட்டினாள்.

“எடி நம்ப கூட்டுக்காரி சந்திராவின் போக்கே சரியில்லட்டி... மாடசாமி கங்காணிக்கு வளஞ்சு போயிட்டானு...” சந்திராவைப் பற்றி பானு சொல்லிட்டே இருப்பாள். அப்பல்லாம் “ஏண்டி சின்னப்புள்ளை உன்னையும் கூட்டுக்காரியா சேத்தது தப்பு. வயசுப்புள்ள மாதிரி பேசுட்டி. இரண்டு புள்ள பெத்தவ கணக்கா பேசாதட்டி...” என்று பானுவைத்தான் கண்டிப்பாள் கருப்பி.

பானு பொய் சொல்ல மாட்டாள் என்று தெரிந்தாலும் செல்லக்கருப்பி ஒருமுறைகூட சந்திராவிடம் அது குறித்துக் கேட்டதே இல்லை. கங்காணியின் காட்டுக்கத்தல் முடியும்முன்னே படித்துறையில் புதிய சண்டை உற்பத்தியாயிருந்தது.

மாலதிக்கும் மேல்வீட்டு சிவகாமிக்கும் இடையில் எரிமலை வெடித்துக்கொண்டிருந்தது.

“இந்தக் கழுதகூட என்ன பேச்சு... வீட்டுக்குப் போவியா...” என்று சிவகாமியை விரட்டினான் அவள் கணவன் அழகேசன்.

“உம் பொண்டாட்டியும் நீயும்தான் கழுதைக...” மாலதி முறைத்தாள். அவளைத்தான் அழகேசனுக்கு முதலில் பேசி

வைத்திருந்தார்கள். ராசி ஒத்துப்போகவில்லை என்று ஒன்றுவிட்ட தங்கை சிவகாமியைக் கட்டிவைத்தார்கள். இடையிடையே பழைய நினைப்பின் புகை கனன்று கொண்டிருக்கும். அதுவும் பக்கத்தில் லைன் வீடுகளுக்குள்ளேயே குடியிருப்பது சண்டைக்கு வசதியாகிவிட்டது.

எந்தப் பொழுதுபோக்கும் இல்லாத காட்டில் சண்டைகளால் மன அழுத்தங்கள் இறக்கி வைக்கப்படும். வேலை நாட்களில் பொதுவாக எந்தச் சண்டையும் நடைபெறாது. விடுமுறை நாட்களில் வாய் வீச்சுகளும் அதை வேடிக்கை பார்க்க ஒரு கூட்டமும் கூடிவிடும். சண்டைகளின்போது யாரேனும், “சண்டை மூப்பாகட்டும்...” என்று கைகளை சூடு பறக்க உரசிக்கொண்டால் சண்டை உச்சத்தை எட்டும் என்ற நம்பிக்கையும் அவர்களிடையே உண்டு. சில இளசுகள் கூட்டத்தில் மறைவாக அப்படிச் செய்வதும் இரசித்துச் சிரிப்பதும் உண்டு.

“சக்களத்தி சண்ட.” சந்திரா, கருப்பியின் காதில் கிசகிசுக்க, பானு சிரிப்பை அடக்கிக்கொண்டாள்.

குளியல் முடியும்வரைதான் சண்டையின் வெப்பம் நீடித்தது. எப்போதும் அம்புகள் அங்குமிங்கும் எய்யப்படும். ஆனால், அது யாரையும் காயப்படுத்தாமல் ஒன்றை ஒன்று தாக்கி முறிந்து போகும். ஒருவருக்கொருவர் பேசிய கெட்ட வார்த்தைகளே சொல்லிச் சிரிக்கும் நகைச்சுவைகளாக மாறிவிடும்.

ஏதுமே நடக்காததுபோல கள்ளமற்ற வெள்ளை உள்ளங்கள் குளியலை முடித்து அழுக்கில்லா மனங்களுடன் அடுத்த விடுமுறை நாளுக்காக ஏங்கி நடந்தனர். செல்லக்கருப்பி மட்டும் குளித்துக் கரையேறிய பின்னும் அவள் வாழ்வின் எதிர்காலத்தை முடிவுசெய்யவரும் ஞாயிறை நினைத்து நடுங்கிக்கொண்டிருந்தாள்.

3

வெயிலைக் காட்டாத வானம் பூவாய்த் தூறல்களைச் சிதறிக்கொண்டிருந்தது. மலை இடுக்குகளில் பனிமூட்டம் புகையாய் மண்டிக்கிடந்தது. அணிந்திருந்த அத்தனை ஆடைகளையும் தாண்டி குளிர் அடிமனதைத் தாக்கியது.

செல்லக்கருப்பி இரண்டுநாள்களாக மகனைக்கூட சரியாகக் கவனிக்க முடியாத குழப்பத்திலே இருக்கிறாள். மகனுக்கு பதிமூன்று வயது ஆகிறது. அவனும் அப்பாவை வெறுத்துதான் அம்மாவோடு வந்துவிட்டான். எவ்வளவு வேதனையுடன் வேண்டாம் என்றிருப்பாள்... அப்படியே விட்டுவிட வேண்டியதுதானே... பிடிக்காத உறவை ஏன் இப்படித் திணிக்க முயல்கிறார்கள்?

எல்லா வசதிகளும் நிறைந்த நகரத்து வாழ்க்கையைவிட்டு மீண்டும் இந்தத் தேயிலைக் காட்டுக்குள் விஷப்பூச்சிகளுடனும் அடைமழையுடனும் உடலை வருத்திக் கொள்கிறாளே. அடங்காத மழையும் உடம்பெல்லாம் ஊறும் அட்டைகளும் படையெடுத்துத் தாக்கும் மலைக்குளவிகளும் தூக்க கனவிலும் பயமுறுத்தினாலும் மீண்டும் இந்தக் காடே தஞ்சமென்று ஏன் வந்து கிடக்கிறாள்?

அப்படி கட்டிக்கொண்டுபோன இடத்துல என்னதான்

நடந்ததுனு ஒரு கேள்வியை அக்கறையுடன் ஏன் யாருமே கேட்பதில்லை. அழுகை நெஞ்சை அடைத்தது.

ஆம்பிளைனா அப்படி இப்படித்தான் இருப்பாங்கனு நியாயம் பேசுறவங்க பொம்பளைக்கும் அத எப்படி தாங்க முடியும்னு கொஞ்சமாவது உணர்ந்து பேசக் கூடாதா? மனதுக்குள் அழுகையின் வலி கூடிக்கொண்டே வந்தது.

மேற்பார்வைக்கு மாடசாமி கங்காணியை மாற்றி இராமையா கங்காணி வரும் நாள்கள் ஆறுதலானவை. அவர் நகைச்சுவைப் பேச்சில் எப்போதுமே கொழுந்து காட்டில் பெண்கள் கவலைகளை மறந்து பட்டாம்பூச்சிகளின் மனநிலையில் கலகலப்பார்கள். அவர் மனைவி கமலாவும் கொழுந்து எடுக்கும் கூலிதான். அவளும் அவருடன் சேர்ந்து பேச கிண்டலும் கேலியுமாகக் காடு நிறைந்து வழியும். அவர்களது காயங்கள் நிறைந்த காதல் கதைகள்தான் பலபோதும் நகைச்சுவை விருந்தாக அமையும். சிம்னிவிளக்கு வெளிச்சத்தில் கமலா என்று அவள் அம்மாவைக் கட்டிப்பிடித்து அடிவாங்கியும் அடங்காமல், கமலாவை அதே இரவில் இழுத்துக்கொண்டுபோய் தாலி கட்டிய வீரக்கதைகளைச் சொல்வதில் இராமையா கங்காணிக்கு அலாதி இன்பம். மாடசாமிக் கங்காணி கொழுந்துப் பெண்களிடம் பேசும் மன்மதப் பேச்சுகளை பானு அதே குரலில் பேசிக்காட்டுவாள்.

“இன்னைக்கு அந்தப் பூச்சாண்டிக்கு எத்தனாம் நம்பர் காடோ?” பார்வதி, மாலதியிடம் கிசுகிசுத்தாள்.

தேயிலைகளின் அளவைப் பிரித்து வேலையாட்களையும் கங்காணிகளையும் மேலதிகாரிகளே நியமனம் செய்வார்கள். மஸ்டர் ஆபீஸ் என்னும் பெரட்டுகளத்தில் வேலையாட்கள் அதிகாலையில் ஒன்று கூடுவார்கள். அங்கு வைத்துத் தொழிலாளர்களுக்கான வேலைகளும் காடுகளும் வழங்கப்படும். காடுகள் எண்கள் வைத்தே குறிக்கப்படுகின்றன. பெண்களுக்கு மட்டும் முதல்நாளே காடுகள் எதுவெனச் சொல்லி அனுப்பிவிடுவார்கள்.

சின்ன ஐயாக்கள் என்பவர்கள் கூலி வழங்கல், தோட்டத்துக்குத் தேவையான மருந்தடித்தல், களை பறித்தல், கொழுந்தை எடை போடல், ஆயுதங்கள் சரிபார்த்தல் எனப் பல வேலைகளுக்கும் தனித்தனி மேற்பார்வையாளர்களாகப் பொறுப்பேற்றிருந்தனர். மேனேஜர் என அழைக்கும் நிர்வாகி தோட்டத்துப் பக்கம் வருவதில்லை. பங்களா வீட்டோடு சேர்ந்த அலுவலக அறையிலே இருப்பார். பங்களா விசாலமான அறைகளுடன் கூடியது.

வெள்ளையர்களின் இரசனையும் நேர்த்தியும் அறை முழுதும் தெரியும். சமையலுக்காக பட்லர் என அழைக்கப்படும் கூலியாட்களில் சிலர் நியமிக்கப்பட்டிருப்பார்கள். அவர்களுக்கு மட்டும் அதிகாரிகளிடம் பேசிக்கொள்ள பங்களாவுக்குள் கொஞ்சம் சுதந்திரம் இருந்தது. பட்லர்களுக்கு உதவியாக சொக்ரா என அழைக்கும் சிலரையும் நியமித்திருப்பார்கள். ஆரம்பத்தில் சைகையிலும் பின்னர் ஆங்கிலத்திலும் பேச ஆரம்பித்துவிடும் பட்லர்களில் பலரும் பங்களா இரகசியங்களை வெளியில் சொன்னால் சுட்டுத் தள்ளிவிடுவார்கள் என்ற அச்சத்துடனே வாழ்ந்தவர்கள்.

எப்போதுமே இராமையா கங்காணியின் மேற்பார்வையில் இருக்கும் வேலைப்பொழுதுகள் இனிமையாகவே இருக்கும். பெரும் வலிகளுக்கு பேரன்பின் பேச்சுகளால் அவர் இரக்கம் காட்டுவார். அவர் காட்டில் கண்டிப்பும் கலகலப்புமாகக் கொழுந்துக் காடுகள் உலகிற்கே உற்சாகமூட்ட இலைகளை இழந்துகொண்டிருந்தன. இரண்டு மூன்று நாட்களாய் செல்லக்கருப்பியின் முகத்தில் சிரிப்பையே காணோம்.

இராமையா கங்காணி, “என்னாச்சு கருப்பி... உன் நாக்கச் சுருட்டி பரண்ல போட்டுட்டு வந்திட்டியா...” என்று கிண்டலடித்தார். அதற்கும் அவள் பதில் பேசாமல் நின்றுகொண்டிருந்தாள்.

“ஏண்டி அறுத்துப்போடத் துணிஞ்சிட்டியாம்ல...” பார்வதி மெதுவாக கேட்பதைப்போல எல்லோருக்கும் கேட்கும்படியே கேட்டுவிட்டாள். சிரிப்பு நிறைந்த காட்டில் வெயிலை விரட்டிய

மூடுபனி போல் ஒரு மௌனம் படர்ந்தது. செல்லக்கருப்பி கொழுந்து கிள்ளுவதை நிறுத்திவிட்டுத் திரும்பிப் பார்த்தாள்.

“ஆமா... நா அறுத்துவிடப்போறேன். நீ வேணா அவன கட்டிக்க...” செல்லக்கருப்பி கோபத்தில் வெடித்தாள்.

“அந்தக் கருவாப்பயல நா எதுக்குட்டி கட்டிக்கணும். எம் புருசன் துரை மாதிரிட்டி...” கொழுந்துப் பெண்களெல்லம் குபுக்கென்று சிரித்தனர். இராமையா கங்காணி, “ச்சு.. பார்வதி...” என்று அதட்டினார்.

தூரமாய் பெரிய ஐயா என்னும் ஃபீல்ட் ஆபீஸர் சேதுபதி வந்துகொண்டிருப்பதைச் சுட்டிக் காட்டினார்.

சேதுபதி ஐயாவுக்கு அந்தக் காட்டில் மிகுந்த மதிப்பும் மரியாதையும் இருந்தது. இடைத்தரகர்களால் கொடுமைக்கு ஆளான பண்டைய கூலிகளிடம் இரக்கம் காட்டிய ஒரே மனிதன் சேதுபதி ஐயாவின் அப்பா முத்தைய்யாதானாம். தொழிலாளர்களை இரக்கமின்றி வேலை வாங்குவது மட்டுமின்றி சாட்டை அடிகளாலும் பிரம்படிகளாலும் துன்புறுத்தி வேலைப்பளுவையேற்றி வேலையாட்களின் மரணத்துக்கு கூடக் காரணமாயிருந்தவர்களைத் தட்டிக்கேட்டதும் இடைத் தரகர்களைக் காட்டுக்குள்ளே நுழையவிடாமல் தடுத்து நிறுத்தியதும் மனிதர்களைச் சமமாக மதிக்கும்படி வெள்ளைத்துரைகளிடம் துணிவாகப் பேசியதும் எந்த வசதியுமில்லாமல் கூட்டமாய் அடைந்து கிடந்த எஸ்டேட் வீடுகளுக்கு ஓரளவு வசதியைச் செய்து கொடுத்துக் குடும்பங்களைத் தனியாக வசிக்க வழி செய்து கொடுத்ததும் சேதுபதியின் அப்பாதான் என்று கொண்டாடிக் கிடந்தது கூட்டம்.

நிர்வாகத் திறமையில் சேதுபதிக்கு நிகராகவும் யாருமில்லை. பெண்கள் எந்த உடல்நிலையில் இருந்தாலும் எடை பார்த்த கொழுந்தை தலைச்சுமையாக ஆலைவரை கொண்டு சேர்க்க வேண்டும் என்றிருந்த வழக்கத்தை வண்டிகள் கொண்டு

வந்து சேகரித்துப் போகச்செய்தவர். தலையில் தொப்பியும் முழங்கால்வரை டவுசரும் பசைபோட்டுத் தேய்த்த சட்டையும் இடுப்பில் கனமான பெல்ட்டும் வாட்டசாட்டமான உடல்வாகும் பெரிய ஐயாவைக் கம்பீரமாகக் காட்டும். தோட்டத்தின் அத்தனை வேலைகளிலும் அவரது மேற்பார்வை இருக்கும்.

பாதையில் நின்றுகொண்டே ஒற்றைப் பார்வையில் ஆயிரம் செடிகளையும் விழிகளில் அடக்கி விடுவார். பெண்களின் விரல்களின் அசைவை வைத்தே அவர்கள் கொழுந்தெடுக்கும் முறையைக் கண்டுபிடித்து எடைகளைக் கூட்ட அவசர அவசரமாக அரையிலைகளையும் நீளக் காம்புகளையும் பறித்துப்போடும் பெண்களின் அருகில் சரசரவென இறங்கிவந்து நிற்பார். கூடைக்கொழுந்தைக் கைகளால் அள்ளிக்காட்டி கண்டிப்பார். அவர் தொப்பியைப் பார்த்ததும் விரல்கள் எல்லாம் அடக்கி வாசிக்க ஆரம்பித்துவிடும். ஆனாலும் அப்பாவின் குணத்துக்குச் சற்றும் குறைவில்லாத அருமையான எளிய மனிதர்தான் சேதுபதியும். மேலதிகாரிகளில் அவரிடம் மட்டும் எதையும் பேசலாம் என்ற அனுமதி அங்கு எல்லோருக்கும் கிடைத்திருந்தது.

“என்ன முத்துமணி... சாயா எல்லாம் தீந்துருச்சா... எனக்கில்லையா...?”என்றார் சிரித்தபடி.

“ஐயா... உங்களுக்கில்லாமலா ஐயா...”

கையிலிருந்த தம்ளரை ஒன்றுக்கு மூன்றுமுறை கழுவி பானையிலிருந்து தேநீரை ஊற்றிக் கொடுத்தாள்.

“இஞ்சி நல்லா தூக்கலாருக்கு.”

“எங்கம்மா நினைப்பு வந்திருச்சே” என்று அவள் தலையை வருடி பத்து ரூபாயைக் கையில் திணித்தார். அனைவரையும் நோக்கித் தலையாட்டிவிட்டு அடுத்த காட்டுப்பக்கம் நடந்தார்.

அதற்குமேல் பார்வதியால் அமைதியாக இருக்க முடியவில்லை.

“ஏண்டி.... இந்தக் காட்டுல வேலியிருந்தாலே நாயும் நரியும் நொழையும். நீ வேற மூக்கும் முழியுமா லட்சணமா இருக்க. ஓநாய்க ஒன்ன ஒண்ணுமில்லாம ஆக்கிருமே...” பார்வதி அக்கறையுடன்தான் பேசினாள். கருப்பியின் அப்பா தங்கராசை, “அண்ணே” என்று அழைத்து அப்படியே கருப்பிக்கு அத்தையாகிப் போனவள்.

தங்கராசு திடீரென மாரடைப்பால் இறந்தபின் பார்வதியும் அவள் கணவன் ரங்கசாமியும்தான் அவர் குடும்பத்துக்கு ஆதரவாக இருக்கின்றனர். செல்லக்கருப்பியின் நாக்கு தொண்டைக்குள் ஒட்டிக்கொண்டதுபோல் தோன்றியது. விழிகள் பிதுங்கி பேச்சு நின்றுபோனது. வருங்காலம் முடிந்துபோன பாதையாய் தடுமாறச் செய்தது.

கங்காணி அவளைப் பாசத்துடன் பார்த்தார். எப்போதும் எதாவது ஒரு பதிலைச் சொல்லி சமாளிப்பவள் இன்று பேச்சற்று நிற்கிறாள். சந்திரா தன் நிரையைத் தாண்டி கருப்பியின் பக்கம் வந்தாள்.

“எக்கா... இவ நெருப்பு. கேடுகெட்ட குடிகாரப்பய கூடனாலும் ஒருத்தி குடித்தனம் நடத்திரலாம். தினம் ஒரு கூத்தியா கூட போறவன்கிட்ட வாழ முடியுமா..? இவளுக்கு அந்தச் சனியம் புடிச்சவன் பொருத்தமில்ல. நல்லவனாட்டம் நடிச்சு இவள நாசம் பண்ணுனவங்கூடப் போகச்சொல்லுதியா... இப்ப என்ன பழைய காலம் மாதிரி அடிச்சு மிரட்டி யாராச்சும் இவள இழுத்துப் போயிட முடியுமா?”

“இவகிட்ட எந்தப் பயலும் வாலாட்ட மாட்டான். இவ கையில நாலுகாசு உண்டாக்கி மவன காப்பாத்த மாட்டாளா..?”

சந்திராவின் பேச்சு செல்லக்கருப்பிக்கு ஆறுதல் அளித்தது. “மக்கு சந்திரா” என எல்லோராலும் கேலி செய்யப்படும் சந்திரா பெரிய அறிவாளி போல் பேசி முடித்தாள். செல்லக்கருப்பிக்கு அன்று அந்த ஆறுதல் போதுமானதாக இருந்தது. கூட்டுக்காரியின் பேச்சால் அமைதியானாள். பனி தின்ற உச்சிவெயில் சுள்ளென்று

காய ஆரம்பிக்க, கொஞ்சநேரத்தில் காடு மீண்டும் கங்காணியின் கேலிப்பேச்சுடன் இயல்பு நிலைக்குத் திரும்பியது.

செல்லக்கருப்பி கொழுந்தை விரிசாக்கில் கொட்டித் தேயிலைகளைத் தரம் பார்த்து தெளித்து சாக்கை முடிந்தாள்.

மனம் எதிலும் ஒன்றவில்லை. முகம் வாடிக்கிடந்தது. வரிசையில் நின்று நிறுவைக்குப் போடும்போதும் எடை அளவைக் குறித்துக் கொடுத்த சீட்டை சேலையில் முடிந்துகொள்ளும்போதும் விழிகள் வெறித்தபடியே நின்றிருந்தாள்.

“அத்தே... முகிலன் இன்னைக்கி ஏதோ பரீட்சைனு சொன்னான். உச்சைக்கே வந்திருப்பான். அம்மயும் கொழுந்து காடு கொஞ்சம் தூரம்னு சாப்பாடு எடுத்துப் போயிட்டா. அவனுக்கு சோறக் குடுத்துட்டு சாப்புட்டுட்டு வாரேன்.” பார்வதியிடம் மெல்லிய குரலில் சொல்லிவிட்டு, “மதிய வேலைக்குத் திரும்ப வரணும்.” தனக்குள்ளே பேசிக்கொண்டே வீட்டை நோக்கி வேகமாக நடந்தாள். மனசு பழையபடி வேதனையை வலிந்து இழுத்துக்கொண்டது.

பாதையோரம் நிழலுக்காகவும் பண்டைய காலத்தில் எஸ்டேட் எல்லைகளை வரையறுக்கவும் வளர்க்கப்பட்ட தண்ணிக்காய் மரத்தின் கீழே கண்ணனும் முகிலனும் விளையாடிக்கொண்டிருந்தனர்.

அவளும் தோழிகளும் விளையாடிய மரமுற்றம். இனிமையான நினைவுகள் அந்த நிழலில் பசுமையாகச் சிதறிக் கிடக்கின்றன. அதிசயமான மரம் அது. பூ மொட்டுகளை லேசாகக் கிள்ளிப் பிதுக்கினால் தண்ணீர் பீச்சும். சிலேட்டில் எழுதி எழுதி அழிக்க குழந்தைகள் அந்த மொட்டுகளை எடுத்துப்போவார்கள். பூக்கள் இளஞ்சிவப்பு நிறத்தில் கிண்ணங்களைப்போல் பெரியதாய்க் கொத்துக்கொத்தாய் பூக்கும். உதிர்ந்த மலர்கள் மரத்தைச்சுற்றி பூக்கோலம் போடும். காய்கள் பச்சை நிறத்தில் உறுதியான போர்வாளின் உறைபோல் இருக்கும். அவை வெடித்தால் தோணிபோல அழகான அமைப்புடன் ஈர்க்கும். விலையில்லாத

விளையாட்டுப் பொருட்களை ஒரே மரமே தந்துவிடும். காட்டின் நடுவே உயரத்தில் தீச்சுடர்களை ஏந்தியதுபோல நிமிர்ந்து நிற்கும் அம்மரங்கள்.

இந்த மரங்களின் கதைகள் இவை மட்டுமல்ல; மலேரியாவால் தொழிலாளர்கள் செத்து மடிந்துகொண்டிருந்த காலத்தில் கொசுக்களைக் கட்டுப்படுத்த இந்த மரங்கள் வளர்க்கப்பட்டன. மரங்களின் பூக்கள் மழைநீரை வாங்கிக்கொண்டதும் கொசுக்கள் அந்த நீரில் முட்டையிட பூ மூடிக்கொள்ளும். பூக்களின் உள்ளே உள்ள பசையில் கூத்தாடிப் புழுக்கள் ஒட்டி இறந்துபோக, பூ உதிர்ந்த உடன் வேகமாக அழுகும் தன்மையுடையது என்பதால் இம்மரங்கள் கொசுக்களைக் கட்டுப்படுத்துவதற்கு வளர்க்கப்பட்டதாம். இந்த மரங்கள் ஏராளமாக நின்றதாலே பூங்குன்றம் என்ற பெயர் வந்ததாகச் சொல்வார்கள். ஆறு மரம் மலை காடு பாறை நீளம் குட்டை உயரம் பள்ளம் கண்டம் என்று இயற்கை அமைப்பைச் சார்ந்தே அங்குள்ள இடங்களின் பெயர்களும் உருவானது. வெள்ளையர்களின் ஆட்சியில் அப்பெயர்கள் பலதும் ஆங்கிலப்பெயர்களாக மாறிவிட்டன.

“சாப்பிட்டிங்களாடா...” பாசம் பொங்கக் கேட்டாள்.

“இல்லம்மா...” கண்ணனும் முகிலனும் ஒன்றாக பதில் சொல்ல செல்லக்கருப்பி சிரித்தாள்.

இருவரையும் அணைத்தபடி திண்ணையில் அமர்ந்தாள்.

தவிட்டு அரிசிச்சோறும் பச்சைத்தக்காளியுடன் கருவாடும் பலாக்கொட்டையும் போட்டு தேங்காயும் பச்சை மிளகாயும் அரைத்து தாளித்துவைத்த குழம்பைப் பிசைந்து இருவருக்கும் ஊட்டினாள்.

சந்திராவின் மூத்த மகன் திருவனந்தபுரத்தில் பத்தாம் வகுப்பு படிக்கிறான். கண்ணன், முகிலனை விட இரண்டு மாதங்களுக்கு இளையவன். கண்ணன் படிக்கும் நெடுங்காடு பள்ளியிலே எட்டாம் வகுப்பு படிக்கிறான். செல்லக்கருப்பி மீண்டும்

காட்டுவேலைக்கு வந்தபின் அவளையும் முகிலனையும் பிரிவதே இல்லை.

“ஏட்டி... நீ ஒருநாள் தூக்கிப் பால கொடுத்தனு நான்கூட வேணாம்ணு உம் பின்னாலயே கொடுக்குமாதிரித் திரியிறான்.” என்று சலித்துக்கொள்வாள் சந்திரா.

“அடப்பாவி... புள்ளப்புரையில கத்திக் கதறிட்டுக் கிடப்பவனுக்கு ஊருக்குப்போறவரைக்கும் ஒன்ட பாலில்லனு நான் தானேட்டி எப்பவும் ஊட்டுனேன்...” செல்லக்கருப்பி கண்களை உருட்டிக் கோபம் காட்டினால், “ஆமாடி நா ஒரு மக்கு...” என்று தலையில் அடித்துச் சிரிப்பாள் சந்திரா.

கைக்குழந்தைகளைப் பிள்ளைப்புரை என்னும் ஒரு அறையில் விட்டுவர தேயிலைத் தோட்டத்தில் வசதிகள் செய்யப்பட்டிருக்கும். பொதுவாகத் தோட்டங்களின் நடுவிலே தாய்மார்கள் வந்து பாலூட்டிப்போக ஏதுவாக அந்த அறை அமைக்கப்பட்டிருக்கும். அங்கு யாரேனும் நடுத்தர வயதுப் பெண்கள் குழந்தைகளைப் பார்த்துக்கொள்ள அவர்களுக்கு நிர்வாகம் அடிப்படைக் கூலியை வழங்கிவிடுவதும் உண்டு. தொழிலாளர்கள் உரிமைச்சட்டத்தின்படி குழந்தைகளுக்குப் பாலும் உணவும் பாதுகாப்பும் வழங்குவதும் உண்டு. ஆனாலும் பல குழந்தைகள் பசியாலும் நோயாலும் கதறிக்கொண்டுதான் இருப்பார்கள். அதைக் கவனிக்க முடியாமல் கொழுந்து குறிப்பிட்ட அளவு எடுக்கவேண்டிய கட்டாயத்தில் தாய் மனங்கள் தவித்துக் கொண்டிருக்கும்.

“தொட்டிலிடாக் காட்டில் எம்புள்ள தொண்ட நனையலையே...
பாலு கட்டி வலிக்கும் நெஞ்சுப் பாரம் குறையலயே...

கங்காணிச்சாமிகளா கொஞ்சம் கருணை காட்டுங்கைய்யா...
எட்டுவச்சு போய் வாரேன்... எம்புள்ள ஏக்கம் தீத்து வாரேன்...”

அந்தப் பனிக்காற்றும் வலிகளின் பாடல்களால் உருகும்.

சந்திராவின் மகன் இரண்டு மாதம் இளையவன் என்றாலும்

செல்லக்கருப்பி பிரசவம் முடிந்து போகும்வரையில் மட்டுமின்றி இடையிடையே வரும்போதெல்லாம் பாலில்லாமல் கதறும் அவள் மகனுக்குப் பாலூட்டிப் போவாள். அந்தப் பாசம் அவனிடமும் இருந்தது. அங்கு அது சகஜமான ஒன்றுதான். சிலர் பல குழந்தைகளுக்கும் பாலூட்டியிருப்பார்கள்.

பின்னர் வளர்ந்த குழந்தைகள் அவர்களிடம் தாய்மை உணர்வோடு ஒட்டிக்கொள்வார்கள். சந்திராவின் குழந்தையையும் தன் மகனாகவேதான் செல்லக்கருப்பி கருதினாள். ஆனால், சந்திராவைப் பற்றியும் மாடசாமி கங்காணி பற்றியும் பேசும் பேச்சு முடைநாற்றமாக நாறிக்கொண்டிருக்க, உண்மை தெரியாமல் தவித்தாள் கருப்பி. இன்று காட்டில் தனக்காக அவள் பேசியதைக் கேட்டால் அவள் மாடசாமிக்குப் பணிந்து போகிறவளா என்ற சந்தேகம் வந்தது.

கருப்பியின் ஒய்யாரத் தோற்றத்தில் மாடசாமி கங்காணியின் பார்வை விழுந்து உறுத்துவதைப் பலமுறை உணர்ந்திருக்கிறாள். ஆனால் அவள் தோழி சந்திரா வளைந்து கிடப்பதால்தானோ என்னவோ அவள் பக்கமிருந்தால் பார்வைகளைத் திருப்பிக்கொள்வதும் மற்ற நேரங்களில் அலையவிடுவதுமாக அவளுக்குத் தெரியாமல் இவளை நெருங்கும் நாளை எதிர்பார்த்துக் கொண்டிருக்கிறான் என்று தோன்றியது.

“அப்படி ஒருநாள் வரட்டும். அன்னைக்கு இருக்குலே உனக்கு வேட்டு. என் புருசன கொல்லாம விட்டுவச்ச வெறியோட வந்துருக்கேன். உன்ன கொல்லுறேன் பாரு...” மாடசாமியின் கண்கள் செல்லக்கருப்பியிடம் குழையும்போதெல்லாம் பல்லை நறநறவெனக் கடித்தபடி வாய்க்குள்ளே முனகுவாள். அந்தப் பார்வையின் வெப்பம் பல பொழுதும் கங்காணியைப் பொசுக்கியுள்ளது. இரவில் உடல் அலுப்பில் தூக்கம் கண்ணைக் கட்டினாலும் அவள் வாழ்க்கைக்கான பேச்சுவார்த்தைகள் நடக்க இருப்பதை நினைத்தபோது கணவனின் உருவம் இருளில் பூதமாய் முன்னே நின்று பயங்காட்டுவதைப்போல் தோன்றியது.

4

கலைந்த ஓவியமாய் கிடந்த கவாத்து செய்த தேயிலைக் காடுகளைத் தாண்டி குன்றிறங்கினாள் செல்லக் கருப்பி. ஞாயிறு குளியல் நடைபெறும் இடத்திற்குச் செல்லாமல் குன்றின் வேறு திசையில் இறங்க ஆரம்பித்தாள். இன்றைக்கு பானுவைக் கூட அழைத்துக்கொள்ளவில்லை. தோளில் கிடந்த துண்டு கனமாய் அழுத்துவதாய் தோன்ற கையில் எடுத்துப் பிடித்துக்கொண்டாள். தேயிலைக் காடுகள் முதிர்ந்த தேயிலைகளாய் பரந்து வளர்ந்து நிற்கையில் நெருக்கமான பசும் மெத்தைகள்போல் தோன்றும். ஆனால் கவாத்து எனப்படும் ஒழுங்குபடுத்தலுக்குப் பின் கூர்மையான கொம்புகளாய் நிமிர்ந்து நிற்கும். வெட்டப்பட்ட சுள்ளிகள் மூடிக்கிடந்தாலும் லேசாக இடறிவிட்டாலும் உடம்பில் எங்கு பாய்ந்து காயப்படுத்தும் என்று கணிக்கவே முடியாது. கருப்பி எதன் மீதும் கவனமில்லாதவளாய் நடந்தாள்.

இரண்டு மூன்று வருடத்துக்கு ஒருமுறை நடக்கும் மேல் கவாத்து என்னும் நுனி வீச்சு கவாத்தும் ஐந்து ஆறு ஆண்டுகளுக்கு ஒருமுறை அடிக்கிளைகளை வெட்டும் அடி கவாத்தும் நடைபெறும். தேயிலையை முதிர்ச்சி அடையாமல் வைத்திருக்கவும் மரமாக வளரவிடாமல் தடுக்கவும் கவாத்து செய்திட வேண்டும். துரித வளர்ச்சிக் காலங்களுக்கு முன் மழை குறைந்த காலங்களில் குறிப்பிட்ட உயரத்தில்

கால இடைவெளியில் வாதுகளை வெட்டுதலே கவாத்து எனப்படுகிறது.

சரியான காலநிலையில் தொடர்பணிகளாக மகசூலை அதிகரிக்கச்செய்யும் கவாத்துகள் கவனமாக நடைபெறும்.

கவாத்துக் காடுகளில் நீளநீளமாகக் குவிந்து கிடக்கும் சுள்ளிகளையும் கட்டைகளையும் அள்ளி அடுக்கி கட்டித்தூக்கி வர முண்டியடித்துக்கொண்டு தொழிலாளிகள் செல்வார்கள். அது ஒரு மகிழ்ச்சியான சேகரிப்பு. இலை வாடி சருகுகள் ஆனதும் சுள்ளியை உலுக்க அத்தனை இலைகளும் உதிர்ந்துவிடும். அழகாக அடுக்கிக் கட்ட ஏதுவாக ஒழுங்காகக் கோதிக்கொள்வார்கள். சுள்ளிகளும் இலைகளும் செடிக்கு உரமாகும் என்றாலும் நன்றாகப் பற்றி எரியும் தேயிலைக் கட்டைகளையும் சுள்ளிகளையும் யாரும் விட்டுவைப்பதில்லை. சிலர் அளவுக்கு மீறிய சுமையுடன் தள்ளாடி வந்து சேர்ந்தாலும் வீட்டுக்கு முன்னால் மலையெனக் குவித்துப்போட்ட தேயிலைச் சுள்ளிகள், ‘அப்பாடா இனி கொஞ்ச நாளைக்குக் கவலையில்லை’ என்ற நினைப்பால் சுமைகளின் வலிகளைத் துடைத்துக்கொள்வார்கள்.

செல்லக்கருப்பியைவிட பானுவும் சந்திராவும் சுள்ளி அடுக்குவதில் கெட்டிக்காரிகள். கயிறுகளையும் சும்மாடையும் எடுத்துக்கொண்டு தூக்குச்சட்டியில் வடிகஞ்சியில் கொஞ்சம் மோரையும் ஊற்றி ஊறுகாயும் எடுத்துக்கொண்டு சுள்ளி பொறுக்கப் போகும்போது அவ்வளவு மகிழ்ச்சியாக இருக்கும். எந்த மன வலியுமின்றி நகர்ந்துகொண்டிருந்த இனிமையான நாட்கள். உடல் உழைப்பும் பசியும் பட்டினியும் தராத மன உளைச்சலை நமக்குப் பிடிக்காத நாம் வெறுக்கும் ஒருவருடனான வாழ்க்கை தந்துவிடுகிறதே..!

தூரமாய் ஓடையின் கீழ்பகுதிக்கு வந்துவிட்டாள் செல்லக்கருப்பி. எந்த மாற்றமுமின்றி தெளிந்த நீரோடு சலசலத்துக் கொண்டிருந்தது ஓடை. சில்லென்ற நீரில் காலை வைப்பதற்கே தயக்கமாக இருந்தது. எப்போதும் ஒருவித மயக்கத்தைத் தரும்

குளிர்நீர், அவள் மறந்துவிட்ட அழுகையின் கண்ணீராய் பாய்ந்துகொண்டிருப்பதாய் தோன்றியது. நீரில் கைகளைத் துழாவி கொஞ்சம் தண்ணீரை நெற்றிப்பொட்டில் அறைந்தாள். தனிமையும் இயற்கையும் அவள் இதயத்தின் படபடப்பைக் குறைத்திருந்தன. துண்டுச்சோப்பு ஒட்டி வைத்திருந்த கற்பாறையில் பாதங்களை உரசி அழுக்குப்போக தேய்த்தாள்.

ஞாயிற்றுக்கிழமையின் ஆரவாரம் தூரத்தில் கேட்டாலும் மனதின் காதுகளில் பழிச்சொற்களின் பேரிரைச்சல் அடங்காமல் ஒலித்துக்கொண்டிருந்தது. இன்றைய தினத்தின் முடிவு எதுவாக இருக்குமோ என்ற கேள்வி கனமான இரும்புக்கொக்கியாய் அவள் இதயத்தை இழுத்துக்கொண்டிருந்தது. கரையில் கொத்துக்கொத்தான ஊதாப்பூக்களுடன் சாய்ந்துநின்ற கொன்றை மரத்தின் கீழ் அமைதியாக உட்கார்ந்தாள். அக்கரையில் மீன்கொத்தி ஒன்று அவளைப் போலவே ஏதோ சிந்தனையுடன் மஞ்சள்பூத்த காட்டுச்செம்பருத்தியின் கிளைகளில் வீற்றிருந்தது. தாழ்வுப் பகுதியில் தவழும் ஓடை, விருப்பம்போல் தன் கரைகளை ஏற்படுத்திக் கொண்டிருந்தது.

பரந்து விரிந்த புற்களின் பூக்களைத் தழுவி கிளுகிளுப்பான ஓசையை உண்டுபண்ணிய சிற்றலைகளுடன் குட்டிமீன்களும் புற்களிடையே தாவித் திரிந்தன. சிலநேரம் நீர் தன்னை ஒடுக்கிக்கொண்டு இரண்டு பாறைகளுக்கிடையில் ஊஞ்சலாட ஒழுகி வழியும் நீரின் வேகம் கூடுவதும் குறைவதுமாய் வேடிக்கை காட்டியது. மனக்காயங்களை குணப்படுத்தும் அற்புத மருந்தாய் ஓடை அவளைக் குளிர்வித்தது.

“கருப்பி உன் புருஷனும் மாமியாரும் வந்திருக்காங்க...” குன்றேறி வரும்போது பார்வதி அத்தை அவள் கைகளைப் பிடித்தபடி பரிதாபமாகக் கூறினாள்.

செல்லக்கருப்பியின் முகத்தில் எந்த மாற்றமும் இல்லை. நாலே எட்டில் வீடுவந்து சேர்ந்துவிட்டாள்.

திண்ணை முழுவதும் நெருக்கமாக உட்கார்ந்து இருந்த பலரும்

இவளைப் பார்த்து பாசத்துடன் புன்னகைத்தார்கள்.

சிலர் அவர்களுக்கே ஏதோ துன்பம் நேர்ந்ததுபோல சோகம் அப்பிய முகத்தோடு மௌனமாக அவளை ஊடுருவினார்கள். குவிந்து கிடந்த செருப்புகளுக்கு இடையே தன் செருப்பை மட்டும் தனியாக வைத்துவிட்டு அப்படியே நின்றாள்.

ஓரமாய் சாத்தி வைக்கப்பட்ட உலக்கைபோல் நின்று கொண்டிருந்த முத்துமணிப்பாட்டி, “உள்ளே போட்டி” என்றாள். அவள் குரல்கூட சீவிவிட்டதாய் மெலிதாக ஒலித்தது. இதுவரை உணர்ந்திராத வித்தியாசமான சூழலால் அவளது வீடு அவளுக்கே புதிதாகத் தோன்ற திண்ணையைக் கடந்து உள்ளே எட்டிப்பார்க்க பயமாக இருந்தது. எப்போதும் பதிலளிக்க முடியாத கேள்விகளைக் கேட்கும் பெரிய பூசாரி அய்யனார் சிரித்தபடியே, “வாம்மா” என்றார்.

அவள் கணவன் ராசு, மாமியார் மற்றும் இரண்டு பேர் ஒரு பக்கமாகவும் சீனிவாசன், அப்துல்லா, பெரியப்பா இன்னொரு பக்கமாகவும் ஏதோ போட்டிக்குத் தயார் ஆனவர்கள்போல் அமர்ந்திருந்தார்கள். சிறு இரத்தத்துண்டாய் இதயம் தெறித்து வெளியே விழுந்துவிடும் என்பதுபோலத் துடிக்கத் துவங்கியது.

“அவகிட்டயே கேளுங்க”அவள் தலையைக் கண்டதும் பூசாரியின் தொடையைத் தட்டினான் அவள் கணவன். இதற்கு முன்பே ஏதோ பேச்சுவார்த்தை நடந்திருக்கிறது என்று புரிந்துகொண்டாள்.

“இங்கன உக்காரும்மா...” என்ற அய்யனாரின் பக்கத்தில் விரித்திருந்த சாக்கில் தயக்கத்துடனே அமர்ந்தாள்.

மனசுக்கு இவ்வளவு அழுத்தத்தையும் தாங்க முடிகிறதே...! கூட்டத்தில் மகனைத் தேடியது மனம்.

“ஏம்மா குடும்பம்னா மேடுபள்ளம் இருக்கத்தான் செய்யும்... அதுக்காக வீட்டவிட்டுட்டு வரலாமா... இப்ப இங்கன காட்டுல வருசத்தாளாப் பதிஞ்சு வேலையில சேந்துட்ட சரி... அவனாவது

வந்துபோய் இருக்கட்டுமே... இதுக்கும் சம்மதிக்கலனா என்ன நியாயம்... அவன் உம் புருசன்தான. நீ என்னத்த சொல்லுத தாயி..?"

திண்ணையில் இருந்த சில தலைகள் நிலைப்படியில் ஒட்டிக்கொண்டு கண்களையும் காதையும் அவள் வாய் பக்கம் திருப்பின. ஆறு மாதமாக இப்படி ஒருநாள் வரும் என்று எதிர்பார்த்து இருந்தாலும் இரத்தமெல்லாம் வற்றிப்போய் வலுவிழந்ததுபோல் தோன்றியது.

"அவ சொல்லமாட்டா... பன்னெண்டு வருஷமா ராக்காச்சியா ஆடுனா... இப்ப பாரு கம்முனு ஒண்ணும் தெரியாதவளா நடிக்கா..." மாமியாரின் குரல் வாசலில் நின்றவர்களுக்கும் கேட்டிருக்கும்.

"நீ சும்மா இரும்மா. அதான் நான் கேக்குறேன்ல..." பெரிய பூசாரி ஓர் அரசனுக்குரிய மிடுக்கோடு நிமிர்ந்து உட்கார்ந்தார்.

"ஆமா... ஜட்ஜ் ஏமான் கேக்குறார்ல சொல்லு செல்லம்." எங்கிருந்தோ ஒரு குரல் கேலியாக வந்து விழுந்தது.

பூசாரி புருவத்தைச் சுருக்கிக் கூர்மையான பார்வையை வீசினார். நல்ல மனிதர். இந்த மக்களின் குறைகளைக் கடவுளோடு புலம்பித் தீர்ப்பார். எங்காவது குடும்பத்தகராறு ஏற்பட்டால் தீர்த்து வைப்பதும் அவர் வேலைதான். ஆனால் சிலர் அவர் தீர்ப்பில் நொந்து புலம்பிக்கொண்டிருப்பார்கள். அப்படி அடிபட்ட ஏதோ ஒரு குரல்தான் கூட்டத்தை சாக்குவைத்து ஒலித்தது. பூசாரியின் கேள்வியால் அவஸ்தைப்பட்டுக் கொண்டிருந்தவளுக்கு யாரோ சிரிப்பை அள்ளி விதைத்தார்கள். இறுக்கமான சூழல் இப்படித் தளர்த்தப்பட்ட கோபத்தில் பூசாரி எகிறினார்.

"ஏண்டா... இங்கன என்ன திருவிழாவா நடந்துகிட்டு இருக்கு. ஒரு குடும்பம் கலைஞ்சுபோய்க் கிடக்கு... எந்தப் பொறம்போக்கு பய கேலி பேசறது? உன் வீட்லனா இப்படித்தான் கிண்டிவியா... செத்த பயலே..!"

பூசாரி கோபத்தின் உச்சிக்கே சென்றுவிட்டார்.

“சரி விடுங்க, ஏதோ தருதல பேசுது. ஏம்மா மக்களே... ஏதாவது சொல்லுமா. இந்தப் பயல இரண்டு போடு போட்டாவது வாழச்சொல்றேன்...” பெரியப்பா கண்ணீரைத் துடைத்துக்கொண்டார்.

“என்னை எதுக்குப் போடப்போறீரு... ஓடுகாலி நாயி. அவள ரெண்டு போடுபோட்டு அனுப்பி வைக்கிறதா இருந்தா வையும். இல்லனா இவளுக்கும் இவ புள்ளைக்கும் ஒத்தகாசு வீச மாட்டேன்...” கணவன் சீறினான்.

செல்லக்கருப்பிக்கு ஏதோ ஆவேசம் வயிற்றுக்குள் உருவாகி வாய் வழிப் பாய்ந்தது. அழுகை நெஞ்சை அடைக்க,

“நான் இந்த ஆளோட போக மாட்டேன்...” தீர்க்கமான குரலில் கூறினாள்.

“அப்ப எவன்கூட போவாளாம்..?” மாமியாரின் பக்கத்திலிருந்தவன் கேட்டான்.

“ஏய் மருவாதியா பேசு மூதி... நாக்கை புடுங்கிப் போட்டுருவேன்.” சீனிவாசன் கத்தினான்.

“அதைக் கேட்க நீ யாரு... இவளுக்கு மச்சானா..?”

கருப்பியின் கணவன் கை நீண்டது. பூசாரி படக்கென்று எழுந்தார்.

“சரி... நீங்களே தீர்த்துக்கங்க. கூட்டிட்டுவந்து உட்காரவச்சு குப்பையைக் கொட்டுவீகளோ... எனக்குனு ஒரு மருவாதி இல்லையா.?” வாசலுக்கு நடக்கத் துவங்கினார்.

“ஐயா, ஏதாவது சொல்லி சேர்த்து வச்சிட்டுப் போங்க. இந்தப் பயலுக்காவது அப்பன் வேண்டாமா... சின்ன வயசுல எம்மவதான் அப்பன் இல்லாம கஷ்டப்பட்டா. எம் பேரனுக்கும் அந்த நெலம வேணாம்யா..?” செல்லக்கருப்பியின் அம்மா

பரிதாபமாகக் கதறினாள்.

“யாருகண்டா... இவன் என் புள்ளனு. ஒன்பது மாசம் நிறையிறதுக்குள்ள பொசுக்குனு பெத்துப்போட்டாளே...” அந்தக் கூட்டத்திலேயே அவன் முகமூடி கழன்று விழுந்தது.

செல்லக்கருப்பி இராட்சசி போல எழுந்தாள். “வெளிய போயிடு... இல்லனா உன் கழுத்தை நெரிச்சே கொன்னுடுவேன்.” பற்களை நறநறவெனக் கடித்தபடி உறுமினாள்.

“எந்தப் பேய் பிடிச்சுச்சோ எங்கண்ண... இப்படி ஆட்டி வெக்கே...” முத்துமணிப்பாட்டி இடுப்பில் முடிந்திருந்த திருநீற்றை எடுத்து அவள் முகத்தில் ஊதினாள்.

பெரிய பூசாரி கூட இவளின் விஸ்வரூபத்தைக் கண்டு நடுங்கி ஒடுங்கிப் போனார். யாரும் எதுவும் பேசாத ஒரு கனத்த மௌனம் அறைக்குள் கனன்று கொண்டிருந்தது.

“என்ன வரத்து வாரா... திமிரு புடிச்ச நாயி. எல்லாரும் பாக்கிறிகளே... இவ எனக்கு வேண்டாம். பசப்புக்காரி. அறுத்து விடுங்கய்யா சனியன... இங்கயே தல முழுகிட்டுப் போயிர்றேன்.” இதைவிட அருவருப்பாய் பேச முடியாது என்பது போல முகத்தை வைத்துக்கொண்டு பேசிக்கொண்டிருந்தான் ராசு.

ஏதோ இனிப்பு பரிமாறப்பட்டதுபோல அவனுடன் வந்தவர்கள் திருப்தியுடன் பார்த்தார்கள்.

“சரி எதுக்கு இனி வளவளன்னு பேசிட்டு... சீக்கிரமா யாராவது போய் ஒரு செம்புல பசும்பால எடுத்து வாங்க. தாலி அறுத்துப் போடட்டும்..!” பெரிய பூசாரி தன்னுடைய கடைசி ஆயுதத்தை எடுத்து எறிந்தார். இந்த ஆயுதம்தான் பல போரையும் வென்றுள்ளது. மந்திரங்கள் ஓதி தனக்கு உரிமையானவள் என்ற அடையாளத்துடன் அணியப்படும் ஒரு மஞ்சள் கயிறு குடும்பத்தைக் கட்டமைப்புடன் வைத்திருக்கும் மிகப்பெரிய அரண். அந்த அரணை உடைப்பது என்பது எளிதான ஒன்றல்ல. புனித அணிகலனாய் போற்றப்படும்

தாலியை அறுத்திட மட்டும் எந்தப் பெண்ணும் எளிதில் துணிய மாட்டாள். சுமங்கலியாக வாழ்ந்து சுமங்கலியாக சாக வரம் கேட்கும் பெண் மனம் சகிப்புத்தன்மையின் எல்லைவரை போய் போராடும்.

ஒரு நிமிடம் எல்லோருமே பதைத்துப் போனார்கள். யாரும் இருந்த இடத்தைவிட்டு அசையவே இல்லை. வெறும் நிழல்கள் ஆனார்கள் மனிதர்கள்.

“ஐயோ... கடவுளே” என்ற கோமதியின் அழுகைக்கு இடையில் ராசுவின் கண்கள் கருப்பியின் கழுத்தில் தொங்கும் இரண்டு பவுன் தாலிச் சங்கிலியை ஒரு நிமிடம் பார்த்துக் குனிந்துகொண்டன.

எப்போது உயிர் பிரியும் என்று கிடத்தியிருக்கும் ஒருவரின் அருகில் நிற்பது போன்ற வலியுடனான அமைதி நிலவியது. யாரும் அசைவதாய் தெரியவில்லை. சிலர் என்னதான் நடக்கும் என்ற எதிர்பார்ப்பில் பதற்றத்துடன் காத்திருந்தனர்.

முத்துமணிப்பாட்டி வாய் ஓயாமல் வேண்டிக் கொண்டிருந்தாள். இந்தச் சூழலைக் கலைத்திட யாரும் முயலாத போதுதான், “இந்தாங்க...” கனத்த இரும்பில் ஓங்கி அடித்த சுத்தியலாய் மௌனத்தைத் தெறிக்க வைத்ததொரு குரல்.

ததும்பத் ததும்ப ஒரு பாத்திரத்தில் பாலை ஏந்திய செல்லக்கருப்பியின் மகனைப் பார்த்து, அனைவரும் அதிர்ச்சியில் உறைந்து போனார்கள். செல்லக்கருப்பி கூட ஆடிப்போய்விட்டாள்.

அவனிடமிருந்து சிறிதும் கண்களை அகற்ற முடியவில்லை. வந்திருந்தவர்கள் எல்லோரும் சுழல்காற்றில் சிக்கிய சருகுகள் போல் ஒரே திசையில் சிந்தனையை விட்டு வாயடைத்து நின்றார்கள்.

கருப்பியின் தோள்வரை வளர்ந்து நிற்கும் மகன் முகிலன். அவனை ஒருமுறை அமைதியாகப் பார்த்தாள். பூசாரிக்கு

நேரே நீண்டிருந்த அவன் கைகளில் எந்த நடுக்கமும் இல்லை. முகிலன் தான் என்ன செய்கிறோம் என்ற உணர்வோடு மிகத் தெளிவாக நிற்பதுபோலத் தோன்றியது. கருப்பி முகத்தில் ஒரு நிம்மதிப் புன்னகை. யாருமே புரிந்துகொள்ள முடியாத அவளைப் பெற்றமகன் புரிந்துகொண்டிருக்கிறான்.

இதயம் கொஞ்சம் கொஞ்சமாய் லேசாவதைப்போலத் தோன்றியது. சுற்றிலும் ஏதோ கூச்சலும் குழப்பமும்... மகனைப் பலரும் ஏதேதோ சொல்லித் திட்டுவது காதில் கிண்ணென்ற ஒலியோடு வீழ்ந்தது. கோமதி அழுதுகொண்டே அவன் கையிலிருந்த பாத்திரத்தை பறித்திட முயற்சி செய்துகொண்டிருந்தாள். ராசு விழிகளால் மகனின் கழுத்தை நெரித்துக் கொண்டிருந்தான். திடீரென உடலைத் தூக்கிக்கொண்டு உயிர் எழுந்ததைப் போலிருந்தது கருப்பிக்கு.

மறு நிமிடம் இனி யோசிக்க ஏதுமில்லை என்பதுபோல் கழுத்தில் கிடந்த தாலியைச் சட்டென்று கழற்றிப்போட்டாள் பாத்திரத்தில் பால் சிதறி வழிந்தது. என்ன நடக்கிறது எனப் புரியாமலே விக்கித்து நின்றன விழிகள். ஒரு பள்ளத்தாக்கில் நிலச்சரிவால் புதையுண்டு போகும் நகரம் போல அவள் திருமண காலங்கள் புதைக்கப்பட்டு மறந்துவிட வேண்டும் போல் தோன்றியது.

கோமதி ஓவென்று ஓலமிட்டு அழுதாள்.

முத்துமணி பாட்டி அழுகையும் புலம்பலுமாக, “படுபாவிப்பய... படுவாவிப்பய என்னத்த செஞ்சானோ... அழகு பெத்த புள்ளய இப்படி அலங்கோலமாக்கிட்டானே...” கத்திக் கதறினாள். சிறிது நேரத்தில் மரணவீடாய் மாறிப்போனது அந்த இடம். மன வலிகளும் கலவர முகங்களும் ஆத்திரங்களும் அந்தச் சின்ன அறையில் பெரிய அழுத்தங்களாய் அழுத்துவதைப்போல் தோன்றியது.

மாற்றங்களால்தான் உலகம் தனது முடிச்சை அவிழ்த்துக்கொள்கிறது. பகுத்தறிவை வளர்த்துக்கொள்கிறது.

அனுபவங்கள்தான் அறிவின் வாசலைத் திறக்கிறது. பட்டறிவில்தான் தவறுகள் திருத்தப்படுகின்றன. நன்மையின் முயற்சிகள் தொடரும்போது தீமையால் உருவாகும் தவறுகளைத் திருத்தும் பயிற்சிகளைப் பெறுகிறது மனது.

“பொம்பளைக்கு இத்தன திமிர் ஆகாதடி.” கூட்டத்தில் ஒலித்த குரல்களைத் தாண்டி மகனின் கையைப் பிடித்து இழுத்தபடி வெளியே வந்தாள் கருப்பி.

திண்ணையைக் கடந்து முற்றத்தில் கால் பதிக்கவும் பசுமையாய் கண் நிறைத்த தேயிலைத் தோட்டம் அவளுக்கான பரந்து விரிந்த பேருலகமாய் அழைப்பதைப்போல் தோன்றியது.

5

வாழ்க்கை தினமும் ஏதேனும் ஒரு முடிச்சைப் போடவோ அவிழ்க்கவோ செய்துகொண்டுதான் இருக்கிறது.

பிரச்சனைகள் கற்களாய் தடுக்கி வீழ்த்தும்போது அப்படியே கிடந்துவிட்டால் காலம் மண்ணோடு மூடிப் புதைத்து விடுகிறது. வலிகளோடு ஆனாலும் எழுந்து நகரத் துவங்கினால், அதே காலம் காயங்களுக்கு மருந்து போட்டு ஆற்றியும் விடுகிறது.

கவலைகள் உறைந்துகிடப்பதாய் தோன்றிய செல்லக்கருப்பியின் வீட்டுக்குள் கோமதி பித்துப்பிடித்தவளாய் அமர்ந்திருந்தாள். பாட்டி திண்ணையில் ஏதோ உருட்டிக்கொண்டிருக்க எதுவுமே நடைபெறாதது போல செல்லக்கருப்பி வேலைக்கு இறங்கினாள். செல்லக்கருப்பியின் நியாயங்களும் முடிவுகளும் வித்தியாசமானவை. அவள் இதயத்தில் கனமான எதையும் தூக்கிக்கொண்டு அலைவதை எப்போதுமே விரும்பாதவள். முட்களின் மீது இதயத்தைப் படுக்க வைத்துக்கொண்டு மேகத்தை இரசிப்பாள். அவளுக்குப் பிடிக்காத ஒன்றை விட்டுவிட்டு வந்துவிட்டபின் அவள் வாழ்க்கைக்கு வேண்டிய வேலைக்குப் போய்த்தான் ஆக வேண்டியிருக்கிறது.

பலரது பார்வைகளில் கேள்விகள் மிதந்தாலும் அவளின் நாவைப் பார்த்து பயந்து அடக்கிக்கொண்டார்கள். இங்கு

இதெல்லாம் பலபோதும் நடைபெறும் ஒன்றுதான் என்றாலும், செல்லக்கருப்பியின் இயல்புக்கும் அவளது குணத்திற்கும் இப்படி மாறிப்போவாள் என்று யாருமே நினைக்கவில்லை. பதினேழு வயதில் திருமணமாகிப் போனவள் இரண்டே நாளிலேயே அழுதபடி வந்து நின்றாள்.

“ஏண்டி.... பச்ச புள்ளையாட்டம் இருக்கியே... பாத்து பக்குவமா இருக்க மாட்டியா. தாலிக் கயிறுல மஞ்ச இன்னும் காயல. அதுக்குள்ள இப்படி வந்திருக்கியே... அப்பன் இல்லாத புள்ளைய சரியா வளக்கலன்னு என்னத்தான சொல்லுவாங்க... புடிச்ச கொம்பையும் ஒடிச்சு மிதிச்ச கொம்பையும் ஒடிச்சா என்னட்டி செய்ய..?” அம்மா தேம்பித்தேம்பி அழுதாள்.

அம்மாவின் அழுகை செல்லக்கருப்பியை உலுக்கிவிட்டது. அவளது வேதனைகளைக் கண்டு வளர்ந்தவள். அம்மா கொழுந்து காட்டுக்குப் போய்வந்து உடம்போடு ஒட்டிப்பிடித்து இருக்கும் அட்டைகளை உப்பைப்போட்டு உதிர்த்து விடுவதைப் பார்த்து பயந்துகொண்டே இருப்பாள். ஏற்கனவே பல இடங்களில் அட்டை கடித்த காயங்களில் ரத்தம் வழிந்துகொண்டிருக்கும். சில அட்டைகள் கண்ணிலே படாமல் அப்பிக்கொண்டிருக்கும். இரத்தம் கசிந்து ஒழுகும் போதுதான் அட்டை வயிறு நிறைந்து வீழ்ந்ததே புரியும்.

செல்லக்கருப்பியை விட கோமதி நிச்சயமாக அழகானவளாகத்தான் இருந்திருப்பாள். மறைவான பகுதிகளைத் தவிர உடல் அப்படியே கருமை அடித்திருந்தது. உடம்பெல்லாம் தேயிலைக் கம்புகள் இழுத்த சிராய்ப்புகளும் விரல்கள் எல்லாம் கொழுந்து கிள்ளியதன் கருப்பு வடுக்களுமாக உலர்ந்த மரக்கொம்பாய் மாறி விட்டிருந்தாள். அப்பாவின் திடீர் மரணத்திற்குப் பின் செல்லக்கருப்பிக்கு எந்தக் குறையும் இருக்கக் கூடாது என்று உழைத்து உழைத்து ஓடாய் தேய்ந்து போனவள். இந்தக் காட்டில் இளம் வயதிலேயே தனியானவளாய் எவ்வளவு வேதனையை அனுபவித்திருப்பாள். அம்மாவின் அழுகை அவளை உடைத்துப்போட்டது.

‘என்னம்மா ஆச்சு...’ என்று கட்டி அணைத்துக் காரணம் கேட்பாள் என்று எதிர்பார்த்து வந்தவளுக்கு எதுவுமே கேட்காமல், “இந்தத் தோட்டக் காட்டுல கிடந்து சாகக் கூடாதுன்னுதான உன்ன வெளியில கட்டிக் கொடுத்தேன். அவன் கேட்ட இரண்டு பவுன தாலியா செஞ்சு போட்டேன். இப்படி புருஷன் அடிச்சானு வந்து நிற்கிறியேட்டி.... பொண்டாட்டிய அடிக்காத ஆம்பள இருக்கானாட்டி.... குடும்பமுன்னா கல்லும் முள்ளும் இருக்கத்தானட்டி செய்யும். பொறுத்துப்போய் பொழைக்கிற வழிய பாரு மக்களே... திருவிழாவுக்குத் தீச்சட்டி எடுக்கறேனு வேண்டிக்க. மாரியாத்தா உனக்கு நல்ல வழி காட்டுவா...” விசும்பிக்கொண்டே பேசியவள், “இனிமே வந்தா புருஷன்கூடதான் வரணும். ஊர் வாயை அடைக்க ஓல மூடி பத்தாதுட்டி.... தனியா வந்தேனா நாம ரெண்டுபேரும் பிணமாகத்தான் வெளியில போகணும்” என்று கதறி அழுதாள்.

அவள் கொழுந்துக் காட்டில் பட்ட வேதனைகளை விட கருப்பியின் கணவன் வேதனைப்படுத்தி விட மாட்டான் என்று நம்பினாள். அதற்கு மேல் மூட்டையாய் கட்டிக்கொண்டு வந்த வலிகளை அம்மாவின் முன் அவிழ்த்துக் கொட்டுவது சரியில்லை என்று உணர்ந்தாள் கருப்பி.

“சரி அழாதே... இப்ப இங்க யாரு செத்துப்போயிட்டானு ஒப்பாரி வைக்குற. நான் போறேன்...” விருட்டென்று பையைத் தூக்கிப் போனவள்தான் அப்புறம் பிரசவத்துக்கு கோமதி வந்து அழைத்தபின்தான் வந்தாள்.

ஒன்பது மாசம் நிறையாமல் பிறந்த குழந்தையைப் பார்க்கவந்த மாமியாரும் அவள் கணவனும் குழந்தையின் மூக்கையும் முழியையும் சந்தேகத்தோடு பார்த்ததும் சந்திராவிடம், “எவனையாவது வச்சுக்கிட்டு இருந்தாளா..?” என்று கேட்டதும் தெரியவந்தும் கருப்பி பல்லைக் கடித்துக்கொண்டு அமைதியாக இருந்துவிட்டாள்.

“தோட்டக் காட்டிலிருந்து வந்த கழுதைக்கு என்ன தெரியும்?” என்று பல பெண்களை வீட்டுக்கே கூட்டி அவள் கண்முன்னே

கூத்தடிப்பதைப் பொறுக்க முடியாமல் திண்டாடினாள்.

மாமியாரும் கூட இல்லாதது அவனுக்கு வசதியாகிவிட்டது. ஏதாவது சொல்லப் போனால், “இந்தப் பயலை எவனுக்குப் பெத்த..?” என்று ஓங்கி அறைவதும், தடுக்கவரும் மகனை மிதித்துத் தள்ளுவதுமாக நாட்கள் நகர்ந்தன.

யாரையும் அழைத்து வராத நாட்களில் அவனுக்குத் தேவைப்பட்டவளாக மாறிப் போனாள். முகிலனுக்குப் பிறகு உருவான கரு இரண்டாம் மாதத்தில் அவன் உதைத்ததில் கலைந்துபோக அதன் பின் வருடங்களாய் ஒன்றும் உருவாகவில்லை.

“லாரி டிரைவர்... கை நிறைய சம்பாதிக்கிறான். கண்ணுக்குள்ள வச்சுப் பாத்துக்குவானு ஏமாந்து போனாயே அம்மே...” தனக்குள்ளே கதறுவாள். அவன் அடியிலும் மிதியிலும் உடலும் மனமும் உரமேறிக் கொண்டிருந்தது.

ஒருநாள் குப்பென்ற மணத்துடன் சென்ட் பூசி காதுவரை மை வரைந்து தலை நிறைய கனகாம்பரப்பூ சூடிய ஒருத்தியுடன் வந்து நின்றான்.

“அவளைப் போகச் சொல்லு.” தலையில் அடித்துக்கொண்டு கதறினாள் கருப்பி.

“வாயை மூடுடி.” என்றபடி ஓங்கி அறையவந்த கணவன் கையை அப்படியே ஆவேசத்துடன் பிடித்து முறுக்கினாள்.

“தொட்டனா தொலைச்சுடுவேன்.” என்று நிமிர்ந்து நின்றாள்.

“அடி கழுதை...” என்றபடி உதைக்கவந்த காலை அப்படியே வாரி விட்டாள். மண்டை உடைந்து ரத்தம் சிந்துவதைப் பார்த்ததும் அவன் கூட்டி வந்தவள் ஓடிப்போய்விட்டாள்.

“அப்படியே சாவு...” என்று சபித்துவிட்டு மகனையும் அழைத்து வந்தவள்தான் ஆறு மாதம் ஓடிவிட்டது. இன்று அவன் அணிவித்த விலங்கையும் அறுத்தெறிந்தாயிற்று. வேலிகளற்ற

பச்சைப் பெருவழியில் பாரமில்லாமல் பறக்க முயல்வது போல உணர்ந்தாள்.

ஆனாலும் மனச்சிறகுகளில் கண்ணீரின் ஈரம் காயாமல்தான் இருந்தது. இரவுத் தூக்கத்தில் அசைந்த மகனது விரல்கள் அவள் விரல்களைப் பற்றிக்கொள்ளத் தவித்தன. உயிரின் மொழியால் அவள் விரல்கள் அவனோடு பேசின.

அவன் தலையைக் கோதி முத்தமிட்டாள். இனிவரும் காலம் கணிக்க முடியாத ஒன்று. ஆனாலும் மகனின் எதிர்காலம் மட்டுமே தனது வாழ்வு என்பதுபோல் தோன்றியது. அவன் முகத்தில் வருத்தம் நிழலிட்டு பந்தலித்துள்ளது. அந்த பிஞ்சு மனதின் எண்ணங்களில் கண்ணீர் படிய நான் காரணமாகி விடக்கூடாது. இந்தச் சிறுவயதில் இவனுக்கு இப்படி ஒரு நிலைமையா.? கடவுளே என் வயத்துல பொறந்ததுக்கு இவனும் இப்படிக் கஷ்டப்படுறானே.! இந்த ஒரு வாரத்தில் யாரோடும் சரியாகப் பேசவில்லை. இயந்திரமாய் வேலைக்குப் போவதும் மகனை மார்போடு அணைத்துத் தூங்குவதுமாக அவள் தன்னைச் சரிசெய்து கொண்டாள்.

இன்று சனிக்கிழமை சந்தைக்கு எப்போதும் போல் போகத் தோன்றவில்லை. மத்தியான வெயிலோடு சந்திராவும் பானுவும் சந்தைக்கு அழைத்தும் மற்றவர்கள் திரும்பும் நேரத்தில் கொஞ்சம் தாமதமாக முத்துமணி பாட்டியுடனே போனாள். பச்சைத் தேயிலை வாசத்தோடு குளிர்ந்த காற்று அவள் நாசி புகுந்து உடலைச் சுறுசுறுப்பாக்கியது. சும்மாடைத் தாண்டி தலையில் சுமந்த பாரம் கழுத்தில் இறங்கியது. தலை சுமையோடு உயரத்தில் ஏறுவது அவ்வளவு எளிதல்ல. ஆனால் வாரத்திற்கு ஒரு முறை சந்தைக்குப்போய் சாமான்கள் வாங்கி வந்துவிட்டால் கவலை இல்லை. மகனுக்குப் பிடிக்கும் என்று புரோட்டாவும் வாங்கியிருந்தாள். அவள் வாழ்க்கையில் மிகுந்த மகிழ்ச்சியுடன் செய்யும் வேலையே மகனுக்குப் பிடித்ததை வாங்கிக்கொடுத்து அவன் கண்களில் தெரியும் ஒளியை இரசிப்பதுதான்.

ஒரு வாரத்துப் பசிக்கான வாட்டுக்கப்பையும் சுமை ஏற்றியது.

நெடுங்காடு சந்தை எஸ்டேட் தொழிலாளிகளுக்கான மகிழ்ச்சிக் கூடாரம். அவர்களைப் பொருத்தவரை அது பெருநகரம். தேயிலைத் தொழிலாளர்களை ஊரில் இருந்து கூட்டமாய் கொண்டுவந்து கொட்டும்போது கொஞ்சம் வசதியான சிலரும் ஊரில் இருந்து பணத்துடன் வந்து நெடுங்காட்டில் கடைகளைத் துவங்கி விட்டார்கள். செட்டியார், இராவுத்தர், வேதக்காரர் என்று சாதிமதங்களின் பேராலே அறியப்பட்டார்கள். சின்னதாய் ஒரு சினிமா கொட்டகையும் கோவில், பள்ளிவாசல், சர்ச் என்று அனைத்து மதத்தினரும் ஒன்றுகூடும் இடமான நெடுங்காடு சந்தைக்கு வாரம் ஒருமுறை வந்துபோவது தொழிலாளர்களுக்கு உற்சாகத்தை ஊட்டும். ஊரே இடம் பெயர்ந்து வந்ததுபோல ஒன்றுகூடிக்கொண்டவர்கள் அன்பை அளவின்றிப் பகிர்ந்து கொண்டார்கள்.

செட்டியார் கடை வாட்டுக்கப்பை மிக ருசியாக இருக்கும். மரவள்ளிக்கிழங்கை மெல்லிதாக சீவி கொதிதண்ணீரில் போட்டு அவித்துக் காயவைப்பது வாட்டுக்கப்பை. வருடக்கணக்கில் அதை வைத்துக்கொள்ளலாம். முதல்நாள் இரவே ஊறவைத்து மறுநாள் அவித்து உடைத்து தேங்காய் பச்சை மிளகாய் பூண்டு சீரகம் மஞ்சள் சேர்த்து அரைத்த மசாலாவை சூட்டோடு குழைத்து தேங்காய் எண்ணெய் கொஞ்சம் ஊற்றி இறக்கினால் சுவை அப்படி இருக்கும். அதனுடன் கனலில் சுட்ட கருவாடைத் தொட்டுச் சாப்பிட நாக்கு இன்னும் இன்னும் என்று கேட்கும். பஞ்ச காலங்களில் இந்த வாட்டுக்கப்பையும் கேப்பையும் சோளமும் கோதுமையும் பல வயிறுகளின் வாட்டத்தைப் போக்கியுள்ளது. வாய்க்கு ருசி என்பதைவிட வயிற்றுக்குப் பசி என்பது மட்டும்தான் பெரிய பிரச்சனையாய் இருக்கும்போது இப்படிப்பட்ட உணவுகளில் உள்ளம் நிறைவடைந்துவிடும். நெடுங்காடு சந்தையில் மட்டுமல்லாமல் உணவுப்பொருட்கள் எஸ்டேட்டுக்குள்ளும் வழங்கப்பட்டு வந்தன.

ஒத்தையடிப்பாதை கடக்கும்போது தேயிலைச்செடிகள் சலசலத்தன. திடுக்கிட்டுத் திரும்பினாள் கருப்பி.

“எந்தக் கழுதைகளோ இந்தப் பீக்காட்டுல சேந்து கிடக்குக...”

என்றாள் முத்துமணிப்பாட்டி. அவளும் லேசுபட்டவள் இல்லை. ஒவ்வொரு இடத்திலும் அந்த நேரத்தில் என்ன நடந்துகொண்டிருக்கும் என்று சரியாகக் கணித்து விடுவாள். கள்ளத்தனமான உறவுகளுக்குக் கூரைவீடுகள் போலிருக்கும் அடர்ந்த தேயிலைக்காடுகள் வசதியாகப் போய்விடுகின்றன.

செல்லக்கருப்பிக்கு உடம்பு கூசியது. அந்த இடத்தைவிட்டு வேகமாக நடக்க முயன்றாள். முத்துமணிப்பாட்டியின் குறுக்கு புத்தி அது யார் என்று தெரிந்துகொள்ளாமல் வர மறுத்தது. பாதையோரம் நீண்டு வளர்ந்த பருமனான தேக்குமரத்தின் நிழலில் சுமையை இறக்கி உட்கார்ந்து விட்டாள் பாட்டி. செல்லக்கருப்பிக்கும் சிறு ஓய்வு தேவைப்பட்டது. முத்துமணி பாட்டி இடுப்பில் சொருகிய சுருக்குப்பையிலிருந்து பச்சைப் பாக்கு எடுத்து குறுங்கத்தியால் பொடியாக நறுக்கினாள். தேயிலைக்காட்டின் தாழ்வான பகுதிகளில் கமுகு என அழைக்கப்படும் பாக்குமரங்கள் தோகை விரித்து உயர்ந்து நிற்கும். கொத்துக்கொத்தாய் மஞ்சள் பாக்குகளைத் தரையில் உதிர்க்கும்.

முத்துமணி பாட்டி சுடும் பலகாரங்களுக்குக் குழந்தைகளால் பாக்கு பண்டமாற்று முறையில் கைமாறப்படும். பாக்கை வாயில்போட்டு அணில் மெல்வதைப்போல மென்றுகொண்டே வெற்றிலையில் சுண்ணாம்பு தடவி வாய்க்குள் திணித்தாள். கருப்பிக்கும் சுருட்டிக்கொடுத்தாள்.

“எனக்கு வேண்டாம். பச்சைப்பாக்கு கிர்ருனு தலையில் சுத்தும்.”

“ம்க்கும்.” தலையை ஒரு வெட்டுவெட்டி அதையும் வாயில் திணித்துக்கொண்டே பாதையிலே கண் வைத்துக் காத்திருந்தாள். இடுப்புச்சேலையில் முடிந்திருந்த புகையிலை எடுத்து விரித்தவளைப்பார்த்து, “கிழவி என்னமா நாத்தமடிக்கு. இத விட்டுத் தொலைக்க மாட்டியா.” எரிச்சலாகக் கேட்டாள் கருப்பி.

“போடி போக்கத்தவளே... உனக்கு என்ன தெரியும். இத

ஒதுக்கினால் பசியும் தாகமும் தெரியாது.”

புளிச்சென்று துப்பினாள்.

“நீ என்ன சோறு தண்ணி இல்லாமல் கிடக்க..?”

“சோறு தண்ணி இல்லாம கிடந்த காலத்துல வாயில ஒதுக்கிப் பழகுனது. அப்ப சோறு சாப்பிட ஆசையா இருக்கும். நெல்லுசோத்தக் கண்ணுல கண்டா சாமியைக் கண்டதுபோல இருக்கும்.” பெருமூச்சு விட்டாள்.

அவள் சொல்வதைப் பலரும் அடிக்கடி சொல்லக் கேள்விப்பட்டிருக்கிறாள் கருப்பி. தமிழக எல்லையில் இருந்து வந்த இராவுத்தர் ஒருவர் இங்கு நெல் அளந்து கொடுத்ததாகவும் இங்குள்ள சதுப்புகளில் நெல் விளைவித்து அறுவடை செய்து தொழிலாளர்களுக்குக் கொடுத்ததாகவும் திருவிதாங்கூர் வரை அவரது செல்வாக்குப் பரவியிருந்ததாகவும் இராவுத்தர் பெருமை அந்தக் காடுகளில் இன்னும் நிறைந்து வழிகிறது. நெடுங்காடு நகரத்தையே அவர் விலைக்கு வாங்கி வைத்திருந்தாராம். இதைப்போன்ற பல கதைகள் காடு முழுதும் நிறைந்து வழிகின்றன.

“இப்ப வாங்கிட்டுப் போறோமே வாட்டுக்கப்ப...அப்போ அந்தக் கிழங்குதான் ரெண்டு வேளைக்கு அவிச்சுத் தின்னுட்டுக் கிடப்போம். மரவள்ளிக்கிழங்கு மூணு மாசத்துக்குச் சேர்த்துத் தருவாக. அதை வெயில்ல பச்சையா சீவி காயப்போட்டு இடிச்சு மாவாக்கி வச்சுக்குவோம். இல்லன்னா வாட்டி எடுத்துக் காயப்போட்டு அவிப்போம். அதோட பச்சை மிளகாய உப்புல தொட்டுக் கடிச்சு பசியாத்துவோம். வெயில் கண்ணுல காங்க முடியாத காலத்துல கிழங்க, மண்ணைத் தோண்டி புதைச்சு வப்போம். தேவ வரையில் தோண்டி எடுத்து அவிச்சுத் திம்போம். இப்பதான் ஒண்ணுக்கு இரண்டு கூட்டு இல்லாம உங்களுக்கெல்லாம் சோறாக்கி வச்சாலும் தொண்டையில இறங்க மாட்டேங்குது.” புளிச்புளிச்சென்று துப்பிக்கொண்டே பழங்கதைகளுக்குள் புகுந்து விட்டாள். ஆனாலும் நாரை,

மீனுக்குக் காத்திருப்பதுபோல கண்கள் பாதையைப் பார்த்துக் காத்துக்கொண்டிருந்தன. லேசாக வெயில் பரவ ஆரம்பித்தது.

எழுந்து நடக்கலாம் என்று சுமையைத் தலையில் தூக்கிவைத்தாள் கருப்பி. தேயிலை சலசலப்புக்குக் காரணமானவர்களை கண்ணால் காணாமல் போக மாட்டேன் என்பதுபோல் மரத்தடி பிள்ளையார்போல் அமர்ந்துவிட்டாள் கிழவி.

யாரோ நடந்து வருவதுபோல் தோன்றியது. மாடசாமி கங்காணிதான். இவர்களைப் பார்த்தும் பார்க்காததுபோல் கடக்க முயன்றான். மாடசாமி கங்காணிக்கு முத்துமணிப்பாட்டியைக் கொஞ்சமும் பிடிக்காது. ஒருநாள் பத்துமணிக் காப்பிக்குப் பின் காட்டையே சுற்றிக்கொண்டிருந்த பாட்டியிடம், “ஏன் ஆத்தா பேசாம வீட்ல இருக்க வேண்டியதுதான. சும்மா நொய்நொய்னு...” என்று கேட்கப்போக, “ஏன்... நீ பொட்டப்புள்ளைகள உரசுறதையும் தடவுறதையும் உன் பொண்டாட்டிட்ட சொல்லிறவா போறேன்.” குத்தலாகக் கேட்டாள் முத்துமணி.

கங்காணிக்கு ஆத்திரம் பொத்துக்கொண்டுவர, “ஏஞ் சொல்லமாட்ட... நீ பாக்காததையா நான் பாத்துட்டேன்.” என்றார்.

“ஆமாலே மாடா... உன் அம்மையுந்தானே கூடவந்தா கேட்டுப்பாரு. தூ...” என்று வெற்றிலை எச்சிலைத் துப்பிக் கொண்டே பேசினாள். அவன் அம்மாவுடன் வேலை பார்த்தவள் முத்துமணி. பழங்கால விஷயங்களை நாசூக்காகப் பேசியே யாருக்கும் அடங்காத கங்காணியை வாயடைக்கச் செய்துவிடுவாள். கங்காணி முகம் இரத்தம் குடித்த அட்டைபோல் சுருங்கிப்போனது. மாடசாமி கங்காணி வேலைக்கு வரும் நாட்களில் பெண்களுக்குப் பாட்டி ஒரு வேலிதான். ஆனால், கங்காணியின் குறுக்குபுத்தி பல நேரங்களில் அந்த வேலியை உடைத்துவிடும். கூலிவேலை செய்யும் பெண்களைத் தங்கள் அடிமைகளாக ஆசைக்குப் பயன்படுத்தும் அற்பப் பொருளாகவே அதிகார வர்க்கம்

பயன்படுத்தி வந்திருக்கின்றன.

தோட்டவேலைகளில் மட்டுமல்ல; ஆணும் பெண்ணுமாய் வேலை செய்யும் பல இடங்களிலும் உடல்கள் மட்டுமே மதிப்பிடப்படுகின்றன. உள்ளங்களின் கண்ணீர் வெறும் உப்புத்தண்ணீராய் வடிந்து உலர்ந்தே போகின்றது. படிப்பும் பணமும் பதவியும் இல்லாமல் வாழும் இந்தப் பெண்களுக்கு வார்த்தைகள்கூட இயலாமைகளால் அடைபட்டு விடுகின்றன. இன்று மாடசாமி கங்காணி யாரை தனக்காகப் பயன்படுத்திக் கொண்டான் என்பதை அறிய துறுதுறுத்தாள் பாட்டி.

6

பெட்டியில் அகப்பட்ட எலி மூடியைத் திறந்தவுடன் தப்பிக்க முயல்வதைப்போல மாடசாமி கங்காணி ஏதோ அவசர வேலை இருப்பதைப்போல் இருவரையும் கடக்க முயன்றான்.

“என்ன மாடா என்ன இங்கிட்டு...”

பாட்டியின் கேள்வி இழுத்த இழுப்பில் ஒரு நிமிடம் தடுமாறினான்.

“காட்டுப்பன்னிக தொல்லதான் தாங்க முடியலையே...”

“இத்தன ஆளு நடமாடுற பட்டப்பகல்லையுமா பன்னிக வருது..?”

ஒண்ணுமே தெரியாதவள்போல் உதட்டைச் சுழித்தபடி கேட்டாள். கங்காணி முறைத்தான். அதோடு தலைச்சுமையை ஒருகையால் பிடித்து நின்ற செல்லக்கருப்பியை வட்டமிட்டன கண்கள்.

மாலைவெயில் தேக்குமரத்தின் காய்க்கொத்துகளுக்குக் கருமை பூசி பின்வாங்கிக் கொண்டிருந்தது. மரத்தின் நிழல் நீண்டு பிரமாண்டமாய் தேயிலைக்காடுகள் மீது பதிந்து கிடந்தது.

“பன்னிகளக் காணோம்... என்கிட்ட மாட்டாமலா போகும்..?” மாடசாமியின் பருத்த உடல் முழுதும் அசைய செல்லக்கருப்பியைப் பார்த்தான்.

“எல்லா பன்னிகளும் ஒரே மாதிரி இல்லடா மாடா. சிலது சிறுத்தை மாதிரி சீறும் சூதானமா இருந்துக்க...”

“அதையும் பார்ப்போமே...” கங்காணி வேகமாக நடந்து போய்விட்டான்.

இருவரும் தன்னைப்பற்றித்தான் பேசுகிறார்கள் என்பது புரிந்தும் புரியாதது போல் காலடியில் நகர்ந்து கொண்டிருந்த கருப்பு ரயில் அட்டையை லேசாக சீண்டினாள். அது சக்கரம்போல் சுருண்டு கொண்டது. சிக்கல்களில் இருந்து பாதுகாத்துக்கொள்ள எல்லா உயிர்களும் ஏதாவது ஒரு தந்திரத்தைக் கற்றுத்தான் வைத்திருக்கின்றன.

இங்குள்ள எல்லா உயிர்களுடனும் பிணைக்கப்பட்டுள்ள தொழிலாளர்களின் மனங்கள் ஒவ்வொரு நாளும் உழைப்பின் உயிரை வேர்களில் ஊற்றிஊற்றிச் சக்கைகளாக மாறிக் கொண்டிருக்கின்றன.

ஆனாலும் தொழிற்சங்கங்களும், தொழிலாளர்கள் உரிமை இயக்கமும், மனித உரிமை அமைப்புகளும் கொத்தடிமை வாழ்க்கை முறையிலிருந்து கொஞ்சம் விலக்கி நிறுத்தியிருக்கிறது. அதனால் முன்பிருந்ததைவிட சில நம்பிக்கைகள் தலைகாட்ட ஆரம்பித்தவுடன் இந்தக் காடே பூங்காவனம்போல் தோன்றத் துவங்கியது. ஒருவருக்கொருவர் பேசும் அன்பின் வார்த்தைகளைத் தவிர வேறு ஏதுமே ஆறுதலளிக்காது என்று உணர்ந்தவர்கள் அன்பின் விதைகளை அள்ளி இறைத்தார்கள். அது பற்றிக்கொண்ட மனதுகளின் ஈரத்திற்குத் தகுந்தவாறு படர்ந்து பந்தலித்தது. அன்பால் நிறைந்து ததும்பியது அந்த அட்டைப்பூச்சிகளின் காடு. மாடசாமி போன்றோர்கள் மட்டும் காலமும் சட்டங்களும் மாறிவிட்டதை ஏற்றுக்கொள்ள முடியாமல் பண்டைய அடக்குமுறை ஆட்சியின் மாயையிலே ஊறிக்கிடக்கிறார்கள்.

அவர்கள் வீடுபோய்ச் சேரும் முன் வியர்க்க விறுவிறுக்க பின்னால் வந்துகொண்டிருந்த சந்திராவும் அவர்களை நெருங்கி

விட்டாள். செல்லக்கருப்பியைப் பார்த்ததும் அவள் முகம் வெளிறிப்போனது. பழைய காட்டுப்பக்கம் உள்ள வழியில் செல்லக்கருப்பியை அவள் கொஞ்சமும் எதிர்பார்க்கவில்லை. சேலைத் தலைப்பால் கழுத்தைத் துடைத்துக்கொண்டு லேசாகச் சிரிக்க முயன்றாள்.

அவள் கண்கள் கருப்பியுடன் அழுகையோடு ஏதோ பேசிப் பிரிந்தன.

“சந்தைக்குப் போயிட்டு வரீகளோ...? என் புருஷன் சனியன் எங்க குடிச்சுட்டு கிடக்கான்னு தேடிட்டுப் போறேன்...” கழுத்து வியர்வையை முந்தானையால் துடைத்துக்கொண்டாள்.

“எங்காவது கிடப்பான் போய் தேடு.” இளக்காரமாகச் சொன்னாள் முத்துமணிப்பாட்டி. ஏதும் பேசாத செல்லக்கருப்பியின் மௌனத்தைப் புரிந்துகொள்ள முடியாமல் சந்திரா திருதிருவென்று விழித்தபடி நடந்தாள். செல்லக்கருப்பியின் காதுகளுக்கு அதன் பின் பாட்டி பேசியது எதுவுமே கேட்கவில்லை. செல்லக்கருப்பி ஒரு வாரமாக சந்திராவுடன் பேசவே இல்லை. இதுவரை அவளைப் பற்றி பலரும் சொல்லக் கேள்விப்பட்டிருந்தாலும் கண்முன்னே கண்ட பிறகு அவள் மனதில் அமைதி இல்லை. கணவனை வேண்டாம் என்று உதறித் தள்ளி பத்து நாட்கள் ஆனபின்னும் அது ஒரு பொருட்டாகவே தோன்றவில்லை. சந்திராவையும் மாடசாமி கங்காணியையும் ஆள் இல்லாத காட்டில் பார்த்ததும் மனதுக்குள் அவ்வளவு வேதனையாக இருந்தது.

சந்தைக்குப் போய்விட்டு இன்று பழைய காடு வழி திரும்பியது இதைப் பார்க்கத்தானா கடவுளே... மனசு நம்ப மறுத்தது. பாலு அண்ணா குடிகாரன்தான் என்றாலும் அவனுக்கு துரோகம் செய்ய இவளால் எப்படி முடிந்தது..? எங்கூடவே வளந்தா... படிக்க வந்தா... நான் கலியாணம் ஆகிப்போகயில அம்மய விட இவதான் அப்படி அழுதா... புள்ள பெத்துக் கெடக்கையிலகூட பத்திய மருந்து குடுக்கவும் வென்னி வச்சு குடுக்கவும்னு எப்படி அன்பு காட்டுனா... போயும்போயும்

இந்த மாடசாமிக் கங்காணிகூட அருவருப்பாக இருந்தது. ஆனா அவ கண்ண பாத்ததும் எனக்கும் மனசு கதறுச்சே... கருப்பிக்கு அதற்குமேல் சிந்திக்க முடியல. சில விஷயங்கள் சிந்தனைக்கு எட்டாத இந்தப் பேரண்டத்தின் இரகசியம் போல் தலைச் சுற்ற வைத்துவிடும். சந்திரா, மாடசாமித் தொடர்பும் செல்லக்கருப்பிக்கு அப்படித்தான் தோன்றியது.

மறுநாள் கணவனிடம் நல்ல உதை வாங்கி முகமெல்லாம் வீக்கத்தோடுதான் குளிக்க வந்தாள்.

உயிர்த்தோழிதான். ஆனாலும் திரும்பியே பார்க்கவில்லை. பானுதான் "பாவம்டி.." என்று பலமுறை சந்திராவுக்காகப் பரிந்து பேசினாலும் செல்லக்கருப்பி முகத்தைத் திருப்பிக் கொண்டாள். அவளோடு என்ன பேசுவது எப்படிப் பேசுவது என்ற ஒரு குழப்பத்தோடு இதற்கு ஒரு முடிவு கட்டியாக வேண்டும் என்ற எண்ணமே மேலோங்கி நின்றது.

வயிற்றுப்பசிக்காக உடல்களைப் படையலிட்ட பாவப்பட்ட ஜனங்கள். அந்த இதயம் ஒவ்வொரு முறையும் எப்படித் துடித்திருக்கும்? அந்தக் காட்டில் ஆசையை தீர்த்துக்கொள்ளும் அந்த விலங்குகளுக்கு இடையே என்ன இன்பத்தை வாங்கிப் போயிருக்கும்? சந்திராவுக்கும் அவளுக்கும் இடையே இந்தப் பிரச்சனை பெரும் சுவராய் எழுந்து நிற்பதாய் தோன்றியது. அவள்மீது இரக்கப்பட வேண்டுமா, ஆத்திரப்பட வேண்டுமா... ஏதுமே தெரியவில்லை.

அன்று சனிக்கிழமை. செலவுகாசு கிடைத்த கையோடு சந்தைக்குக் கிளம்பினாள் செல்லக்கருப்பி. குளிர்காய்ச்சலோடு இருமிக்கொண்டிருந்த அம்மாவுக்குத் துணையாக பாட்டியையும் மகனையும் உட்காரச் சொல்லிவிட்டு வேகமாக இறங்கி விட்டாள்.

"சந்திராவைக் கூட்டிட்டுப் போடி" என்ற அம்மாவிடம், "ஒரு கழுதை வேண்டாம்" என்று சொல்லிவிட்டு வந்தது தப்பா போச்சு. மதியமே பானுவின் அம்மாவுடன் போயிருக்கலாம்.

தாமதமாகக் கிளம்பியது வேறு சந்தையின் கூட்டத்தால் இன்னும் தாமதமாகத் திரும்பும் நிலை ஏற்பட்டது.

குறுக்குப்பாதையில் மாடசாமி கங்காணி வழி மறிப்பதுபோல் நின்றுகொண்டிருந்தான். இப்போதுதான் மழை பெய்து சேறு நிறைந்த சரிவுகளில் வேகமாக இறங்கிட பயமாக இருந்தது. ஆனால் நிற்க முடியாது. அவன் பின்னாலே வந்து கொண்டிருக்கிறான். சந்தைக்குப் போனவர்கள் எல்லாம் திரும்பி விட்டார்கள் போல... வழியில் யாரையும் காணவில்லை.

இந்த மாலைப்பொழுதுகளில்தான் பல பெண்களையும் காட்டுக்குள் இழுத்துப் போவான் என்று பேசிக்கொள்வார்கள். யாராவது கேட்டால் சாமி வந்தது தனக்கு ஏதும் தெரியாது என்று சாதித்து விடுவானாம். காட்டுப் பன்றிகளுக்கும் விஷப்பூச்சிகளுக்கும்கூட பயப்படாத பலரும் இந்தக் கங்காணிக்குப் பயந்து கொண்டிருந்தனர். பலருக்கும் ஏதும் புரியாமல் சாமியா இல்லை அவன் தந்திரமா என்று கேட்பதற்குக்கூட தயக்கமாக இருந்தது. தோட்ட நிர்வாகிகளிடமும் அவனுக்கு இருந்த செல்வாக்கும் தொழிற்சங்கத்தில் அவனுக்குக் கொடுக்கப்பட்டிருக்கும் துணைத்தலைவர் பதவியும் காட்டில் எதையும் செய்யலாம் என்ற துணிவைக் கொடுத்திருந்தது.

பார்வதி அத்தைதான் சொல்வாள். அவன் மனைவி ஊருக்குப்போன நாள்களில் சுத்தபத்தமாக இருக்கும்போதுதான் அவனுக்கு சாமி இறங்குமாம். காத்துக் கருப்ப பாத்து பயந்தநாள்ல அவளும் மாலையில் விபூதி அடிக்கப் போவாளாம். அவன் முன்னோர்கள் பிணத்தை நடக்க வைத்தே சுடுகாட்டிற்குக் கூட்டிப் போவார்களாம். இவன் விபூதி அடிக்க எந்த நோயும் பேயும் விலகும் என்றும் ஏகப்பட்ட கதைகள் அவனைச் சுற்றிலும்.

செல்லக்கருப்பிக்கு ஆத்திரத்தில் அவனை அப்படியே கிழித்துப் போடவேண்டும் போல் இருந்தது. காட்டுக்குள் இருந்து எழுந்துவந்த சந்திராவின் பரிதாப முகம் கண்ணில் நிழலாடியது.

சாமியோ பூதமோ மந்திர தந்திரமோ எதையாவது பேசட்டும்; இன்னைக்கு இருக்கு இவனுக்கு. பற்களை இறுக்கமாகக் கடித்தபடி முறைத்தாள். பொருட்கள் வாங்கும்போது கனமாகத் தோன்றாத பையின் கனம் இப்போது கூடிக்கொண்டே வந்தது. செடிகளுக்கிடையே பரவ ஆரம்பித்த மூடுபனி ஒரு திரைபோல முன்னில் இருக்கும் பொருளை மறைக்க ஆரம்பித்தது. கையிலிருந்த டார்ச்சை அவளுக்குமாக அடித்தான். தூரமாய் தோட்டத்துக் காவல்காரன் மாலதியின் கணவன் முருகேசன் வருவது தெரிந்தது.

“என்ன தங்கச்சி இன்னைக்கு இவ்வளவு நேரமாச்சு வெரசா போம்மா...” என்றபடி கடந்து சென்றதும் பின்னால் மாடசாமி கங்காணி வேறு பாதையில் போவதுபோல் தெரிந்தது. படபடவென அடித்துக்கொண்ட இதயம் வீட்டை அடைந்ததும் அமைதியானது. எது எப்படி இருந்தாலும் ஞாயிற்றுக்கிழமையின் கொண்டாட்டம் வழக்கம்போல் துவங்கிவிட்டது. வீடுகளில் கறிக்குழம்பு வாசனை முற்றமெங்கும் நிறைந்து பசி மூட்டியது. ஆற்றுக்குக் கொண்டு போவதற்கான சோற்றுப்பொதிகள் தயாராகிக் கொண்டிருந்தன. ஞாயிறு விடுமுறை என்பதைவிட சுதந்திரம் பெற்ற தனக்கான நாள் என்பதைப்போல் மனம் துள்ளும். வரும் நாளின் சுமைகளை மறந்துபோவதும் அன்றைய விடுதலையில் மூழ்கிப்போவதும் வீண் சிந்தனையற்றவர்களால் மட்டுமே இயல்கிறது.

முகிலனும் சில நண்பர்களோடு காலையிலே குளிக்கப் போய்விட்டான். ஆற்றுக்கு வைரஅட்டிகை அணிவித்ததுபோல் மணல் பரப்புகளை இளவெயில் மினுமினுக்கச் செய்துகொண்டிருந்தது. சந்திரா தனியாகத் துணிகளை அலசிக்கொண்டு இருந்தாள். பானுவின் அம்மா மகளின் திருமணத்தைப் பற்றி முத்துமணி பாட்டியிடம் பேசிக் கொண்டிருந்தாள். குடும்பம் குடும்பமாகத் துணிகளை அலசவும் காயப்போடுவதுமாக சுறுசுறுப்பாக இயங்கிக்கொண்டிருந்தனர். கருப்பி மகனை சீக்கிரம் குளித்துவிட்டுப் போகச்சொல்லி விரட்டிவிட்டாள்.

மழையில்லாத பொழுதில் மலையுச்சிகளில் மேகக்கூட்டங்கள் பளிச்சென்று தெரிய, அதற்குப் பின்னால்தான் சொர்க்கம் இருப்பதுபோல் வானம் வெளிச்சத்தை வாசலாகத் திறந்து வைத்திருந்தது. பாம்புப்பருந்து ஒன்று வானில் வட்டமிட்டு சீழ்க்கை ஒலி போன்று எழுப்பி இரையைத் தேடி நோட்டமிட்டுக் கொண்டிருக்க, அதே போல் ஓசை எழுப்பிக் கொண்டே முகிலன் ஓடிவிட்டான்.

திருவிழா கடையில் வாங்கிய கருஞ்சிவப்புச் சேலை இன்று போலவே எப்போது உடுத்தாலும் செல்லக்கருப்பிக்கு எடுப்பாக இருக்கும். எண்ணெய் தேய்த்துப் படரவிட்டிருந்த கூந்தல் வெயிலில் மின்னியது. தூரத்தில் மாடசாமி கங்காணியும் அவர் மனைவியும் ஏதோ சிரித்துப் பேசிக்கொண்டிருந்தனர்.

காற்றில் பறந்து கண்ணை மறைத்த முடிகளை விலக்கிவிட்டபடியே கங்காணி குளிக்கும் இடத்துக்குப் போனாள்.

“எக்கோ குளிச்சிட்டியா...” ராணியைப் பார்த்துக் குரல் உயர்த்தினாள் கருப்பி.

“இல்லப்பூ... துணியைத் துவைச்சிட்டேன். மச்சான் குளிச்ச அப்புறம் குளிக்கணும்... என்னப்பூ..?”

“ஏங்கா ஓன்ன இவருக்கு ஓசிக்கா குடுத்தாக..?” காற்றில் ஆடிக்கொண்டிருந்த நாணல்களின் அழகோடு நின்று கொண்டிருந்தவளை மாடசாமியின் கண்கள் விழுங்கிக்கொண்டிருந்தன.

“ஏம்பூ அப்படி கேக்க. அங்கன இருந்து கட்டிட்டு வர்றச்சில பத்துப்பவுன் போட்டு பத்துப்பாத்திரம் ஒரு வண்டியில் கொண்டுவந்து குமிச்சாகளே...!”

“அப்புறம் ஏன் அக்கா உம் மச்சான் ஊர் மேயிறத தட்டிக் கேக்க மாட்டேங்கிற...?”

செல்லக்கருப்பியின் இந்தக் கேள்வி சாட்டையடி

போல இரண்டு பேர் மீதும் விழுந்தது. பக்கத்தில் துணி அலசிக்கொண்டிருந்தவர்கள் ஏதோ விபரீதம் நடக்கப்போகிறது என்பதைப்போல பயத்துடன் பார்த்தார்கள்.

கங்காணியை மட்டுமல்ல; அவரது அப்பா மூர்த்தி மேஸ்திரியையும் எதிர்த்தவர்கள் எங்கு புதைந்தார்கள் என்பதுகூட யாருக்கும் தெரியாது என்பார்கள். ஒடுக்கப்பட்ட இனத்தின் ஓங்கிய குரலாய் செல்லக்கருப்பியின் கேள்வி மலை முகடுகளில் தட்டி எதிரொலிப்பதுபோல் தோன்றியது.

“ஏங்கா தெரியாமத்தான் கேட்கிறேன். உனக்குப் பிடிக்காமலேதான் இவரோட ஒண்ணா கிடக்கியோ... அப்ப செத்த பொணத்துக்கும் உனக்கும் என்னக்கா வேத்தும..?”

மாடசாமி கங்காணி உட்கார்ந்திருந்த கல்லைவிட்டு எழுந்தான்.

“கருப்பி... கொமட்டுல குத்திருவேன். எங்க வந்து என்னத்த பேசுற. தாலிய அறுத்துப்போட்டதும் உனக்குக் குளிர்விட்டுப் போச்சோ. இந்தக் காட்டைவிட்டு விரட்டிருவேன் கூலிக்கார கழுத...நாளைக்கே உன் வேலைக்கு ஒல வைக்கிறேன் பாரு...”

கங்காணி துள்ளிக்குதித்தான்.

“ஓய் கங்காணி... அதெல்லாம் அந்தக் காலம். இப்ப நீரும் கூலிதான் நானும் கூலிதான். என்னமோ இந்தத் தோட்டத்துக்கு எசமான் மாதிரி பேசுறீரு. கங்காணிக கால்நக்கி என் பாட்டியும் தாத்தாவும் பொளச்சிருக்கலாம். இப்போ உனக்கு ஒரு நீதி, எனக்கு ஒரு நீதி இல்லை...”

கருப்பி படபடவென வெடித்தாள். ராணி அவளைப் பிடித்து அப்படியே தள்ளினாள்.

“ஏய் கருப்பி... என் மச்சான் கூப்பிட்டா அந்தச் சிறுக்கி எதுக்குப் போறாளுக... இவருதான் தண்ணியும் சகதியும் தெரியாம பன்னியாட்டம் பொறளுறாருன்னா அவளுகளுக்குப் புத்தி எங்கே போச்சு..? அர வேலை செஞ்சுட்டு முழு

வேலைக்குப் பேர போட மினுக்கிட்டு வாராளுக. இந்த ஊச்சாளி வாயும் எரப்பாளிககிட்ட உரியாடமா இருக்குமா... எம்பொழப்பு நாணங்கெட்ட பொளப்பா போச்சு. ஏ கருப்பி... முள்ளுல சேல விழுந்தாலும் சேலயில முள்ளு விழுந்தாலும் கேடு சேலைக்குத்தான் கேளுப்பூ...” ஒரு கதகளியே ஆடி முடித்திருந்தாள்.

அவள் யாரைத் திட்டுகிறாள் என்று கருப்பிக்கும் கங்காணிக்குமே புரியவில்லை. கங்காணியின் கண்கள் கனல்களாக தகிக்க, கருப்பி வெகு அலட்சியமாக ஒரு பார்வை உதிர்த்துக் கடந்தாள். செல்லக்கருப்பி தாலியைக் கழற்றிப் போட்டபின் ஆயிரம் பேச்சுகளால் வசைபாடி அவளை இளக்காரமாகப் பார்த்த விழிகள் கும்பிடுவதைப்போல பார்த்து நிற்க, மன வெப்பத்தை ஆற்றுவதைப்போல கருப்பி நீருக்குள் இறங்கினாள்.

“கண்டவளும் என்ன ஏச வச்சிட்டியளே... எங்கப்பன் இந்தக் காட்டில கொண்டுவந்து சேத்துட்டான். இப்படி நாதியத்து கிடக்கேன். இந்தக் காட்டுக்கு வந்து ஓர்ம வச்ச நாளிலிருந்து உம்மகூட ஒடக்குறதுக்குத்தான் என் ஜென்மம். ஒரு பொட்ட புள்ள இருக்காளேனு பொறுத்துக்கிட்டு இருக்கேன். இல்லன்னா எல்லாம் மதியாச்சுனு எப்பவோ போயிருப்பேன். என்ன ஜென்மமோ...” புலம்பிக்கொண்டே கங்காணியின் முதுகில் ஓங்கி இரண்டு குத்துவிட்டாள்.

அந்த ஞாயிறு குளியல் யாருக்கெல்லாமோ மகிழ்ச்சி ஆற்றில் மூழ்கி எழுந்த நிறைவைக் கொடுத்தது. அடுத்த ஒரு வார உழைப்பின் களைப்பைத் தீர்க்க அது போதுமானதாக இருக்கும். அதற்குப் பின் கங்காணி வாலைச் சுருட்டிக்கொண்டான் என்று பானுதான் சொல்லிச் சிரித்தாள். சந்திராவும் இப்போதெல்லாம் சிரிக்கிறாள். அவளை மூடியிருந்த கரையான்புற்றை உலுக்கிவிட்டதுபோல் தெளிவாக நிற்கிறாள். சிந்தனைக்கு விலங்குபூட்டி கட்டி வைத்துவிட்டு ஒரே மாதிரியான செயல்களுக்கு உடலைப் பழக்கிவிட்டால் பின் உடலும் மனமும் பகுத்தறிவிற்கு வேலை வைக்காமல் பழகியதையே செய்யும்.

சந்திராவின் நிலைமையும் அப்படித்தான் இருந்தது. எல்லாம் தலைவிதி என்று எண்ணும்போதுதான் அடிமைகளாக்கி ஆட்டுவிக்கப்படுகிறார்கள். இயலாமை அப்போதுதான் தலைதூக்கி பலவீனங்களால் பலத்தை விழுங்க வைத்துவிடுகிறது.

கங்காணியை எதிர்த்துப் பேசிய கருப்பியைத் தொட்டுத் தன் கண்களில் ஒற்றிக்கொண்டாள் சந்திரா. காட்டில் பானுவின் அம்மா கொடுத்த ஒரு துண்டு கடலை மிட்டாயை, "இந்தாட்டி" என்று கருப்பி, சந்திராவிடம் நீட்டியதும் அவள் அப்படியே பாய்ந்துவந்து கருப்பியின் கழுத்தைக் கட்டிக்கொண்டு அழுதாள்.

கங்காணி அப்படியெல்லாம் அடங்கிப் போகிறவன் இல்லை என்பதும் கருப்பிக்கு எதிரான பெரிய ஆயுதம் ஒன்று அவன் உலையில் உருவாகிக் கொண்டிருக்கும் என்றும் முத்துமணி பாட்டி எச்சரித்தாள்.

"விடு கிழவி பாத்துக்கலாம். அவன் பொண்டாட்டிய வச்சே அவனை உண்டு இல்லைனு பண்ணிடுவோம்."

தானாகவே தனக்கு வினைவைக்கப் போகிறோம் என்பதை உணராமலே கலகலத்துச் சிரித்தாள் செல்லக்கருப்பி.

7

மேகங்களின் நங்கூர நிலைப்பில் கதிரவன் காணாமல் போயிருந்தான். விடிந்துவிட்டதற்கான அடையாளத்தில் வானம் கொஞ்சம் வெளிச்சத்தைக் காட்டியது. இந்தக் காட்டின் ஈரப்பெருவெளியின் ஈர்ப்பில் இருந்து இன்னொரு உலகத்தை எட்டிப்பார்க்க முடியாத இதயங்கள் தேனீக்களாய் சுழன்று கொண்டிருந்தன.

கோவில் திருவிழாவுக்கான வேலைகள் மும்முரமாகத் துவங்கிவிட்டன. பாக்குமரக் கொடிக்கால் நாட்டி கோவில் கொடி ஏற்றியாகிவிட்டது. கொடிக்காலைச் சுற்றும் நீர் தெளித்து சாணமும் கோவில் தீர்த்தமும் தெளித்து முதல்நாள் மஞ்சள் நீரில் ஊறவைத்துக் காலையில் வெள்ளைத்துணியில் முளைகட்டி வைத்திருந்த நவதானியப் பயிர்களைத் தூவி விட்டார்கள். பாலும் இளநீரும் சந்தனமும் குங்குமமும் திருநீறும் என்று அபிஷேகங்களால் தெய்வங்களை மகிழ்வித்துக் கொண்டிருந்தார் பூசாரி அய்யனார்.

காப்புக்கட்டி முளைப்பாரிக்கான ஏற்பாடுகள் ஒருபுறம் வேகமாக நடந்துகொண்டிருந்தன. இம்முறை மாலதியின் வீடு முளைப்பாரிக்கான இடமாகத் தேர்வு செய்யப்பட குழந்தையில்லாத குறை மறந்து ஆயிரம் மழலைகள் வீட்டில் உலா வரப்போவதாகக் குதூகலித்தாள் மாலதி.

நெல், கம்பு, கடலை, பாசிப்பயறு, தட்டைப்பயிறு, உளுந்து, மொச்சை என ஏழுவகைப் பயிறு தானிய வகைகளும் முதல் நாள் தண்ணீரில் கரைத்துவைத்த மாட்டுச்சாணம், ஆட்டுப்புழுக்கை, வைக்கோல் என்று எல்லாம் தயாராக இருந்தன. சீனிவாசன், முகிலன், கண்ணன் எனப் பலரும் தெய்வ உருவங்களைப் பலகைகளில் உருவாக்கிக் கொண்டிருந்தனர். இந்த உருவங்களின் மேல் வைக்கோல் சுற்றப்பட்டு பசைமண் பூசப்படும். முளைவிட்ட கம்பும் ஈர மண்ணோடு சேர்த்துப்பூச இரண்டு மூன்று தினங்களில் வேர் பிடிக்கும். அதன்பிறகு மஞ்சள் நீர் தெளிக்க எட்டாவது நாளில் முளைப்பாரி முழு தெய்வ உருவில் அழகாக உருவெடுக்கும். வீடுகளில் கூடைகளில் வளரும் முளைப்பாரியின் வளர்ச்சிக்குத் தகுந்தவாறு வைத்தவர்களின் வாழ்க்கை வளம் பெறுவதாய் நம்புகிறார்கள். காட்டில் ஆயிரம் பிரச்சனைகள் இருந்தாலும் திருவிழாக்களில் உல்லாசம் வந்து நிறைந்து விடுகிறது. பால்குடம், அலகு குத்துதல், தீச்சட்டி எடுத்தல் என்று அவரவர் வேதனைகளைப் போக்கும் வேண்டுதல்களால் தெய்வங்கள் மகிழ்வதாக மன நிறைவு அடைகின்றனர்.

திருவிழாக் காலமும் குளிர் அடங்கி வெயில் தலைகாட்ட ஆரம்பித்த மகிழ்ச்சியும் மாடசாமிக் கங்காணியை செல்லக்கருப்பி எதிர்த்துப் பேசிய தெம்பிலும் காடு திளைத்திருந்தது. மழை கொஞ்சம் ஓய்வெடுத்து மீண்டும் சாரலாக இடைவிட்டுப் பெய்யத் துவங்கியிருந்தது. முதல் மழைக்குப் பின் கொழுந்துக் காடுகள் ஏதோ திருவிழா கண்ட குதூகலத்துடன் தழைத்திருந்தன. எங்கும் திரிவிட்டு நின்ற பசுந்தளிர்கள் பத்து விரல்களால் பறித்துப் போட்டாலும் குறையாதவண்ணம் குபுக்கு என்று மரகதப்பச்சை நிறைத்தன. மிதமான வெப்பநிலையில் பறிக்கப்பறிக்க பக்க அரும்புகள் வெடித்து இலைகள் துரித வளர்ச்சி அடையும். வளரும் கொழுந்துகளின் நுனி அரும்பில்தான் தேயிலைக்குச் சுவையும் தரமும் அளிக்கக்கூடிய மூலக்கூறுகள் அதிகமாக உள்ளன. வெயில் காட்டி மழை கொட்டும் காலங்களில்தான் அரும்புகளும் அதிகமாக வளர்கின்றன. பெண்களின் கலகல சிரிப்பும் கேலியும் கூடைகளைப்போல் அந்தக் காட்டையும் நிறைத்திருந்தன.

எத்தனை உடல் வலிகள் இருந்தாலும் கூடையை நிறைத்துக்கொண்டு எடையைக் கூட்டிட போட்டி போடும்போது மனது சுமைகளை உணர்வதில்லை. கருப்பைக் கோளாறுகள் சிறுநீரகக் கோளாறுகள் மூட்டு வலிகள் எலும்புத் தேய்மானம் என்று அவதிப்படும்போதுகூட இந்தத் தேயிலைக் கொழுந்தை அள்ளிச் சுமந்து மலையேறியதுதான் அதற்குக் காரணம் என்று புரியாமலே வாழும் ஒரு வாழ்க்கை அவர்களுக்கு விதிக்கப்பட்டிருந்தது. இந்த முறை வழக்கத்துக்கு மாறாக அதிகமாகவே வாதுக்களில் ஒரே சீராக அரும்புகள் வெடித்துக் கொழுந்து நெருக்கமாக துளிர்விட்டிருந்தது. பூக்களின் அலங்காரம் தேவையில்லாமலே அழகு கொட்டிக் கிடப்பதாலோ என்னவோ செடிகளுக்கிடையே அழகிய இளம் சந்தன வண்ண ஐந்து இதழ்ப் பூக்கள் மஞ்சள் மகரந்தத்துடன் மறைந்தே பூத்திருந்தன. தேயிலை விதைகள் பசுமையான தோல் மூடிய கோலிக்குண்டுகள் போல் விளைந்து வெடித்துச் சிதறக் காத்துக் கிடந்தன.

வெண்மையாய் மூடுபனி படர்ந்த மலை முகடுகளில் வேதனை படிந்துதான் கிடைக்கிறது. அதற்கு மேல் முளைத்துப் படர்ந்த அழகு மட்டும் பார்க்கும் கண்களில் தேங்கிக்கொள்கிறது. அழகில் மயங்கிப்போன கண்களுக்கு அதன் ஆணிவேர் தெரிவதில்லை. குளிரிலும் வியர்வை வடித்துத் தழைக்கவைத்த அதன் உறுதி தெரிவதில்லை. இதயம் துடிக்க உயிரைக் கையில் பிடித்து வளர்த்த இலைகளின் சாறுதான் நம் சோர்வைப் போக்கி உற்சாகத்தை அளித்துக் கொண்டிருக்கின்றன.

இன்று அந்தக் காடு ராமையா கங்காணிக்கு ஒதுக்கப்பட்டிருந்தது. வழக்கம்போல கேலியும் கிண்டலும் இருந்தாலும்,

“ஏ குட்டிகளா... கொழுந்து குவிஞ்சு கிடைக்குனு பேச்சுவாக்கில அத்தனை இலைகளையும் கிள்ளிப் போட்டுறாதீக... பாத்து எடுங்க.. அப்புறம் பொறட்டுகளத்துல இடுப்பொடிய உக்காரணும்.” அதட்டிக்கொண்டேயிருந்தார்.

தேயிலைக் கொழுந்து எடுப்பதைப் பார்த்தால் ஏதோ சும்மா

கிள்ளிக்கிள்ளி அள்ளிப்போட்டு கூடையை நிறைப்பதாகத் தோன்றும். ஆனால் நுணுக்கத்துடன் கையும் மனமும் ஒன்றுபட்டுச் செயல்பட வேண்டும்.

ஒரு கரட்டு இலைக்கு மேல் இரண்டு கொழுந்து இலையையும் ஒரு திரியுமாக நிற்கும். அதைக் கவனமாகக் கிள்ளவேண்டும். முதல்நிலைக் கொழுந்துகள் நீளமாக இலைகள் விட்டு வளர்ந்து கொண்டேயிருக்கும். இலைகளின் பக்கங்களில் அரும்புகள் விட்டு வளர்வது இரண்டாம்நிலைக் கொழுந்துகள். இவற்றின் வளர்ச்சி குறிப்பிட்ட நீளத்தில் முடிவடைந்துவிடும். இலை ஓரம் ரம்பம் போலிருக்கும். தாய் இலை வழுவழுப்பான மீன் இலை என்று இலைகள் பார்த்தும் வட்டிலை, வழுக்கை இலை, மூளிக்காம்பு, கன்னியிலை, வெறுங்காம்பு, நீளக்காம்பு, அரும்பு, அரையிலை, செதும்பிலை எனப் பல்வேறு இலைகளின் குறை நீக்கியும் நல்ல இலைகளாகப் பறித்தெடுக்க வேண்டும். கக்க அரும்புகள் கொத்தாக திரிசூலம் போல வளரும். இவை ‘காக்கை கால் முடிச்சு’ எனப்படும். இவற்றில் நடுவில் உள்ள கொழுந்தை ஒடித்து பக்கக்கொழுந்தை விட்டுவிட வேண்டும். பச்சையாகக் காம்பு இருக்கும்போதே எடுக்க வேண்டும். இப்படி எத்தனையோ கொழுந்தெடுப்பதின் நுணுக்கங்களாகக் கவனித்துதான் இந்த வேலைகள் நடைபெறுகின்றன. இப்படி எடுப்பதிலும் அதிக எடை எடுப்பவர்களை எடுப்புக்காரி என்று அழைக்கின்றனர்.

அவசரமாக எடுக்கப்படும் கொழுந்துகள் எடைக்குப் போகும்முன் பிரித்து தரமற்றவற்றை நீக்கியபின்தான் எடைக்கு ஏற்றுக்கொள்ளப்படும். எடுப்பு முடிந்த காடுகள் ஒரே நிறமாகத் தோன்றும். ஏதேனும் கொழுந்து விட்டுப்போயிருந்தால் இலைகள் தன் நிறத்தாலே காட்டிக் கொடுத்துவிடும். சூரியஒளி படும்படி ஒரே மட்டத்தில் கொழுந்துகள் எடுக்கப்பட்டால் தான் அடுத்து அரும்புகள் சீராகத் தோன்றும். அந்தச் செடிகளுக்கும் அவர்களுக்குமான நட்புறவு மிக மென்மையானது. அங்கு தளிர்விடும் கொழுந்தின் தரம் அந்த மனங்களுக்குத் தெரிந்திருந்தது. அந்தத் தளிர் இலைகளை எவ்வளவு

அழுத்தத்தில் கிள்ளிட வேண்டும் என்பது அந்த விரல்களுக்குத் தெரிந்திருந்தது. ஆரம்பக் காலத்தில் செல்லக்கருப்பியின் கூடை நிறையாது. பார்வதிதான் அவளுக்குக் கற்றுக் கொடுத்தாள். தரம் பார்த்து வேகமாகக் கிள்ளும் பக்குவம் கைவந்தபின் அவளும் சிறந்த எடுப்புக்காரி ஆகிவிட்டாள்.

கூடை நிறைய கொழுந்தை அள்ளிக்கொண்டு நிறுவைக்குப் போகும்போதுதான் ஆயுதப்புரை வாசலில் அவனைப் பார்த்தாள். ஒரு வெளிச்சம் ஆடை அணிந்து நிற்பது போலத் தோன்றியது செல்லக்கருப்பிக்கு. இவன் யார், ஏன் இங்கு நிற்கிறான் என்ற கேள்விகள் அவளைப் போலவே வரிசையாக வந்த பெண்களுக்கும் ஏற்பட்டன. தலையில் கூடைச்சுமையுடன் வந்து கொண்டிருந்தவர்களை ஒரு புன்னகையோடு பார்த்துக்கொண்டிருந்தான். செல்லக்கருப்பியும் உற்றுப்பார்த்தாள். இந்தக் காட்டுக்குச் சற்றும் பொருத்தமில்லாத தோற்றம். செல்லக்கருப்பியின் வெறித்த பார்வையின் கவர்ச்சியில் அவனும் அவளைப் பார்ப்பதுபோல் தோன்றியது. அவளைப் பார்த்த பார்வை வேறு பக்கம் போகாதது போல தோன்றியது. அவன் பார்வை ஒரு மயக்கத்துடன் துளைத்தது. உதடுகளில் கர்வம் பொங்கும் சிரிப்பு மேடை போட்டு அமர்ந்திருந்தது. மீண்டும் அவன் பார்வை ஆயிரம் மயில்தோகையால் காயங்களை வருடுவதுபோலத் தோன்ற செல்லக்கருப்பி கூடையைச் சரி செய்வதுபோல் நடந்தகன்றாள். ஆனாலும் அவன் பார்த்த பார்வை விழிகளிலே ஒட்டிக்கொண்டு இருந்தது.

“இந்தக் கோவிந்தன் பய பொண்டாட்டி ஓடிப்போனதிலருந்து முடங்கிப்போயி ஆபீஸுக்கு ஏவல் பாக்குற பெரட்டு பொடியன் வேலைக்குப் போனதும் போனான். பத்து வருசமா ஆயுதப்புரைக்கு காவலா ஒருத்தனும் சரியா அமையல. இப்ப பெரிய ஐயா அக்கா மவனயே ஊருலருந்து கூட்டியாந்துருக்காக...” கோமதியிடம் பேசிக்கொண்டிருந்த முத்துமணி பாட்டிக்குத் தெரியாம ஓர் இலைகூட அசையாது என நினைத்துக்கொண்டாள் கருப்பி. பெரிய ஐயா சேதுபதியின் அக்கா மகன் என்றதும் தானாகவே ஒரு மதிப்பு வந்தது.

அவனைப் பார்த்ததுமே ஏற்பட்ட ஈர்ப்பு எதனால் என்று தெரியவில்லை.

சன்னல் வழியாகத் தெரிந்த வானம் அவ்வளவு அழகாக இருந்தது. நனைந்த தென்னங்கீற்றுகளில் நிலவொளிப் பட்டுத் தெறித்தது. மனசுக்குள் அவன் முழு நிலவாக உலவிக்கொண்டிருந்தான். ஒருமுறை பார்த்த பார்வையிலே இப்படி பதிந்து விட்டானே. பாதத்தின் மையப்பகுதியிலிருந்து ஒரு கூச்சம் உடலெங்கும் பரவியது. மகனிடமிருந்து கொஞ்சம் விலகிப்படுத்து அந்த உணர்வை ரசித்தாள். காட்டுப்பன்றிகள் உறுமல் வீட்டுக்குப் பின்புறமாகக் கேட்டது. 'கடவுளே... கப்பக்கிழங்கு விளையிற நேரமாச்சே... ஒத்தச் செடிய விட்டுவெக்காதுகளே.' அவனைப் பற்றிய உணர்வு நொடியில் இருந்த சுவட்டை அழித்துக்கொண்டது. 'பழைய சேலை இரண்டை எடுத்து நாளை வேலி கட்ட வேண்டும்.' நினைப்புடனே தூங்கிப்போனாள்.

ஒரு திங்கள் விடியலில் பனி திட்டுத்திட்டாய் நகர்வலம் போவதுபோல் இளம் வெயிலுக்கு வழிவிட்டு நகர ஆரம்பித்திருந்தது. இரவு மழை நனைத்த தேயிலைக் காடுகள் கழுவித் துடைத்ததைப் போல் மிளிர்ந்தன.

காட்டுக்கோழிகள் சேவலும் பிடையுமாக முற்றம்வரை வந்து குஞ்சுகளோடு மேய்ந்து கொண்டிருந்தன. கண்களையே வண்ணமயமாக்கிவிடும் அவற்றின் கழுத்தழகில் மயங்கி நின்றாள் கருப்பி.

மெதுவாக முகிலனை அழைத்துவந்து காண்பித்தாள். நொடிக்குள் அவை மின்னலாக மறைந்துவிட்டன.

காலநிலைகளின் மாற்றங்கள் அந்த மலைத்தொடர்களில் பெரிதாய் எதையும் காட்டிப்போவதில்லை. மழை கோடை வசந்தம் எல்லாமே சின்னச்சின்ன மாற்றங்களைக் காட்டி நினைவுபடுத்தும். அவ்வளவுதான். அடைமழை, சாரல் மழை, குளிர்காற்று, மூடுபனி, இளவெயில் இப்படியாகப் பொழுதுகள்

திரைகளாய் விலகிக்கொண்டிருக்கும். அவர்களது மகிழ்ச்சியும் அப்படித்தான். நாள்களின் நாடகத்திரைகள் காட்டியதைப் பார்த்தும் ரசித்தும் சிரித்தும் அழுகையின் இருக்கையிலே அமர்ந்திருப்பதை அவ்வப்போது மறந்து வாழ்ந்தாக வேண்டும். சில நேரங்களில் காலமே சில சந்தர்ப்பங்களை உருவாக்குகிறதா இல்லை விதியின் வலிமையா என்று கணிக்கவே முடியாது.

அன்று ஆயுதப்புரை பக்கமாகவே செல்லக்கருப்பியின் கொழுந்துக்காடும் அமைந்துவிட்டது. களையெடுப்புக்குத் தேவையான அரிவாள் மம்பட்டியுடன் ஆண்கள் கிளம்பிக்கொண்டிருந்தார்கள். வீச்சுக்களை மம்பட்டிக்களை என்று கம்பீரக் குரலோடு ஆட்களை வேலைகளுக்குப் பிரித்து ஆயுதங்களை வழங்கிக்கொண்டிருந்தவாறு பெரிய ஐயா மருமகன் அங்கு நின்று கொண்டிருந்தான். அவனை முதலில் பார்த்த அன்று மனம் ஒருமுறை தடுமாறினாலும் அதன் பிறகு எந்த நினைப்பும் வரவில்லை. ஆனால் இன்று அவன் அவளை உற்றுக் கவனிப்பதாகத் தோன்றியது.

சனி ஞாயிறு தினங்களில் நெடுங்காடு சந்தையில் கிடைக்கும் மல்லிகைப் பூக்கள் திங்களன்று பெண்களின் கூந்தலில் மணம் பரப்பும். செல்லக்கருப்பியின் குட்டையான அடர்ந்த கூந்தலில் சூடியிருக்கும் பூக்கள் அவள் முகத்திலே மலர்ந்தது போல் அழகைக் கொடுத்தன. சின்னக் கருவண்டு கண்களும் ஒற்றை மூக்குத்தியும் எப்போதும் நெற்றியோடு ஒட்டியிருக்கும் சாந்துப்பொட்டும் மஞ்சள் பூசிய கன்னங்களும் திங்கள் கிழமைகளில் அவள் அழகை யாராவது ஒருவர் பாராட்டாமல் இருந்ததில்லை.

பல்வேறு குழப்பங்களில் இருண்டு போயிருந்த செல்லக்கருப்பியின் மனம் கொஞ்ச நாள்களில் அமைதி கண்டிருந்தது.

அவன் அன்பாகச் சிரித்தான். கருப்பிக்கு ஏனோ சிரிக்கத் தோன்றவில்லை. பத்து மணிக்கு காபி கொடுக்க வந்த முத்துமணி பாட்டி, “இன்னிக்கு எல்லாரும் இங்கன வாங்கலே தங்கங்களா” என்றபடி ஆயுதப்புரை பக்கமாகவே உட்கார்ந்து

விட்டாள்.

அலுவலகத்தில் கணக்கெழுதும் கணக்கர் அந்தோணி மிகவும் நேர்மையானவர். இரக்கமும் கருணையும் நிறைந்தவர். ஆனாலும் எப்போதுமே ஏனோ உம்மென்றே இருக்கும் அவரே அவனுடன் சிரித்துப்பேசும் அளவிற்கு என்ன சொல்லியிருப்பான்? சின்னத் தயக்கங்களுக்குப் பின் அங்கு எல்லோரும் சகஜமாகி விட்டார்கள். தில்லான் என்ற பெயரோடு அவன் தன்னை அறிமுகப்படுத்திக் கொண்டான். மதிய வேலை முடிந்து வரும்போதும் அவன் அழகாகச் சிரித்தபடியே நின்று கொண்டிருந்தான். கருப்பியும் சிரித்தபடி கடந்தாள். புதிதாய் மனதுக்குள் ஏதோ கொளுத்திப்போட்டதுபோல் தீ எரிந்து கொண்டிருந்தது.

மதிய வேலைகளுக்கு இடையே அவன் கண்கள் கூட்டத்தில் தன்னை மட்டுமாய் கவனித்து நீங்குவதாய் தோன்றியது. வேலையாட்கள் கொண்டுவந்த ஆயுதங்களைக் கணக்குப் பார்த்து எழுதிக்கொண்டிருந்தான். அவனைப் பார்ப்பதையும் அவன் தன்னை ரசிப்பதையும் கருப்பியால் தவிர்க்க முடியவில்லை. தில்லான் மாலையில் கொழுந்து நிறுவை செய்யும் இடத்திலும் நின்று கொண்டிருந்தான். பெரிதான கருப்பு மழைக்கோட்டு அணிந்து தொப்பியுடன் கணக்கர் அந்தோணியுடன் கலகலப்பாகப் பேசிக்கொண்டிருந்தான். லேசாக மழை நனைத்த முகத்துடன் சுருள்சுருளாய் நெற்றியில் விழுந்த முடியுடன் கருப்பி ஒரு மிரட்சியான பார்வையுடன் அவனைப் பார்த்தாள். செல்லக்கருப்பியின் தேயிலைச் சாக்கை எடைபோடும் நேரத்தில் காதோரமாய், “ரொம்ப அழகா இருக்க செல்லக்கருப்பி” என்று முணுமுணுத்துச் சிரித்தான்.

மழைப்பொழுதில் அந்தக் குளிரில் நெருக்கத்தில் மூச்சின் வெப்பத்தில் மந்திர வார்த்தைகளாய் அவன் குரல் வசீகரிக்க தடுமாறிப்போனாள். அவள் தடுமாற்றத்தை ரசித்தபடி தள்ளி நின்று வேடிக்கை பார்த்தான். சுற்றிலும் யாரும் கவனிக்கவில்லை என்பதை அறிந்தாலும் படபடவென அடித்துக்கொண்டது

மனது. அந்த இடத்தைவிட்டு வேகமாய் நகர நினைத்தாள். அவன் கண்களின் வாஞ்சை இதயத்தைத் தாலாட்டி தூங்கவைப்பதைப்போல் ஓர் அமைதியைத் தந்தது. மாடசாமி கங்காணியின் கண்களில் தெரியும் விழுங்கும் பார்வை இவனிடம் இல்லை.

சிறகு உலர்த்தும் பறவையாய் உடல் ஒருமுறை சிலிர்த்தது. காலம் வேண்டுமென்றே சில சூழ்ச்சிகளைச் செய்துவிடுகிறதா? இத்தனை காலமாய் நழுவிய பொழுதுகளில் இருந்து அவளது என்று எதையுமே எடுத்துக்கொள்ள முடியாமல் போனது. இவன் எங்கிருந்து வந்தான்? இளமையின் ஆசைகள் விழித்துக்கொண்டதா... பிடுங்கி எறிந்துவிட்டதாக நினைத்த உணர்வின் வேர்கள் எங்கு பதிந்து வேர் பரப்ப நினைக்கிறது? துயர்களைத் தவிர எதையும் உணராத உடலும் உள்ளமும் அவன் அழகு என்று சொன்னதும் இத்தனை ஆட்டம் போடுகிறதா? தோளுக்குமேல் வளர்ந்துவிட்ட மகனுடன் தேயிலைத் தோட்டத்திலே வாழ்ந்து மடியவேண்டிய விதியுடன் இயந்திரமாய் துடித்துக்கொண்டிருக்கும் இதயத்திற்கு என்ன ஆனது?

குளிர், மழை அனைத்தும் மறந்துபோக நிரை பார்க்கும் மூங்கில் கம்பு இழுத்து அழைத்து வருவதைப்போல் வீடுவந்து சேர்ந்தாள். உள்ளுக்குள் உருவான புதிய உணர்வுகள் ஊற்றாகும் முன் அணைகட்டி விட வேண்டுமென்று தோன்றினாலும் ஓர்அன்பின் அணைப்புக்காக இதயம் துடித்ததை உணர்ந்து புன்னகைத்தாள்.

8

நட்சத்திரங்களைக் காணாத குளிர் இரவில் அந்த நீண்ட லைன் வீட்டு முற்றங்களில் அனைவரும் கூடிக்கொண்டார்கள்.

“போனசு வந்ததும் பானுவுக்குக் கல்யாணத்தை முடிச்சுருவோம்.”

குளிர் காய்ந்துகொண்டே அப்துல்லா மனைவியிடம் சொல்லிக்கொண்டிருந்தார். ஓண லீவில் பானு-சீனிவாசன் திருமணம் நிச்சயிக்கப்பட்டதே... இப்போது போனசு என்றால் வருடக்கடைசி ஆகிவிடுமே... செல்லக்கருப்பிக்கு பக்கென்றது. பானுவின் பெரியப்பா வந்து ஏதாவது பிரச்சனை செய்தால்..?

சருகுகளைக் கூட்டி சுள்ளிகள் மரக்கம்புகள் போட்டு முற்றத்தில் தீ மூட்டி அனைவரும் காய்வது பல குளிர் இரவுகளில் நடக்கும். கனலில் மரவள்ளிக்கிழங்கு நேந்திரம் பழம் பலாக்கொட்டை முந்திரிக் கொட்டை போன்றவற்றைச் சுட்டு தேநீருடன் பகிர்வார்கள்.

பானுவின் முகம் தீச்சுடரில் நிலவாக ஒளிர்ந்தது. நாணத்தில் லேசாகத் தலை குனிந்து ஓரக்கண்ணால் சீனிவாசன் எங்கிருக்கிறான் என்பதுபோல தேடினாள்.

“இந்த வருஷம் ஒரு மாச சம்பளம் போனசாக கொடுப்பார்களாம்... பேச்சு வார்த்தை நடக்கும்” கோமதி ஆர்வமாகச் சொன்னாள்.

“தெனக்கூலிய ஏத்தி மூணு வருஷம் ஆச்சு. இந்த வருசம் கூலியை ஒசத்திட்டுத்தானே கொடுப்பாங்க... கொழுந்து வயசுப் புள்ளையாட்டம் மடமடனு தளைச்சுருச்சு. இந்த வருசம் போனசைக் கூடக் கொஞ்சம் ஏத்துவாங்களா..?” பார்வதிக்கு நம்ப முடியவில்லை.

“பெரிய ஐயா எங்க காட்டுக்கு வந்தப்ப சொல்லிட்டுப் போனார். அவரு மருமகன் அந்த செவத்த பையனும் கூடவே இருந்தார்ல.” தில்லானைப் பற்றிய பேச்சைக் கேட்டதும் செல்லக்கருப்பியின் இதயம் இசையோடு துடிப்பது போல் தோன்றியது. கோமதி யாருக்கும் தெரியாத சேதி தனக்கு மட்டும் தெரிந்து இருப்பதாய் பெருமைகாட்ட அம்மாவின் பேச்சை முழங்காலில் தலை சாய்த்து ரசித்துக்கொண்டிருந்தாள் செல்லக்கருப்பி.

தாலியைக் கழற்றிப்போட்டு கணவனை வேண்டாம் என்று பிடிவாதமாக நின்றபின் அம்மா என்ன செய்வாளோ என்று பயந்து கொண்டிருந்தாள். ஆனால் அம்மா உற்சாகமாகப் பேசியதும் மனம் நிறைந்துபோனது. கூடவே தில்லானின் வருடும் பார்வையும் மனதுக்குள் வந்துபோனது.

“நாங்க இந்த மொற லீவே போடாம வேலை பாத்துட்டோம். படைச்ச ரப்பு புண்ணியத்துல கிருஸ்துமஸ் வரைக்கும் நோய் நொடி இல்லாம மூணு பேரும் வேலைக்குப் போயிட்டா எம்மவளுக்கு கண்ணெறைய கலியாணம் பண்ணி பாத்துருவேன்” சுபைதாவுக்குக் கண்கலங்கியது.

“அத்தே... பானுவுக்கு நீங்க ஒண்ணும் போடவேண்டாம்... அத நெனச்சு கலங்காதீக... ஓணமே இன்னும் வரல... போனசுக்கு இன்னும் ரொம்ப நாளிருக்கில்ல... புதுக்காடு நடவு வேலைய நானும் மாமாவுந்தான் ஏத்துருக்கோம். அதுலயும் காசு வரும். ஆனாலும் வேலை முடிய எப்படியும் நாளாயிரும்.”

சீனிவாசன் பாசத்துடனும் ஏக்கத்துடனும் சொல்ல எல்லோரும் சிரித்துவிட்டார்கள். புதிதாய் நடவு செய்யும்போது வேலைகள் கொஞ்சம் அதிகமாகவே நடைபெறும். பழைய

தேயிலைகளைப் பறித்து மாற்றிவிட்டு மறு நடவு செய்யும்போதோ காட்டு மரங்கள், காட்டுச் செடிகள், புதர்கள், புல்மேடுகள் போன்றவற்றை அழித்து புதிய இடங்களைத் தயார் செய்யும்போதோ கவனமாகச் செய்ய வேண்டிய பல்வேறு வேலைகள் நாள்களாகத் தொடரும். நடவு செய்ய வேண்டிய இடங்களில் பழைய தாவரங்களின் வேர்கள்கூட இல்லாமல் அகற்ற வேண்டும். அகற்றியவற்றைத் தேயிலைகள் வளரும் எந்த மண்ணிலும் எரித்துவிடாமல் நோய்கள் தொற்றாத தூரத்தில் மாற்றிவிட வேண்டும். மேடு பள்ளமின்றி சீரான நிலத்தில் கால்வாய்களும் கற்சுவர்களும் உருவாக்க வேண்டும். நாற்றுகளை வரிசை முறைப்படி குழிகளில் நட்டு நீர் தேங்காமல் பாதுகாத்து உரமிட்டு புழுக்கள் வராமல் மருந்தடித்துப் பாதுகாத்து புதிய தேயிலைத் தோட்டத்தை உருவாக்க வேண்டும்.

சீனிவாசன் தன் திருமணத்திற்காக இந்த வேலைகளை ஏற்றுக்கொள்ள அப்துல்லாவும் இணைந்து கொண்டார்.

செல்லக்கருப்பியின் அப்பா இந்த வேலைகளில் கெட்டிக்காரர் என்ற பேச்சும் வர ஓர் அமைதி சூழ்ந்தது.

தீக்கங்குகளின் அருகில் அமர்ந்து பலாக்கொட்டைகளைச் சுட்டு அனைவருக்கும் கொடுத்துக்கொண்டிருந்த முகிலனையும் கண்ணனையும் தாய்மையின் வெப்பம் இதமாகப் பரவ தன்னோடு இழுத்து அணைத்துக்கொண்டாள் கருப்பி.

“சம்பளம் எப்படியும் நூத்தி அறுபதிலருந்து இருநூறு ஆயிடுச்சின்னா, நாலாயிரமாவது போனஸ் வரும். மூணு பேருக்கும் பனிரெண்டாயிரம் கிடைக்கும். இந்த வருசம் ஏதாவது லீவுல பானு கல்யாணத்தை நல்லா நடத்திடலாம்.” அப்துல்லா காற்றில் எழுதி எழுதிக் கூட்டினார். சுள்ளியில் இருந்து பறந்த சாம்பலும் பொறிகளும் அவர் எழுத்தை அழித்துக்கொண்டே இருக்க, “சும்மா இருங்க... எல்லாம் அல்லா லேசாக்கி வைப்பான்” என்று அவர் கையைப் பிடித்து அழுத்தினாள் சுபைதா. கணக்கர் அந்தோணியின் மகளுக்குப் பிறந்த நாள் என்று அவர் மனைவி மேரி சக்கரை

பாயாசம் கொண்டுவந்து கொடுக்க, திருமணப்பேச்சு மேலும் இனிப்பானது.

இரவெல்லாம் மழை கூரையைத் துளைத்துவிடும் பெருத்த ஓசையுடன் அடங்காமல் பெய்துகொண்டே இருந்ததாலும் சீனிவாசனுக்கும் பானுவுக்கும் மட்டுமல்ல; செல்லக்கருப்பிக்கும் அந்த இரவு இனிமையான நினைவுகளுடன் இமை சாய வைத்தது.

லேசான பனி மூட்டத்துடன் விடிந்தது காலை. பெயருக்குத்தான் கோடைக்காலம் என்றாலும் இரவெல்லாம் விடாமல் பெய்த மழையில் தேயிலைச் செடிகள் கழுவிவிட்டதைப் போல் பளிச்சென்று இருந்தன. தூரத்துப் பெருவனங்களில் இருந்து வரும் பறவைகள் எதையுமே காணாமல் வெறிச்சென்று இருந்தது வானம். கோமதி அடுப்பில் எதையோ வேகவைத்துக் கொண்டிருந்தாள். முத்துமணி பாட்டி தூங்கி வழிந்தபடி நின்றிருந்த முகிலனின் கைகளில் பற்பொடியும் ஒரு செம்பில் வெந்நீரும் கொடுத்து, “ஏலே... பள்ளிக்கூடத்துக்கு நேரமாச்சுல” என்று அவசரப்படுத்திக் கொண்டிருந்தாள்.

செல்லக்கருப்பி கொஞ்சம் வெந்நீரை உடம்பில் ஊற்றிக்கொண்டதும் சூழும் புகையினை ரசித்தாள். தில்லானின் பார்வைகளால் அவள் வாழ்க்கை, களை எடுக்கப்பட்டுக் கொண்டிருக்கும் காடாய் தெளிந்துகொண்டிருப்பதாய் தோன்றியது. தில்லான் பார்வைகள் அவள் விழிகளில் ஆழமாகச் சொருகி இதயத்தை உழுதது மட்டுமல்லாமல், காதல் விளையாத காடாய் கிடந்த மனதில் அவன் வார்த்தைகள் விதைகளாகி வலிகள் தாண்டி அவளுக்குள் காதலின் உணர்வுகள் முளைத்து நிறைந்தன. ஒரு பெரிய சோக இதயத்தின் மீது இன்பங்கள் பூக்கும் என்பது விசித்திரமான ஒன்றாகத் தோன்றியது. இப்படியெல்லாம் ஓர் உணர்வு வாழ்வில் ஏற்படும் என்ற நினைப்புகூட கனவுதானோ என்று கிள்ளிப் பார்த்தாள்.

வேலை விட்டு வரும்போது அசதிக்கும் வெறுமைக்கும் பதில் அவன் காதல் அவளுக்குத் துணையாகக் கூடவே வந்தது.

வேதனைகளில் மருந்திட்ட இதமாக அவன் நினைப்பு சுகமாக இருந்தது. வாழ்க்கையின் எல்லா பக்கங்களிலும் இனிப்பைத்

தரும் ஓர் இன்பம் காதலுக்கு மட்டும்தான் சாத்தியமா..? யாரும் அதிகமாக பேசிக்கொள்ளாத காலை வேளைகளில் சொல்லி வைத்ததுபோல் வேலைகள் ஒழுங்காக நடைபெற்றுக் கொண்டிருந்தன.

முகத்தில் லேசாக பவுடர் போட்டு வறண்ட உதட்டின் மேல் தேங்காய் எண்ணெய் பூசி சிவந்த குங்குமத்தைத் தண்ணீரில் கலந்து தீக்குச்சியால் அழகாகப் பொட்டிட்டாள். கையகல கண்ணாடியில் அழகாகத் தெரிந்த முகத்தைப் பார்த்து புன்னகை பூத்தாள். கண்ணாடி வளையல்கள் கலகலக்க கொழுந்துக் கூடையையும் மூங்கில் குச்சியையும் எடுத்துக் கிளம்பும்போது தூரத்து உறவுக்கார பெரியம்மா மகன் மாயன் முன்னே நின்று கொண்டிருந்தான்.

“என்னண்ணா... வேலைக்குப் போகலையா இங்கே நிக்கே...”

“உம் மதினி மட்டும் போயிட்டா... உன்னையும் அத்தையையும் பாத்துப் பேசிட்டுப் போலாம்னு வந்தேன்... ஆமா இன்னைக்கு ஆறாம் நம்பர் காடுதான உனக்கு... மாடசாமி கங்காணியா..? பார்வதி அத்தைட்டயும் சொல்லிட்டேன் அங்கே வந்து பேசுவோம்.” திக்கித் திணறி அவன் பேசியதைக் கேட்டதும் ஏதோ பயம் நிறைந்தது மனதில்.

நேற்று தில்லான் தன்னிடம் பேசியது தெரிந்து இருக்குமோ? மாயனின் முரட்டு குணமும் முட்டாள்தனமும் செல்லக்கருப்பிக்குத் தெரிந்ததுதான். இவன் என்ன பிரச்சனை பண்ணப்போகிறானோ..? பதற்றமாகவே இருந்தது கருப்பிக்கு. ஆனால், காட்டுக்குப் போனபோதுதான் பேச வந்ததன் தீவிரம் புரிய வந்தது.

தேயிலைக் காடுகளில் வேலை நாட்களில் எந்த மாற்றமும் நடந்துவிடாது. எந்த தேவதைகளும் புதுப்புது வரங்களாக எதையும் தந்துவிட்டுச் செல்வதில்லை. அதே கொழுந்துக்

கூடை, இடுப்பில் தூக்கிக் கட்டிய சாக்குத்துண்டு; மழையில் நனையாமல் இருக்க பிளாஸ்டிக் தலை விரிப்பு; மழைக்காலங்களில் வளர்ந்து நிற்கும் களைகளில் உயிரின் வாசம் எதிர்பார்த்துக் காத்துக்கொண்டிருக்கும் அட்டைப் பூச்சிகள், புதர்களுக்குள் ஒளிந்து கிடக்கும் காட்டுப்பன்றிகள் முள்ளம்பன்றிகள், புற்றுக்குள் பதுங்கியிருக்கும் பாம்புகள், மலைக்குளவிகள், விஷச்சிலந்திகள் எல்லாம் அப்படியேதான் இருக்கும்.

கொஞ்சம் உற்சாகத்திற்கு சனிக்கிழமை ஞாயிற்றுக்கிழமை சந்தையும் விடுமுறைக் கொண்டாட்டமும் கோவில் திருவிழாக்களும் பண்டிகைகளும் மட்டுமாய் இயந்திரமாய் சுழன்றுகொண்டே இருக்கும் காலம். இதற்கிடையில் கூலி உயர்வும் போனஸூம் எஸ்டேட் மக்களின் எதிர்பார்ப்புகளாக இருக்கும். அவர்கள் எழுப்பிய கோரிக்கைகள் நிர்வாகத்துடன் பேசப்பட்டு தொழிற்சங்கத் தலைவர்களும் கம்பெனி நிர்வாகமும் கலந்தாலோசித்து முடிவுகள் சாதகமாகுமா என்ற ஏக்கத்தில் வருடம் முழுதும் காத்துக்கிடக்கும் மனங்கள்.

செல்லக்கருப்பி பத்தாம் வகுப்புவரை படித்தவள் என்பதாலும் தெளிவாகப் பேசுபவள் என்பதாலும் அவளும் இந்த வருடம் சங்க உறுப்பினராகத் தேர்தெடுக்கப்பட்டிருந்தாள். அவளை அந்தப் பொறுப்பேற்கச் சொன்னதும் சேதுபதி ஐயா தான். காட்டில் மாயன் கைரோடு அருகிலே நின்று கொண்டிருந்தான். மாடசாமி கங்காணி வேண்டா வெறுப்பாக வெறித்த பார்வையுடன் ஏதோ விவாதித்துக்கொண்டிருப்பது போல் தோன்றியது. செல்லக்கருப்பியையும் பார்வதியையும் மாயன் ரோட்டுக்கு அழைத்தான்.

“பார்வதியத்தே... நானும் மாடசாமி கங்காணியும் நிர்வாகிட்ட எவ்வளவோ பேசிவிட்டோம். அரை மாச சம்பளம் போனஸூம் பத்து ரூபாய் தினக்கூலி உயர்வும் தருவாகளாம். அதுக்குமேல ஒத்தக்காசு தர முடியாதுன்னு மேனேசரு சொல்லிட்டாரு.” மாயன் சோர்வாகப் பேசினான்.

“அது எப்படி முடியும்? பெரியய்யாதான் காட்டுல வந்து ஒரு மாசம் சம்பளம் போனஸுனு சொன்னாருல்ல...” பார்வதி ஏமாந்துபோன குரலோடு பேசினாள்.

“அவரு ஆசைய சொல்லியிருப்பாரு மகராசன். ஆனால் நிர்வாகம் ஒத்துக்கணுமே...” கங்காணியும் ஏதோ போராடித் தோற்றதுபோல் பேசினார்.

“நாம இந்தப் பாடுபடுறோம். இரக்கமே இல்லாமல் பேசுறாங்களே... எவ்வளவு கொழுந்து தழைக்குது. கூடைகூடையாக ஃபாக்டரிக்குப் போகுது. லாபத்தில நமக்கும் கொஞ்சம் தந்தா என்ன..? நல்லது கெட்டதுனா நமக்கு ஏதும் வேணாமா... நாம இந்தக் காட்டை நம்பித்தானே கிடக்கோம்.” சுபைதா, மகளின் திருமணக் கனவு பனி படர்ந்த தேயிலையாய் கருகி விடுமோ எனப் பயந்தாள்.

“மாயன் அண்ணா நமக்குள்ள எதுவுமே பேசிக்காம ஒரு முடிவெடுக்க முடியாது. நாம ஒரு கூட்டம் போடுவோம். எப்பிடினாலும் ஓணம் முடிஞ்சு கிருஸ்துமஸ்க்குள்ளதானே போனஸு தருவாக... பத்து ரூபாதான் கூலி ஒயர்வா..? மூணு வருசத்துக்கு ஒருவாட்டிதான் கூலியே கூடுது. அதுவும் பத்து ரூபாவா... அதுக்குள்ள அவசரப்பட வேண்டாம். கூட்டத்துல எல்லாரும் அவங்க அபிப்ராயம் சொல்லுவாகல்ல... அப்புறம் நிர்வாகத்துடன் பேசுவோம்.” செல்லக்கருப்பி நிதானமாகப் பேசினாள்.

ஓணம் பண்டிகைக்கு இன்னும் கொஞ்சநாள்தான். “ஓணம் வந்தால் மழை ஓடிப்போகும்” என்ற பழமொழிகூட உண்டு. பூத்துக் குலுங்கும் பூக்களை வாசல் எங்கும் கோலமிட்டு மகாபலி மன்னனை வரவேற்கும் விழாக்காலம். ஓணப்பந்து ஓண ஊஞ்சல் ஓண விளையாட்டுகள் என்று அத்தம் முதல் பத்து நாட்களும் கொண்டாட்டம்தான். எஸ்டேட் வீடுகளில் பஞ்சமும் பசியும் இல்லையோ எனத் தோன்றும் அளவு மகிழ்ச்சி ஆரவாரத்துடன் மங்கல முற்றங்கள் பூக்கோலம் கொள்ளும்.

வருடத்துக்கு ஒருமுறை கிடைக்கும் போனஸூம் மூன்று வருடத்திற்கு ஒருமுறை கிடைக்கும் ஊதிய உயர்வும் எதிர்பார்த்து வருடம் முழுவதும் உழைக்கும் உள்ளங்கள். ஆனால் மாயன் கொண்டுவந்த செய்தி கலக்கத்தை ஏற்படுத்த கொழுந்து எடுப்பதை நிறுத்திவிட்டு வேலையாட்கள் குழுக்களாகப் பிரிந்து நின்று பேச ஆரம்பித்தனர். செல்லக்கருப்பியின் மனதில் தில்லான் ஏற்றிவைத்த காதலின் வெளிச்சம்கூட மங்கலாக எரிவதுபோல் தோன்றியது.

“அரைமாசக் கூலி போனஸூ அப்புறம் கூலி பத்து ரூபா கூட்டித் தருவாக... எஸ்டேட் ஆஸ்பத்திரிக்கு டாக்டரோட இரண்டு நர்ஸ்.. கம்பளிக் காசு... இந்த வருசம் இதுக்க மேல தர மாட்டாங்க போல...” மாயன் மீண்டும் கவலையோடு பேசினான்.

“அப்ப வீட்டுக்குள்ள கக்கூசு கட்டித்தர மாட்டாகளா...” சிவகாமி கேட்டாள்.

“ஏ புள்ள... இப்ப நீ பேலாமலா இருக்க?... அதுதான் பொதுக் கக்கூசு மூணு இருக்குல்ல.” கங்காணியின் பேச்சு கருப்பிக்கு எரிச்சலை மூட்டியது.

“கங்காணி நீரு மேனஜருக்கு ஏண்டுட்டு பேசறது மாதிரி இருக்கே. கதவும் தண்ணியும் இல்லாத கக்கூசுக்கு நீருதான் காவலோ..!.” கருப்பி எப்போதும்போல் வார்த்தைகளால் அவரை அறைந்தாள்.

“மாயண்ணா... உம்பேச்சுகூட என்னமோ மாதிரித்தான் இருக்கு.. ஏங்கிட்டு கெடக்குற மனச புரிஞ்சுக்காம ஏதோ விட்டோம் தொட்டோம்னு அலச்சியமா பேசுற மாதிரியில்ல தெரியுது...” அடுத்து மாயன் மேல் திரும்பினாள்.

“மக்களே என்ன பேச்சு பேசற... அப்படியெல்லாம் பேசாத. கூலி உசரணும்னு எனக்கு ஆசயில்லையா... ஆபீஸூக்கும் பங்களாவுக்கும் எத்தன மொற நடந்தேன். இதுவரை ஏன் நோட்டிஸூ குடுக்கலனு மேனேஜரு சார்டயே தைரியமா

கேட்டுத்தான் வாரேன். இந்தக் கங்காணிதான் சாச்சி...” முகம் வாடிப்போனது மாயனுக்கு. பேச்சுவாக்கில் மாயன் தன்னையும் இழுத்துப்போட்டது மாடசாமி கங்காணிக்குப் பிடிக்கவில்லை. முன்போல் அவர் மேல் இருந்த பயமும் பலருக்கும் குறைந்துகொண்டிருப்பதை எப்படி சரி செய்யலாம் என்ற எண்ணத்தில் இருந்தவனுக்கு மாயனின் பேச்சு எரிச்சலைத் தந்தது.

“சரி சரி... வேலையப் பாருங்க. ஐயா வந்திரப் போறாரு...” கங்காணி, கருப்பியிடம் வாங்கிய அடியையும் மறைத்தபடி அதட்டினார்.

“ஆறு மணிக்கு லீடர அழைச்சுட்டு வாரேன். கோவிந்தன் வீட்ல இன்னிக்கு சாந்தரம் கூடுவோம். அவன் பொண்டாட்டி ஓடிப்போன பிறகு ஒத்தைக்குத்தானே கெடக்கான். நீ அவன் வீட்ட துப்புரவாக்கிப் போடு. நான் எல்லாரையும் கூட்டிட்டு வாரேன். கங்காணி நான் வாரேன்...” என்றபடி மாயன் சேற்றில் வழுகிப்போவதுபோல் குறுக்கு வழியாக வேகமாக இறங்கினான்.

“என்ன அநியாயம் பாரு கருப்பி... என் வீட்டில பொட்டப்புள்ள வளர்ந்து வரா... இன்னும் வெளிக்குப் போக தோட்டத்துக்குப் போகணும்னா வயசுப்புள்ள வெக்கப்படுறா... நம்மள மாதிரி இல்ல இப்ப.” சிவகாமி கலங்கினாள்.

ஏதோ நீர்க்குமிழிகள் காட்டிய வானவில்லாய் தங்களது கோரிக்கைகள் எல்லாம் ஏமாற்றத்தில் முடிந்துவிடும் எண்ணமே வேதனையைத் தந்தது. மழை சேறு வழுக்கல் அட்டை எதுவுமே தெரியாமல் தேயிலைக்கு மேலே போடப்பட்ட மூங்கில் குச்சிக்கு மேலாக நீண்டிருந்த இலைகளைத் தரம் பார்த்து இயந்திரத்தனமாக பறித்துக் கூடையில் போட்டன கைகள்.

சில ஆசைக் கனவுகள் வந்த வேகத்தில் கலைந்துவிடுமோ என்ற கலக்கம் எல்லோர் கண்களிலும்.

முத்துமணி பாட்டியும் நெடுங்காடு ஆஸ்பத்திரிக்குப் போவதாகச் சொல்லிவிட்டு இன்று வரவில்லை. குளிருக்கு இதமாக ஏதும்

கிடைக்கவுமில்லை. ஆனால், செல்லக்கருப்பியின் உயிருக்கே வருடலாய் தேயிலை நிறுவைக்களத்தில் தில்லான் நின்று கொண்டிருந்தான்.

தேயிலைக் கொழுந்தைக் கொட்டி அதில் முற்றிய இலைகள் காம்புகள் கிடப்பதைத் தூய்மைப்படுத்தும் அந்த இடைவெளியில் தில்லான் கண்களில் அன்பும் ஆசையும் பொங்கி வழிந்து காதல் விளக்கை மீண்டும் தூண்டிவிட்டது. இவன் எங்கிருந்து வந்து சேர்ந்தான்..? இத்தனை இடர்களுக்கிடையிலும் மனம் பதிக்க ஒரு பொருளாய் முன் நிற்கிறான். காதலைத் தோற்கடித்து வெளியேறத் துடித்தது மனது. இது காதல்தானா என உடனே சந்தேகப்பட்டுத் தன்னையே கேட்டுக்கொண்டாள். எப்படி இருந்தாலும் குளிர்காலத்துப் போர்வை போல் அவன் பார்வை இதமாக இருந்தது. அவன் மீது உருவான ஈர்ப்பு, வாழ்க்கையை வசந்தகாலமாக்கிவிடும் என்ற நம்பிக்கையுடன் உற்சாகமாக நடந்தாள்.

9

பூக்கள் பூத்த மாலைவானம் சிவந்து கிடந்தது. செல்லக்கருப்பி மனதுக்குள் மலையுச்சிக் காற்றுபோல் காதல் வேகமாக வீசத்துவங்கியது. தில்லானின் காதல் அவளை மகிழ்ச்சி நிறைந்த ஒருத்தியாக அந்தக் காட்டில் உலவச் செய்தது. இத்தனை நாள் கனத்த கொழுந்துக்கூடை அவன் நிற்கும் நிறுவைக்களத்திற்குச் செல்லும்போது உந்துசக்தியாக உருமாறி விடுகிறது. அவனும் ஆயுதப்புரை காவலை எப்போதேனும் செய்பவனாய் செல்லக்கருப்பியுடனான காதலை எப்போதும் செய்பவனாய் மாறிக்கொண்டிருந்தான்.

மகன் பிறந்தபோது வாழ்க்கையின் மீது ஒரு பிடிப்பு வந்தது. அவனது ஒவ்வொரு அசைவும் வளர்ச்சியும் கணவனால் ஏற்பட்ட வலிகளைத் தாங்கும் வலிமையைத் தந்துகொண்டிருந்தன. ஆனாலும் வழ்க்கையின் பல்வேறு ஏக்கங்களால் மனதில் வெறுமை நிறைந்து வழிந்தது.

அந்த உறவை முற்றிலுமாகத் தூக்கிவீசி இனி மகனின் எதிர்காலமே தன் வாழ்க்கை என்று உறுதிகொண்டபின் காலம் இப்படி ஒரு மாற்றத்தை தரும் என்று எதிர்பார்க்கவே இல்லை. சூழ்நிலைகளில் வரும் பல்வேறு மாற்றங்களிலும் காதல் வளர்ந்துகொண்டே இருந்தது யாரும் கவனிக்கப்படாமலே

காற்று வாங்கிக்கொண்டிருந்த அவள் தோட்டத்தில் வேலியற்ற பெருஞ்சுவர் எழுப்பியிருந்தாள். அந்தக் கோட்டைச் சுவரைக் கடக்கும் வல்லமை யாருக்கும் இருந்ததில்லை.

அதன் கர்வத்தில்தான் அவள் கம்பீரமாக நின்றாள். மாடசாமி கங்காணி மட்டுமல்ல; நெடுங்காடு சந்தைக்குப் போகும்போதும் அவள் அழகைத் தனிமையைச் சாதகமாக்கிட பலரும் முயன்றிருக்கிறார்கள். எங்கும் தடுமாறியதில்லை. வளர்ந்துநின்ற மகனும் அனுபவித்துவிட்ட வலிகளும் அவளுக்கும் உணர்ச்சி இருக்கிறது என்பதையே மறக்கச் செய்திருந்தது.

இவனிடம் அப்படி என்ன அதிசயத்தைக் கண்டாள். எல்லோருக்கும் பிடிக்கும் விதமாக நடந்துகொள்கிறான். ஆறுதலாகப் பேசுகிறான். அன்பாக இருக்கிறான். எல்லாவற்றிற்கும் மேலாக அவளைப் போலவே அனைத்தையும் ரசிக்கிறான். அதனால்தானா அவள் மன மேடையில் சலங்கை கட்டி அரங்கேற்றம் நடத்திவிட்டான். அவன் ஆட்டத் திமிர்ப்பில் காவல்கோட்டை உடைந்து சிதற, கர்வம் கரைந்து காதலாக மென்மையாக மிதப்பதைப் போலிருந்தது. அவளது அகன்ற விழிகள் காதலின் படிக்கட்டுகளாக அவன் இறங்கி மனதில் இடம் பிடித்துவிட்டான். அவன் நினைப்புடனே வீடுவந்து சேர்ந்து விட்டாள். சந்திராவும் பானுவும் முற்றத்தில் ஏதோ செடிகளை நட்டுவைத்துக் கொண்டிருந்தார்கள்.

“கருப்பி இப்பல்லாம் கூடவே வர மாட்டேங்குத...காலு, கொழுந்துப்புரையையும் ஆயுதப்புரையையுமே சுத்துது...” முகம் கழுவவந்த கருப்பியிடம் பானு கிண்டலாகக் கேட்டாள். கருப்பியின் முகம் சிவந்து போனது.

“ஏட்டி.... வெக்கம் வருதோட்டி....” சந்திரா ஆரம்பித்தாள்.

“போட்டி.... சும்மாயிருங்கட்டி. உள்ள அம்ம காதுல விழப்போவுது.” கருப்பிக்கு தான் காதலில் சிணுங்குவதாய் தோன்றியது.

“சரியா வருமாட்டி.... ஒண்ணுல பட்டு அனுபவிச்சுட்ட....

அவுகல்லாம் பெரிய எடம். கலியாணம் காச்சி பாக்காதவன். நீ காட்டுல கெடக்குறவ. அவரு நம்மாளுகளும் இல்ல... பாக்க நல்லவனா தெரியுறாரு. உனக்கு ஒரு நல்லது நடந்தா எங்களுக்கெல்லாம் எம்புட்டு சந்தோசம். ஆனா, எனக்கென்னமோ போல இருக்குட்டி...” சந்திரா கண்கலங்கினாள்.

“கருப்பி அவரு என்ன சொல்லுதாரு... பெரிய அய்யாக்கு விசயம் தெரியுமா... அவரு என்ன சொல்லுதாவோ...” பானு ஆவலோடு கேட்டாள்.

“வீட்ல பேசி உடனே கலியாணம் பண்ணிக்கலானுதான் சொன்னாரு. அவரு சொன்னா யாரும் மறுபேச்சு பேச மாட்டாங்களாம். நான்தான் அடுத்த தை மாசம் பாத்துக்கலானு சொல்லிருக்கேன். இந்தக் கூலி உயத்துறது... போனஸு எல்லாம் பேசி முடிவுக்கு வரட்டும். அப்புறம் அதப்பத்தி பேசலானு...”

“ஏட்டி கத அந்த அளவுக்குப் போச்சா... நான் சீனிய கட்டுறதுக்குள்ள உங்க கலியாணம் நடந்திடும் போல...” பானு மகிழ்ச்சி தாங்காமல் துள்ளினாள்.

“இல்லட்டி.... உன்னையும் சீனியையும் சேத்துவச்சுட்டுத்தான் மத்ததெல்லாம். ஏட்டி.... லீடரும் மாயண்ணனும் வருவாக. கோவிந்தன் வீட்ட துப்புரவு பண்ணணும்.”

“கருப்பி, மாடசாமி கங்காணி வந்தா ஏதும் பேச்சு வச்சுக்காத. உம்மேல வெறியோட அலையுறான். நீ தில்லானோட பேசுறதையும் சிரிக்கறதையும் என்ட்ட ஒரு மாதிரி சொன்னான்.” சந்திரா எச்சரித்தாள்.

“நீ இன்னுமா அவன்ட்ட பேசிட்டுருக்க... உனக்கு மண்டைல களிமண்ணா... புள்ள வளந்துட்டான். இன்னும் பேச்ச வளத்த... அப்புறம் உனக்கு ஏண்டுட்டு ஒரிக்கலும் நான் வர மாட்டேன். பாத்துக்க...”

“அவ இப்ப பேசுறதே இல்லட்டி. மட்டக்காட்டுல கொழுந்து அள்ளிப்போடயில அந்த மாடசாமி கங்காணி வலியவந்து

பெனாத்திக்கிட்டு கெடந்தான். இவ எதுவுமே பேசல... அப்பத்தான் உம் பேச்சயும் பேசினான்...” பானு, சந்திராவுக்காகப் பேசினாள்.

“அப்ப நா எங்க போனேன்...”

“நீ பார்வதியக்காவுக்கு மலகொளவி கொட்டுருச்சினு எஸ்டேட் ஆஸ்பத்திரிக்குக் கூட்டிட்டிப் போயிருந்த...”

தேயிலைக்காடுகளில் மலைக்குளவி தொல்லை மிக அதிகம். தேயிலைக் கிளைகளையும் மண்ணையும் சேர்த்துப் புற்று போலக் கூடமைக்கும். கொழுந்தெடுக்கும் பெண்கள் அறியாமல் அதைக் கலைத்துவிட்டால் அது உயிர் போகும் அளவிற்குக் கொட்டிவிடும். தீப்பந்தம் வைத்தே அவற்றைக் கலைக்க முடியும். நல்லகாலமாக பார்வதியை ஒன்றிரண்டு மட்டும் தாக்கியதால் அன்று பெரிதாய் ஒன்றும் பாதிக்கவில்லை.

ஒருமுறை செல்லக்கருப்பியின் மீதுள்ள ஆத்திரத்தில் குளவி கூடமைந்த இடத்தில் நிரை காட்டிக் கொடுத்தான் மாடசாமி கங்காணி. சிவகாமி அதை மெல்லமாய் கருப்பியின் காதில் சொல்லிவிட நிரை எடுத்து முடிந்தவுடன் பெண்கள் அனைவரும் தந்திரத்துடன் திட்டம்போட்டுத் தலையில் சாக்கால் மூடிக்கொண்டு குளவிக்கூட்டைக் கலைத்து விட்டார்கள். பெண்களையே வேடிக்கை பார்த்துக்கொண்டிருந்த கங்காணியை ஒன்றிரண்டு பதம் பார்த்துவிட்டது. மறுநாள் உதடு வீங்க காட்டுக்கு வந்த கங்காணியைப் பார்த்ததும், “ராணியக்கா இப்படியா முத்தம் கொடுத்தா?” என்ற மாலதியின் கேள்விக்கு அனைவரும் கொல்லென்று சிரிக்க, “குளவி கொட்டுனா கடிச்சா உமக்கும் வலிக்குமோ...” உமக்கும் என்பதை அழுத்தினாள் செல்லக்கருப்பி.

“நான் மருந்துவைக்கப் போகையில மாடசாமி பேச்சுக் குடுத்தானோ? ஏட்டி.... நீ சொன்னப்புல நான் இல்லாத நேரத்தை கங்காணி எனக்கு எதிராகப் பயன்படுத்துவதா தோனுதுட்டி.... கவனமாக இருக்கணும். இன்னும் சந்திராவ

அண்டவிடக் கூடாதுட்டி...” கருப்பியின் பேச்சுக்கு பானு தலையாட்டிக்கொண்டே இருக்க, செல்லக்கருப்பி, சந்திராவிடம் மன்னிப்புக் கேட்பதைப் போல அன்போடு அணைத்துக் கொண்டாள்.

மாலதி முற்றத்தை அழகாகக் கூட்டி கோலமிட்டு வைத்திருந்தாள். அவள் வீடு முளைப்பாரிக்காக மாறிப்போனதும் எல்லோரும் வந்து சாமி கும்பிடுவதும் கும்மி அடித்துப் பாடுவதும் அவளை மிகவும் மகிழ்ச்சியாக வைத்திருந்தது.

எல்லாவற்றிற்கும் மேலாக சிவகாமியும் காப்புகட்டி முளைப்பாரி வைத்து தினமும் அவள் வீட்டுக்குள் நுழைவதில் பெருமிதம் பொங்கி வழிந்தது. மாலதி வீட்டுக்குப் பக்கத்து வீடுதான் கோவிந்தனுடையது. வாசல்கதவு லேசாகத் திறந்திருந்தது. வெளிச்சப்பொட்டுகூட இல்லாமல் இருளடைந்து கிடந்தது.

“காவச்சாமி...காவச்சாமி... உள்ளதான் இருக்கியா?” மாரியம்மாவுடன் சேர்ந்து கோவிந்தனை அப்படியே அழைத்துப் பழகிப்போனது இப்போது யாரையோ அழைப்பதுபோல அவளுக்கே தோன்றியது. வீட்டுக்குள்ளிருந்து எந்தச் சத்தமும் கேட்கவில்லை. செல்லக்கருப்பி, கோவிந்தன் வீட்டுக்குள் பல ஆண்டுகளுக்குப் பின் இப்போதுதான் நுழைகிறாள். ஆற்றில் கூட அவனைப் பார்க்க முடிவதில்லை. பெரிய அய்யா, நிர்வாகி, செயலர், கணக்கர் அடங்கிய அலுவலக அறையில் எடுபிடி வேலை செய்யும் ‘பெரட்டுப் பொடியன்’ வேலைதான் இப்போது பார்க்கிறானாம். காட்டில் வேலை செய்யத் தெம்பில்லாதவர்களுக்குக் கொடுக்கும் எளிய வேலைகளில் அதுவும் ஒன்று. உடலால் கடினமாக உழைக்க முடியாதவர்கள் செய்யும் வேலையைக் காளைபோல் திரிந்தவன் செய்துகொண்டிருக்கிறான்.

ஆயுதப்புரைக்கே கம்பீரமாகக் காவல் காத்தவன். அப்படிப்பட்ட ஒரு வேலையில் இவன் எப்படி சேர்ந்துகொண்டான்?

பூங்குன்றம் தேயிலைத் தோட்டம் வனங்கள் சூழ அமைந்தது.

அதன் எல்லைகளில் பெரு மரங்கள் நிமிர்ந்து நிற்கும். பக்கத்திலே காப்பித்தோட்டமும் ஆரஞ்சுத் தோட்டமும் அமைந்திருக்கும். உறுதியான முள்வேலிகளால் அமைந்த தடுப்பையும் தாண்டி காட்டு விலங்குகள் தேயிலைத் தோட்டத்துக்குள் புகுந்து விடுவதும் உண்டு. யானை, கரடி, சிறுத்தை, ஓநாய், மான்கள், காட்டெருமைகள் முதல் விதவிதமான பறவைகளும் உட்காட்டில் நிறைந்திருக்கும்.

ஆரம்பக் காலகட்டங்களில் வெள்ளைக்காரத் துரைகளுக்காக காட்டெருமை, பன்றி, மான் போன்றவற்றை வேட்டையாடப் போன கூலிகளும் உண்டாம். அவர்களுக்காக சமைத்துப்போட்டு மிச்சம் மீதியை ஓரமாக உட்கார்ந்து தின்று கொண்டிருக்குமாம் அந்த வேட்டையாடிய வீரம். அவர்கள் தங்களை உணர்ந்து எதிர்ப்பைக் காட்டும் முன்னரே காலம் மாறிவிட்டிருந்தது. இப்போதெல்லாம் யாரும் வேட்டைக்குப் போவதில்லை என்றாலும் விலங்குகள் சில நேரம் தேயிலைக் காட்டுக்குள் நுழைந்துவிடும். ஆயுதப்புரைக்கு மட்டும்தான் பொறுப்பு என்றாலும் கோவிந்தன் காவல்காரர்களுடன் துணிந்து விலங்குகளை விரட்டப்போவான். பயமே இல்லாமல் காட்டைச் சுற்றிக்கொண்டிருந்தவன் இப்படி மாறிப்போனானே.!

இப்போதெல்லாம் எப்போது வருகிறான் எப்போது போவான் என்றுகூடத் தெரியாமல் மறைந்து வாழ்கிறான். மனைவி வள்ளியுடன் காட்டுயானை போல காட்டைச் சுற்றி வந்தவன், தாடியும் மீசையுமாகத் திண்ணையில் முடங்கிக் கிடந்தான்.

மதிலோடு மதிலாய் ஒட்டிக் கிடந்தவனைப் பார்க்க எரிச்சலாக வந்தது.

‘இவனுக்கு என்ன கை கால் நோவா... உழைக்குற காசுல ஒரு கம்பளி வாங்க முடியாதா, முட்டாளா கெடக்கான். உலகம் பெருசு. ஒருத்தி போனா சாவணுமா... பெரிய பாசக்காரி போயிட்டானு இப்படிப் பதுங்கிவாழ இவன் என்ன தப்பு செஞ்சான்.?’ ஒரு கணம் பரிதாபம் வந்தது.

குளித்து பல நாட்கள் இருக்கும் போலிருந்தது. ஆடைகள் அழுக்காக இருந்தன. அவன் தோற்றம் கண்டதும் செல்லக்கருப்பிக்கு அழுகை முட்டிக்கொண்டு வந்தது. எப்படி வாழ வேண்டியவன் தெருவில் கிடக்கும் நாய் மாதிரி கிடக்கிறான். இந்தத் தோட்டத்தில் கூலிகளாக வாழ்வதே கொடுமைதான் என்றாலும் குடும்ப வாழ்க்கை மகிழ்ச்சியாக இருப்பவர்கள் உறவுகளுடன் சேர்ந்து துன்பங்களை இன்பங்களாக மாற்றி சகித்துக்கொள்கிறார்கள். இவன் ஆசை ஆசையாக எண்ணி உருவாக்கிய கனவு கண்டு ஆசை தீருமுன் கலைந்து போயிருந்தது. செல்லக்கருப்பியின் மனது ஈர விறகுகளைப் பற்றவைத்த அடுப்பாய் புகைந்தது.

ஒரு கையில் விளக்குமாறும் செம்பில் கடுங்காப்பியும் வைத்துக்கொண்டு நுழைந்த கருப்பியைப் பார்த்து திகைத்தான். கையிலிருந்த கடுங்காப்பியை டம்ளரில் ஊற்றி, “இந்தா குடி...” என்றாள். அவன் தயங்கினான். வாங்க மறுத்தான். அவள் ஏதும் பேசாமல் டம்ளரை அவன் அருகில் வைத்துவிட்டு உள்ளே நுழைந்தாள்.

செல்லக்கருப்பி பத்தாம்வகுப்பு படிக்கப் போகும்போது சந்திரா, பானு, மேல் லயத்தில் இருந்த மாரியம்மா, சிவகாமி அந்தோணி கணக்கர் மகள் எலிசபத் எல்லோரும் ஒன்றாகத்தான் நெடுங்காடு பள்ளிக்கூடம் போவார்கள். கலகலவெனச் சிரிப்பும் கேலியுமாக ஒத்தையடிப்பாதை வழீ போகும்போது கோவிலின் கீழ் பக்கமாக இருக்கும் ஆயுதப்புரையில் காவலுக்கு இருப்பான் கோவிந்தன். நீளமான ஒரு கோலும் சின்னதாய் ஓர்அரிவாளும் டார்ச்சும் அவன் கையில் எப்போதும் இருக்கும். மாரியம்மாவுக்கு அவனை மிகவும் பிடிக்கும்.

“செல்லக்கருப்பி, காவக்காரச்சாமி உட்காந்து இருக்கு பாரு...” என்று கேலி பேசுவாள். கோவிந்தனும், “என்ன காட்டுச்சிலம்பன்களா, பள்ளிக்கூடம் போறிகளா... வாத்தியாரு பாவம்.” என்பான் கிண்டலாக.

“நான் படிக்கப் போகல. நீ என்னைக் கட்டிக்க.” என்பாள்

மாரியம்மா. விளையாட்டாகச் சொன்னாலும் அவள் மனசு முழுதும் அதுதான் ஆசையாக இருந்தது.

"ஓஹோ.. என் மாமா மகளுக்கு அப்படி ஒரு ஆசை இருக்கோ... இங்க பாருட்டி காட்டுச் சிறுக்கி. ஒழுங்கா படிக்கிற வேலையைப் பாரு. இல்லைனா இந்தக் கொழுந்துகாடுதான் உனக்கு! உங்க அக்கா ஒருத்தி இருக்கா இல்ல... அங்க தூத்துக்குடியில அவளுக்கு என்ன பதில் சொல்லுவ..?"

"ஆமா... அக்கா உன்னத்தான் கட்டிக்கணும்னு அடம் பிடிக்கிறாளாக்கும்? அவமட்டும் கொழுந்துக் காட்டுக்கு வந்துருவாளோ... அவளுக்கு அங்க டவுனு மாப்பிள்ளைக எத்தனை பேரு... அதுக்கு சினிமான்னா உசுரு. இங்க ஓட்ட கொட்டகையில உங்கூட படம் பார்க்க வரும்னு நினைச்சிக்கிட்டு இருக்கயா..."

மாரியம்மா சொன்னதெல்லாம் உண்மைதான் என்று கோவிந்தனுக்கும் தெரியும். ஆனாலும் சீவி சிங்காரித்து நடிகை போல அழகா இருக்குற வள்ளியை எப்படி விட்டுவிட முடியும்?

"அவ அழகுக்கு நான்தான் பொருத்தம்ட்டி. அப்படி சட்டையும் வேட்டியும் போட்டு முன்னால நின்னா, டவுனு மாப்பிள்ளை டவுசர் கிழிஞ்சுடும்ட்டி..." கோவிந்தன் சொன்னதோடு மட்டுமல்ல; போய் நின்றான். அவன் அழகும் கம்பீரமும் டவுனு மாப்பிள்ளைகளை ஓரமாய் தள்ள வள்ளி ஒய்யாரமாய் அவனுடன் மணமாகி வந்தாள்.

கோவிந்தனுக்குப் பெருமை தாங்கவில்லை. இந்த தேயிலைச் செடிகளும் மரங்களும் பறவைகளும் மனிதர்களாகவே இருந்துவிடக் கூடாதா... தங்கள் ஜோடிப்பொருத்தத்தைப் பேசிப்பேசி வயிறெரியக் கூடாதா என்று நினைத்தான். மாடசாமி கங்காணியின் மனைவியும் டவுனில் இருந்து வந்தவள்தான். அதனாலேயே வள்ளியுடன் ஒட்டிக்கொண்டாள்.

ஆனால், வள்ளிக்குத்தான் இங்கு எதுவுமே ஒட்டவில்லை. வருடத்தில் முன்னூறு நாளும் மழையும் குளிரும் காற்றும்...

எந்தப் பொழுதுபோக்கும் இல்லை. நெடுங்காடு இறங்கிப்போய் ஒரு சினிமா பார்ப்பதற்குள் போதும் போதும் என்றாகிவிடும். காட்டுக்குள் சிறு சிறு கோவில்களும் எப்போதேனும் வந்துபோகும் சில வெளியாட்களும் எல்லோரும் ஒன்றாகக் குளிக்கும் ஓடையும் ஒதுங்குவதற்கு யாரும் பார்க்காதபோது ஒளிந்து போகவேண்டிய தேயிலைக் காடும் கப்பைக் கிழங்கு, பெரிய பெரிய தவிட்டு அரிசி, மாட்டுக்கறி எப்போதேனும் மீனும் கோழியும்... வெறுப்பு மெல்லமெல்ல கணவன் மீது படர ஆரம்பித்தது. கிடைக்காத வரம் கிடைத்த மகிழ்வில் கொண்டாடி நடந்தவனுக்கு மனைவியின் மன மாற்றத்தை உணர முடியவில்லை.

கோவிந்தன் இரவு காவலுக்குப் போகும் நேரம் செல்லக்கருப்பியின் வீட்டில்தான் வந்து படுத்துக்கொள்வாள் வள்ளி. காலையில் எழுந்து போகும்போது அவள் பூசியிருந்த சென்ட் பாயில் மணக்கும். அப்புறம் சிறிதுநாளிலே தனியாகத் தூங்க ஆரம்பித்துவிட்டாள். ஒருநாள் திருச்செந்தூரிலிருந்து புதிதாய் எழுத்தர் வேலையில் சேர்ந்திருந்த குமாருடன் அவள் போய்விட்டாள் என்று தெரியவந்தது. எப்படிப் பழகினாள் எப்படிப் போனாள் என்று யாருக்குமே தெரியவில்லை. மாடசாமி கங்காணி மட்டும், “ஏலே... கடல்ல கெடந்தத காட்டுல போட்டா வாழுமாலே... அது இன்னொரு கடலுக்குப் போயிடுச்சு...” என்று கெக்கக்கே எனச் சிரித்து நையாண்டி செய்ய தலையில் அடித்துக் கதறியபடி வீட்டுக்குள் முடங்கியவன்தான் கோவிந்தன்.

வீட்டுக்குள் சின்னக் கயிற்றுக்கட்டிலில் வள்ளியின் புடவை அழகாக மடித்து வைக்கப்பட்டிருந்தது. மற்ற இடங்களெல்லாம் தூசியும் ஒட்டடையுமாக அழுக்கடைந்திருந்தது. பத்து வருடமாக ஒரு மனிதன் இப்படி வாழ்ந்து கொண்டிருப்பான் என்பதை நம்பவே முடியவில்லை. இந்தத் தேயிலைக் காடுகளில் அவமானத்தை உடுத்திக்கொண்டு அழுக்காக கிடக்கிறான். மிடுக்கான தோற்றத்துடன் காவல்காரனாக உலாவந்தவன் கூனிக்குறுகி எடுபிடி வேலை செய்யும் பொரட்டுப்

பொடியன் ஆகிவிட்டான். யானை மெலிந்தால் தொழுவத்தில் கட்டுவார்களா..?

பாவமாக இருந்தது. வீட்டைப் பெருக்கி சுத்தம் செய்துவிட்டு வெளியே வரும்போது அவன் அங்கிருந்து போயிருந்தான். காலியான டம்ளர் மட்டும் அங்கிருந்தது. காப்பி உள்ளே போய் இருக்கு... சிரித்துக்கொண்டாள்.

10

மாலைவெயில் நிழல் மரங்களுக்குப் பொன் தோரணம் கட்டத் துவங்கியிருந்தது. இருளுவதற்கு முன் வண்ணக்கலவை காட்டி வானம் பல்வேறு மாயங்களைச் செய்யும். என்ன நடந்தாலும் அந்த அழகில் ஒருமுறையாவது விழிகள் நின்றுதான் தாழ்கின்றன.

வீட்டு முற்றத்தில் மேய்ந்துகொண்டிருந்த கோழிகளை எல்லாம் உயரமான கூட்டுக்குள் அடைத்தாள் கருப்பி. ஆடு மாடு கோழிகள் என்று அவரவர்களுக்கு விருப்பமானவற்றை வளர்ப்பதற்கு எஸ்டேட் அனுமதியளித்திருந்தது. மாடுகளைத் தோட்டத்தில் மேயவிடாமல் பார்த்துக்கொள்ள வேண்டும். மாடுகளை மேய்க்க சிலரை நியமித்து தொழிலாளர்களின் கூலியிலிருந்து பிடித்துக்கொள்ளும் சிறு தொகை மாட்டுக்காசாக வழங்கி அவர்களுக்குப் பேர் போடப்படுகிறது.

எஸ்டேட் வேலைகள் செய்ய முடியாதவர்களுக்கு ‘லைட்வொர்க்’ என வெள்ளையர்கள் ஏற்படுத்திய எளிய வேலைகள் வழங்கப்படுகின்றன. அதில் இந்த மாடு மேய்த்தலும் ஒன்று. ‘பேர் போடுதல்’ என்பது அவர்களது தினசரி வருகைப்பதிவு போல் கணக்கிடப்படுகிறது. தொடர்ந்து வேலைகளில் நிலைத்து நிற்கவும் போனஸ் மீதி என்று கணக்காக்கவும் உதவுகிறது.

அதனாலே தள்ளாடும்போதும் உடல்கள் தளர்ந்துவிடும்போதும் பேர் போட என்று ஏதேனும் வேலைகளை ஓய்வின்றி செய்கிறார்கள்.

கோழிகளை வளர்ப்பது பெரும்பாடுதான். சமயம் பார்த்து நரிகளும் கீரிகளும் மரநாய்களும் கௌவிக்கொண்டு போய்விடும். பச்சைக்கடல்போல் அமைதி கொஞ்சும் தேயிலைத் தோட்டத்தின் ஆழத்தில் எல்லா ஆபத்துகளும் நிறைந்துதான் இருக்கின்றன. அனைத்தும் எளிதாகத் தோன்றும் கடினமான வேலைகள். இந்தக் காட்டுக்குள் ஒவ்வொன்றையும் கவனமாகப் பத்திரமாகப் பாதுகாக்க வேண்டி இருக்கிறது.

“அம்மா கிரவுண்டுக்குப் போறேம்மா...” முகிலன் கையில் பந்தைவைத்து உருட்டிக்கொண்டிருந்தான்.

தூரத்தில் தில்லானும் கண்ணனும் பானுவின் தம்பி ரஹீமும் நின்று கொண்டிருந்தார்கள்.

“கவனமா விளையாடு. மழையில வழுக்கிக் கிடக்கு...” அவள் சொல்லி முடிக்கும் முன்னால் அனைவரும் கிரவுண்ட் பக்கமாக நடக்கத் துவங்கியிருந்தார்கள்.

மேல் லயத்தின் பக்கமாகப் பொட்டலாகக் கிடந்த இடத்தை தில்லானும் சிலரும் சேர்ந்து விளையாட்டு மைதானமாக மாற்றிவிட்டிருந்தார்கள். மழைகூட பெரிதல்ல என்று மாலை நேரங்களில் விளையாடிக் கொண்டிருந்தார்கள்.

“முகிலன் உன் தம்பியா...” தில்லான் வந்த சில நாட்களில் கேட்டான்.

“இல்ல... மகன்” என்றபோது அவன் விழிகள் ஆச்சரியத்தில் மலர்ந்தது மகிழ்ச்சியாக இருந்தது.

இதழ்கள் அசையாத மென்மை குரல். பொன்நிறம். எப்போதும் காற்றோடு கதைபேசிக் கொண்டிருக்கும் சற்று நீளமான முடி. அதை அடிக்கடி பின்னால் தள்ளிவிடும்

நீளமான விரல்கள். அவனுக்குள் ஏதோ தன்னை இழுத்துப் போகிறது. பெரிய கண்கள் வழியாகத் தவறி அவன் மனதில் நானும் விழுந்துவிட்டேனோ... ஏன் இப்படிப் பார்க்கிறான்.? என்றெல்லாம் செல்லக்கருப்பியின் மனம் இனிப்பாய் குழம்பியது. எப்போதும் தேயிலை நிறுவை செய்யும் இடத்தில் அவளுக்காகவே காத்திருப்பதுபோல் நிற்கிறான். கணக்கர் அந்தோணியுடன் நல்ல நட்பு வைத்துக்கொண்டான். ஒவ்வொருவராய் சாப்பிடக் கிளம்பிப்போனதும் செல்லக்கருப்பி கண்களால் பேசிக்கொண்டே தயங்கியபடி நகருவாள். அவன் கண்கள் போகாதே என்று கெஞ்சுவதைப்போல் தோன்றும். அவள் கூட்டத்தோடு கலந்துகொள்ள ஓடுவாள். அப்போதெல்லாம் குவித்துப்போட்ட பச்சைக் கொழுந்தின் இதமான வாசனையுடன் செல்லக்கருப்பியின் சுவாசமும் கலந்திருப்பதாய் தில்லானுக்குத் தோன்றும்.

அவளைப் பார்த்த முதல்நாளே பிடித்துப் போனது. அவள் திருமணமாகி விவாகரத்து ஆனவள் என்றும் பதிமூன்று வயது மகன் இருக்கிறான் என்பதும் தெரிந்துகொள்ளும்முன்பே மனம் அவளிடம் கொஞ்சத் துவங்கிவிட்டது. அவளைக் காட்டில் பார்ப்பது போதாதென்று மாலையிலும் பார்ப்பதற்கென்றே விளையாட்டுத்திடலும் அவள் வீட்டுப் பக்கமாகவே அமைத்துவிட்டான். முகிலனின் தோளில் கையிட்டபடியே தில்லான் லேசாகத் திரும்பிப் பார்த்தான். அவன் விழிகளில் காதல்தான். இப்படி ஓர் ஈர்ப்பை கருப்பி இதுவரை உணர்ந்ததில்லையே..!

இன்றைய செய்தியாக மாயனும் சங்கத்தலைவரும் எதைக் கொண்டுவருகின்றனரோ என்பது ஒருபக்கம் உறுத்தினாலும் விழிகள் தில்லான் பின்னாலேயே சென்றன. கிரவுண்டுக்குப் போகச்சொல்லி மனம் நச்சரித்தது. எப்போதும் நடமாடும் தேயிலைக் காட்டிற்குள் அவள் தில்லானைப் பார்க்க ஒரு திருடி போல் ஒளிந்து மறைந்து போவதை நினைத்துச் சிரிப்பாக வந்தது.

கவாத்து செய்த மட்டக் காடுகளில் தளிர்கள் செழித்து நின்றன. கண்ணுக்குக் குளுமையாக தளதளவென்று வளர்ந்த குழந்தைகள் போல் நின்ற தேயிலைகளை அந்த வேகத்திலும் ரசித்தாள். கிரவுண்ட் பக்கம் வெட்டவெளியின் வெளிச்சம் மட்டுமே நிறைந்திருந்தது. இன்னும் கொஞ்சநேரத்தில் இருள் நிறைந்துவிடும். தூரத்துக் காற்றாடி மரங்கள் கருப்புக்கோடுகளாய் நிமிர்ந்து நின்றன. தில்லானைக் கண்டதும் விழிகளும் மனதும் படபடத்தன.

தில்லானின் வலிமையான உடலில் வேர்வை வழிந்தோடிக்கொண்டிருந்தது. விளையாட்டில் மும்முரமாக இருந்தான். முகிலனும் அவனுடன் போட்டி போட்டுக்கொண்டு விளையாடிக் கொண்டிருந்தான். செல்லக்கருப்பிக்கு மனம் பொங்கி வழிந்தது. ஏதோ நிறைவில் உயிர் அமைதியானது போல் தோன்ற, அதே மகிழ்ச்சியுடன் கோவிந்தன் வீட்டுக்குள் நுழைந்தாள்.

அப்துல்லா, பார்வதி, மாயன், மாடசாமி கங்காணி, லீடர் குருசாமி, நிர்வாகம் சார்பில் கணக்கர் அந்தோணி அனைவரும் வந்திருந்தார்கள். கோவிந்தன் திண்ணையில் உட்கார்ந்திருந்தான்.

சங்கத்தலைவர் குருசாமி மெதுவாக பேச ஆரம்பித்தார். “நாம கூலியை ஒயத்திக் கேட்டாலும் இப்ப இருக்கிற சூழ்நிலை ரொம்ப மோசமா இருக்கு. எஸ்டேட்டுகள் பலதும் மூடிக்கிடக்குது. அங்கிருக்கிற தொழிலாளிக நிலைமையை நாம் கண்கூடாகப் பார்க்கிறோம். தேயிலைக்கு சரியான விலை கிடைக்கலன்னு மேனேஜ்மென்ட்ல சொல்றாங்க. நட்டத்தில் தான் போகுதுன்னு பேசுறாங்க. ரொம்ப பிரச்சனை பண்ணினா எஸ்டேட் பூட்டிட வேண்டிவரும்னு சொல்றாங்க.”

“அதெப்படி முடியும்.? ஒரே மாதிரி சம்பளத்துல நாம எப்படி தொடர்ந்து வேலய பாக்க முடியும்..?” செல்லக்கருப்பி கேட்க, பேசாமல் இரு என்பதுபோல் மாயன் கையசைத்தான்.

“மார்க்கட்டில் இப்ப தேயிலைக்கு சரியான விலை இல்லை.

அரசாங்கம் மாறிமாறி வரும். ஓட்டுக்கு முன்னாடி யூனியன் பல நம்பிக்க வார்த்தைகளைத் தந்தாலும் நிலைமைய புரிஞ்சுக்கிட்டு ஏதும் பண்ணாமே விலகிடுவாங்க. இன்னும் வரும் வருஷத்துல நிலைமை ரொம்ப மோசமாகப் போகுதாம். எல்லா நாட்டிலிருந்தும் கொறஞ்ச விலைக்கு இறக்குமதி செய்ய ஆரம்பிச்சுட்டா நம்ம நாட்டுலருந்து போற தேயிலைக்கு விலை குறைஞ்சிடுமாம். அதனால நாம கூலிய கூட்டிக் கேட்பதில ஒரு நியாயம் வேணும்...” அந்தோணி மெல்லிய குரலில் எடுத்துரைத்தார்.

“எல்லாம் சரிதான். நாங்க என்னத்தை செய்ய... மாடு மாறி ஒழைக்குறோம். எங்க ஒழைப்புக்குத் தகுந்த ஊதியம் வேணாமா... மின்ன மாதிரியே கொத்தடிமைகளா கொடுக்குறத வாங்கிட்டு வாய பொத்திட்டு இருங்கணுங்கிறீங்களா...”

“பார்வதி நீ கேக்குறது நியாயம்தான். நாங்க என்ன செய்யமுடியும்? நிர்வாகத்திடம் பேசிப்பாக்கோம்.” லீடரால் அதற்கு மேல் எந்தப் பதிலும் கூற முடியவில்லை.

“ஒரு நாளைக்கு இருபது கிலோவுக்குக் குறையாம எடுக்கணும்... அதுக்குமேல எடுக்குறதுக்கு அதிக கூலி கிடைக்கும்னு மாஞ்சு மாஞ்சு எடுக்கிறாக. அதுல கங்காணிக்கும் பங்கு வரும்ல்ல...” அப்துல்லா, மாடசாமி கங்காணியைப் பார்த்துக் கேட்டார்.

“ஆமா நான்தான் எல்லாத்தையும் அள்ளி முடிஞ்சுக்கிறேன். உங்கள எல்லாம் ஒழுங்கா வேலை வாங்கலனு எங்களயுந்தான் கம்பெனி கொடையுது.” கங்காணிக்குக் கோபம் பொத்துக்கொண்டு வந்தது.

“கொழுந்து எடுக்கிறவங்களுக்கு மட்டுமல்ல கங்காணி. பெரியய்யா எல்லாருமே கம்பெனிக்கு பதில் சொல்லித்தான் ஆகணும்... மருந்து அடிக்கிறது, களை எடுக்கிறது, தேயிலைய பராமரித்து விளைச்சலை அதிகரிக்கச் செய்யுறதுனு எல்லாருக்குமே பிரச்சனைதான். அதனால இதுக்குமேல கேள்வி கேட்க முடியாது. சைனா தேயிலை, இலங்கைத் தேயிலை, கென்யா

தேயிலைனு உலகத்துல எல்லா இடத்திலருந்தும் தேயிலை வந்துட்டுருக்கு. உலகத்துலயே எல்லாரும் ஏழை பணக்காரன்னு வித்தியாசம் இல்லாம சாயா குடிக்கிறதுனாலதான் நாம இந்த அளவுக்காது பொழச்சுப் போறோம். நம்ம எஸ்டேட்ட மூடினாலும் கம்பனிக்குப் பெருசா சேதமில்ல. நாமதான் வாயிலயும் வயித்துலயும் அடிச்சுக்கணும். அவங்கட்ட பேச முடியாது பார்வதி. இங்கன உக்காந்துட்டு நீ சொல்ற மாதிரியில்ல நிர்வாகிககிட்ட பேசுறது. என்ன இருந்தாலும் நாம அடிமைகதான்; அவக எசமானுகதான் புரிஞ்சுக்கோ...”

லீடர் இனி எதுவும் செய்ய முடியாது என்பதுபோல பேசி நிறுத்தினார்.

“செல்லக்கருப்பி... நானும் உங்கள மாதிரித்தான் கூலியும் போனஸும் உசந்தா எனக்கும் எங்குடும்பத்துக்குமே நல்லது தான். ஆனா எஸ்டேட் இருக்குற நிலமையில நீங்க கேக்குற எல்லாம் நிறைவேத்த முடியாது. நான் நிர்வாகம் சார்ந்து பேசறேன்னு நினைக்காத... கர்த்தர முன் வச்சு சொல்லுறேன். நான் உங்க சார்புலதான் பேசுறேன். எனக்கு கொஞ்சம் வேல இருக்கு... பேசி முடிவு சொல்லுங்க...” அந்தோணி தனக்கும் அதற்கு மேல் என்ன செய்வது என்று தெரியாது என்பதுபோல் பேச்சை நிறுத்திவிட்டுக் கிளம்பிவிட்டார்.

“சனவரி பிப்ரவரி மாசத்தில பேச்சுவார்த்தை தொடங்கி இருக்கணும். இப்ப ஏப்ரல் மாசத்துல பேசுறாவ. இப்ப கொழுந்து தளதளன்னு இருக்கு. ஜூன் ஜூலைல மழை ஊத்தோ ஊத்துனு ஊத்தும். தேயிலைக்கு வெளிச்சம் கெடைக்காம சீக்கு விழுந்துரும். அடைமழ பேயிறப்போ வேலையும் செரியா நடக்காது. ஆன பூன அறுபத்திரெண்டுனு ஏதாவது கத சொல்லுவாக... இதே பொழப்புதான் யாருட்ட பேச.? தலைவருக மட்டுந்தான நிர்வாகத்திட்ட பேசிறீக. உங்களாலயும் பேசமுடியலனா...” அதற்குள் பார்வதி கோபத்தில் கத்த ஆரம்பித்தாள்.

“அத்தை கேட்கிறதுல நியாயம் இருக்கு. ஒவ்வொருத்தருக்கும்

எஸ்டேட்டுல பங்கு இருக்குனு சொல்லுதாவளே எதையாவது கண்ணுல பாத்தோமா.? உடம்பு உசிரு எல்லாத்தயும் இங்கதான செலவாக்குதோம். நமக்கு ஒரு மரியாதை வேணாமா...” கருப்பி பேச மீண்டும் பேசாதே என்பதுபோல மாயன் கையசைக்க, மாடசாமி கங்காணி சிரித்துக்கொண்டார்.

கருப்பி அடுத்து என்ன செய்கிறாள் என்பதைப் பார்ப்பதுபோல கோவிந்தன் உள்ளே எட்டிப் பார்த்தான். அவனுக்குள் கோபம் எட்டிப்பார்த்தது. எல்லா வாயையும் ஒட்டுப்போட்டு வைத்துக்கொண்டால் இப்படியே அரைகுறை வயிறோடு அன்றாடம் அவதிப்படத்தான் வேண்டும். கருப்பி ஏதோ பேச ஆரம்பித்திருந்தாள்.

“மாயண்ணா நீ சும்மா சும்மா பயந்துட்டுருக்காதே. அந்தோணி சார் வந்தாரு... அவருக்கு ஏதும் முடியாதுனு நாசுக்கா சொல்லிட்டாரு. நீயாவது ஒழுங்கா போய்பேசு. ஊமையாட்டம் உக்காந்துட்டு வராதே. இங்க என்னையும் ஊமையாக்காதே. உருப்படியா ஏதாவது பேசிட்டுவா. அவக சொல்றத மட்டும் அப்படியே கேக்கணும்னா எதுக்கு சங்கம் அதுக்கு இரண்டு தலைவரு..? நமக்குத் தேவையானத நாமதான் கேக்கணும். எவ்வளவு பிரச்சனை கெடக்கு. அதுக்கெடையில கூலிக்கே இந்தப் பிரச்சனையா..? அடுத்து ஆபீஸுல கூடும்போது எங்களுக்குச் சொந்தமா வீடும் வேணும்னு கேளு..” கருப்பிக்குக் கோபம் தலைக்கேற ஆரம்பித்தது.

“இந்தாபாரு மக்களே... ஏதாவது கிடைக்கணும்னா அளவோட ஆசப்படணும். எதுவும் தெரியாம வாய்க்கு வந்தபடி பேசப்படாது...” லீடர் குருசாமி கண்டிப்புடன் பேசினார்.

“ஐயா...கொழுந்து இல்லனா நீங்க சொல்றது சரிதான். இப்பத்தான் அதிகமா வெளையுதே... அளவெடுப்பு இருபத்தியோரு கிலோனா நூறுவரை எடுக்குறவக இருக்காகளே... கணக்கு அம்புட்டும் காட்டுனா வரி கட்டணும்னு கொஞ்சமாத்தான் மேனேஜ்மென்ட் காட்டுது. அந்தக் கணக்கெல்லாம் நாம யாராவது கேக்கோமா...” கருப்பி பேசிக்கொண்டேயிருந்தாள்.

'இவளுக்கு இதெல்லாம் எப்படித் தெரியும்... முத்துமணி கிழவிதான் பாடம் நடத்திருப்பாளோ...' எல்லோரையும் விட திறமையாகப் பேசிய செல்லக்கருப்பியிடம் முதன்முதலில் மாடசாமி கங்காணிக்குப் பயம் வந்தது.

நேரம் இருட்டை இழுத்துக்கொண்டு வர விளையாடப்போன அனைவரையும் அழைத்துக்கொண்டு தில்லான் வாசல் வழியாக எட்டிப்பார்த்தான். சட்டென மாறிய சூழலாய் கருப்பியின் முகம் புன்னகையை அணிந்துகொண்டது.

நாள்கள் ஒவ்வொருவருக்கும் ஒவ்வொரு விதமான நினைவுகளைப் பதித்துவிட்டு நகர்ந்துகொண்டே இருக்கின்றன. சுழியில் அகப்பட்ட சிற்றிலைபோல இந்தக் காட்டோடு தன் வாழ்க்கை சுழன்றுகொண்டே இருக்கும் என்று நினைத்த செல்லக்கருப்பிக்கு தில்லான் காதலைக் காட்டி கைபிடித்துத் தூக்கிவிட்டான். அவள் மனதுக்குள் துளித்துளியாய் இறங்கி பெரும் கடலாய் அலை அடித்து நிற்கிறான்.

முகிலன் இப்போதெல்லாம் மாலை வேளைகளில் தில்லானைப் பிரிந்து இருப்பதே இல்லை. விளையாடி வரும் வேளைகளில் மகனின் முகத்தில் மகிழ்ச்சியைப் பார்க்கும்போதெல்லாம் அவள் மனதில் தில்லான் காடு வளர்த்துக் கொண்டிருந்தான்.

"அடுத்த தை மாசம் வரை காத்திருக்கணுமா கருப்பி... சீக்கிரமா கல்யாணம் பண்ணிப்போமே..." ஒரு குளிர் மாலைப்பொழுதில் யாரும் காணாத மலைவளைவில் அவளை நெஞ்சோடு சேர்த்துக்கொண்டு கேட்டான். குளிருக்கும் அவள் மனக்காயத்துக்கும் இதமாகப் பரவியது அவன் உடல் வெப்பம்.

"இன்னும் கொஞ்சநாள்தானே." செல்லக்கருப்பி கொஞ்சினாள்.

"ம்..." அவன் முகமெங்கும் முத்தமிட்டான்.

அவனை உதறிவிட்டு ஓடி வந்தாலும் அந்த முத்தங்கள் உடலெங்கும் பெருகி உற்சாகமூட்டியது. இயற்கை மண்வாசத்தை மெல்லிதழின் மலர் வாசமாக மாற்றிவிடுவதுபோல் தில்லானின்

காதல் அவள் எண்ணங்களை ஒளிர்கின்ற வண்ணங்களாக்கித் தீட்டிக்கொண்டிருந்தது. நீண்டகால நெடுவழியில் அவள் தவறவிட்டவை எத்தனை என அவனைக் கண்டபின் நினைவுக்கு வந்ததைப்போல் அவனிடமிருந்து காதலை சேகரிக்கத் துவங்கினாள். அளந்து கொடுக்காமல் அள்ளியள்ளிக் கொடுத்த அவன் காதல் அவள் மனக்கூடை நிறைய பலவண்ண மலர்களை நிரப்பிவிட்டது. மனதுக்குள் சிறுபிள்ளை ஒன்று துள்ளி விளையாடத்துவங்கியது.

மைதானத்தில் விளையாடப்போகாத சில மாலைப்பொழுதுகளில் தில்லான் ஓடையில் மீன் பிடிக்கப் போவான்.

ஓடையின் கீழ் பகுதிகளில் பாறைகளுக்கிடையில் ஆழம் கூடிய இடங்களில் பெரிய மீன்கள் நிறைந்திருக்கும். வலை போட முடியாத இடங்களில் தூண்டில்களால் மீன் பிடிப்பார்கள். முகிலன் நண்பர்களுடன் விளையாடப்போகும் நேரத்தில் தில்லான் அவளை ஓடைப்பக்கமாய் வரச்சொல்லுவான்.

அந்த நேரம் அவனைச் சந்திப்பது செல்லக்கருப்பிக்கும் வசதியாகிவிட்டது. ஓடையின் கீழ் பகுதியில் கொஞ்சம் ஆழமாகத் தண்ணீர் இருக்கும் இடத்தில் அமர்ந்து தூண்டிலிடுவான். மண்வெட்டியால் ஈர மண்ணிலிருந்து மண்புழுவைச் சேகரித்து சிறு பாத்திரத்தில் கொஞ்சம் மண்ணுடன் போட்டுக்கொள்வான். புழுவை எடுத்து அதன் வாய்ப்பகுதியில் துடிக்கத் துடிக்க முள்ளை இறக்குவான். புழுவின் துடிப்பைப் பார்த்து கருப்பி கோபித்துக்கொள்வாள். இனி அப்படிச் செய்ய மாட்டேன் என்றபடி தூண்டிலையும் அவளையும் ஒன்றாக அணைத்துச் சிரிப்பான். வாழ்க்கையின் வசந்தங்கள் அனைத்தும் இப்படித்தான் இருக்கும் என்று அந்த அணைப்பு அவளுக்குக் கற்பித்தது.

போனஸ் பிரச்சனைகள் நீண்டுகொண்டே போயின. கம்பெனி பிடிவாதமாகவே இருப்பதாக அவ்வப்போது செய்திகள் வந்தன. கோவிந்தன் வீட்டில் அடிக்கடி கூட்டங்கள் நடைபெற்றன. மாடசாமி கங்காணிக்கும் மாயனுக்கும் கருப்பியின் பேச்சில்

உடன்பாடு ஏற்படவே இல்லை. வீட்டுக்குள் ஆள் வந்து போக ஆரம்பித்ததும் கோவிந்தனின் நடவடிக்கையிலும் மாற்றங்கள் தெரிய ஆரம்பித்தன.

“குளிச்சுட்டு வா” என்று ஒரு ஞாயிற்றுக்கிழமை கருப்பி அவனை ஆற்றுப்பக்கம் விரட்டிவிட்டாள். அன்று அவன் சிரித்துக்கொண்டே ஓடினான். செல்லக்கருப்பிக்கும் மகிழ்ச்சியாக இருந்தது. அடுத்தடுத்து அவனைப் பார்க்கும்போதெல்லாம் சுத்தமாகவே இருந்தான்.

“மாரியம்மாளைக் கட்டியிருந்தா அவ ஈரக்கொலைக்குள்ள வச்சு பாத்திருப்பா. நான்தான் தப்பு பண்ணிட்டேன் கருப்பி.” ஒருநாள் மாலை முதல்முதலாகக் செல்லக்கருப்பியிடம் சொல்லி அழுதான் கோவிந்தன்.

“சரி விடு... எல்லாம் நாம நெனச்சாப்புலயா நடக்கு. அதுக்காக சாகவா முடியும்...” ஆறுதலாகப் பேசினாள் கருப்பி.

சீக்கிரமா இவனுக்குத் துணையா யாரையாவது பார்த்து வைக்கவேண்டும். வாழ்க்கையில் நல்ல துணை எவ்வளவு முக்கியம். தில்லானுடன் காதல் மலர்ந்தபோதுதான் அதன் அருமையே புரிய ஆரம்பித்தது.

‘போனஸு கிடைத்ததும் ஒரு சிமிக்கி கம்மலு வாங்கணும். அம்மய்க்கும் மவனுக்கும் நல்ல துணிமணிக எடுக்கணும்... ஓணத்துக்கு சேலை எடுத்துத் தாரேனு தில்லான் சொல்லியிருக்கான். பானு கலியாணத்துக்கு அது போதும். அப்புறம் வருகிற தையில கையில் போனஸு காசும் கிடைச்சா கோயில்ல வச்சு தில்லான கட்டிக்கணும்.’ இரவெல்லாம் தூக்கத்தை அவன் நினைப்போடு கலந்து ஒரு மயக்கநிலையில் ஆழ்ந்தாள்.

11

பலாப்பழத்தைப் பிளந்து வைத்ததுபோல் வெயில் முற்றமெங்கும் விரிந்திருந்தது. பரபரப்புடன் வீட்டைக் கூட்டி சுத்தம் செய்தாள் செல்லக்கருப்பி.

“இன்னைக்கு நீ ஆத்துக்குப் போ அம்மே...நான் சமைச்சு எடுத்துட்டு வாரேன்...” கோமதி பதிலேதும் பேசாமல் தலையாட்டினாள். மை தீட்டக்கூட அடங்கி நிற்காமல் விழிகள் வாசலைத் தொட்டுத் தொட்டுத் திரும்பின. தொற்றிக்கொண்ட பரபரப்புடன் பாதங்கள் தானாய் அலைபாய்ந்தன. தில்லான் காலையில் மைதானத்தை சுத்தம் செய்ய இந்தப் பக்கம் வந்து முகிலனையும் அழைத்துச் செல்வதாக நேற்று சொல்லியிருந்தான். முகிலன் இன்னும் எழுந்திருக்கவில்லை. பாட்டியும் பாக்கு பொறுக்கப் போய்விட்டாள்.

அவன் வந்தால் சுவையான சாயா போட்டுக் குடுக்கணும். போனஸுக் கூட்டத்துல நிர்வாகிகிட்ட எப்படிப் பேசணும்னு கேக்கணும். படிச்சவன். உலக அறிவு நிறைய இருக்கு. சேதுபதி ஐயா குடும்பம் வேற... நல்லதா சொல்லித்தருவான்.

நேரம் போய்க்கொண்டிருந்தது. பாதையெங்கும் தில்லானைக் காணவில்லை. லைன் வீடுகளில் நின்று பார்த்தால் நெடுங்காடு சந்தைக்குப் போகும் வழி முதல் சிவப்பு மலைப்பாம்புகளாய்

ஊர்ந்துகிடக்கும் செம்மண் கைரோடுகள் வரை தெளிவாகத் தெரியும். ஏமாற்றத்தின் வழிகள் அவளைக் கேலி செய்து கொண்டிருந்தன.

முகிலனும் எழுந்து ஆற்றுப்பக்கம் ஓடிவிட்டான். ‘அம்ம பசியோட இருப்பா.’ மனசு இங்கும் அங்குமாக இழுத்தது. காத்திருக்க நேரமின்றி மணக்க மணக்க ஆக்கிவைத்த உணவை அம்மாவுக்கு எடுத்துச் சென்றாள். குளித்து முடித்தும் தில்லானைக் காணாமல் வந்த ஏக்கம் தீரவில்லை. இதே ஆற்றில் எந்தப் பரபரப்பும் இன்றி ரசித்து ரசித்துக் குளித்திருக்கிறோம். இப்போது மட்டுமேன் இப்படி மாறிப்போனோம்.? தில்லான் மட்டும் அங்கிருந்தால் இந்த இடமெல்லாம் நறுமணம் சூழ்ந்த குளிர்மணலாக மாறியிருக்கும்.

பெரிய பெரிய இலைகளும் தாழைமொட்டு போல பூக்களுமாக சேம்புச்செடிகள் ஆற்றோரத்தில் நெருக்கமாய் நின்றன. முகிலன் அதன் இலைகளைப் பறித்து நீரை அள்ளி விளையாடிக் கொண்டிருந்தான். பாதரசமாய் ஒட்டாமல் உருண்டுகொண்டிருந்த தண்ணீர் அவனைச் சிரிக்க வைத்தது. மகன் சிரிப்பை அவளுக்கும் பங்கு வைத்தான். துணிகள் காயும்வரை ஆற்றுமணலில் மினுமினுத்த கூழாங்கல்லைப் பொறுக்கினாள். நீரின் இழுத்த இழுப்புக்கெல்லாம் வசப்பட்டு கூர் மழுங்கிய கூழாங்கற்கள். இந்தக் காட்டுக்குள் அதிகாரச் சுழற்றலில் அடிமைகளாகச் சுழன்றுகொண்டிருக்கும் தங்களைப்போல. தில்லான் எங்க போனான்? மனம் ஏங்க ஆரம்பித்திருந்தது. இன்னும் ஏன் வரவில்லை. வீட்டில் ஏதேனும் பிரச்சனையோ? எங்கிருந்தோ கேட்ட ஒற்றைக் குயிலோசை வனமெங்கும் எதிரொலித்து நெஞ்சில் குவிந்தது. மஞ்சள் பூசி மினுமினுத்த நெற்றி வாட ஏமாற்றத்தின் வேர் இறக்கி சோர்ந்து சுருண்டது இதயம். மாலை விளையாடப்போகும் நேரம் வரும்வரை செல்லக்கருப்பி நிலைகொள்ளாமல் தவித்தாள்.

அவளை நிலைநிறுத்துவது போல் தில்லான் அவள் வீட்டுப்பக்கம் வந்து விட்டான். மிக இயல்பாக முற்றத்தில் கிடந்த கருங்கல்லில்

அமர்ந்திருந்த கோமதியின் அருகில் அமர்ந்து கொண்டான். செல்லக்கருப்பியின் மனம் துள்ளியது. ஆனாலும் அவன் காலையில் ஏன் வரவில்லை என்ற கேள்வி மலையாய் நின்றது.

“எலே சீனி... எல்லாருக்கும் கடுஞ்சாயா எடுத்துட்டுப் போலே...” உள்ளே வந்த சீனியின் கழுத்தை இறுகப் பிடித்துக் கொண்டாள்.

“ஏலே... அவரு காலைல எங்க போனாருனு கேட்டுச்சொல்லுற... இல்ல உன்னக் கொல்லப்போறேன்.” செல்லக்கருப்பி பொய்க்கோபம் காட்டினாள். சீனி தலையை அங்கும் இங்குமாக ஆட்டியபடியே வெளியேறினான்.

“காலையில தேனியிலிருந்து காட்டுக்கு மருந்து லோடு வந்துச்சு. அடமழை வரப்போவுதுல்ல... தேயிலைக்கு மருந்து அடிச்சாவணும். போய் லோடு இறக்கி கோடவுனுல இறக்கி வச்சுட்டு இப்பத்தான் சாப்பிட்டு வந்தேன்.” சீனியிடமிருந்து சாயாவை வாங்கிக்கொண்டே செல்லக்கருப்பி மனதை நிறைக்கும் பதிலையும் சொன்னான்.

தேயிலையை ஒவ்வொரு காலநிலையிலும் ஒவ்வொரு விதமான நோய்கள் தாக்குகின்றன. நிரந்தரப் பயிராக பல்லாண்டுகள் நிலைக்கும் செடிகளை பூஞ்சணம், பாசி, நுண்ணுயிரிகள் போன்றவை தாக்கி அழித்துவிடுகின்றன.

காலநிலைகளுக்குத் தகுந்தவாறு உரங்களும் பூச்சிக்கொல்லிகளும் பயன்படுத்தினால் மட்டுமே அதிக மகசூலைப் பெற முடியும். வெயிலே காணாமல் இருக்கும் அடைமழைக்காலங்களில் கொப்புள நோய், இலைப்புள்ளி நோய் போன்றவை இலைகளைத் தாக்கும்.

கவாத்து செய்த தேயிலைகளை தண்டு அழுகல் நோய், முள்தண்டு நோய் போன்றவை தாக்க வேர்களைத் தாக்கும் பலவித நோய்கள் எனத் தேயிலைகளைப் பராமரிப்பதே கவனமாக நடைபெற வேண்டிய செயல்களாகி விடுகின்றன.

மட்டுமல்லாமல் நூற்புழுக்கள், சிலந்திகள், குளவிகள், எலிகள்,

கறையான்கள் எனப் பல்வேறு தாக்குதல்களுக்கும் அங்குள்ள தொழிலாளர்கள் மட்டுமல்ல; தேயிலைச் செடிகளும் ஆளாகும்.

சூரியஒளியைத் தடுக்கும் களைகளைப் பறித்தெடுத்து தேயிலைகளைச் சுத்தம்செய்து கொழுந்துகளைப் பறிப்பதே உடலையும் மனதையும் வாடச்செய்யும். உடம்பைக் கீறும் முட்செடிகள் படர்ந்து கிடந்தாலும் ஒவ்வாமையை உருவாக்கும் பார்த்தீனம் களை வளர்ந்து கிடந்தாலும் கூடைகளை நிறைக்கும் அளவு இல்லை என்றாலும் பேர் போடும் அளவுக்காவது பெண்கள் கொழுந்தை எடுத்தாக வேண்டும். உபாசி தேயிலை ஆராய்ச்சி நிலையங்களின் அறிவுறுத்தலின்படி அனைத்துச் செயல்களும் நடைபெறுவதால்தான் தேயிலைத் தோட்டங்கள் நூறு ஆண்டுகளுக்கு மேல் காப்பாற்றப்பட்டு வருகின்றன.

“மருந்தடிக்கிறவங்களுக்கு செருப்பும் கையுறையும் கண்ணாடியும் வந்துச்சா தம்பி..?” அப்துல்லா ஆர்வமாகக் கேட்டார்.

“எல்லாம் வந்துருக்கு... எடுத்துக் குடுத்தாலும் ஒழுங்கா பயன்படுத்த மாட்டேங்கிறீங்களே... அப்புறம் வர்ற ஆபத்த தடுக்க முடியுமா?” தில்லானின் கேள்விக்கு யாரும் பதில் சொல்லவில்லை. இவனும் எல்லோரிடமும் அக்கறை காட்டுகிறான் என்பதில் செல்லக்கருப்பியின் மனம் சிலிர்த்தது. காலையில் இருந்து வாடிய மனதுக்கு மருந்திடுவது போல தில்லான் அங்கேயே அமர்ந்து பேசிக்கொண்டேயிருந்தான். எல்லோரிடமும் பேசிக்கொண்டிருப்பது போல் தோன்றினாலும் அவன் வார்த்தைகள் செல்லக்கருப்பிக்கானதாக மட்டுமாக மாறிக்கொண்டிருந்தன.

காலையில் அவனோடு மட்டுமே கொஞ்சிப் பேசவேண்டிய சேகரித்து நிறைத்திருந்த காதல் பேச்சுகள் நெஞ்செங்கும் தேங்கிக்கிடந்தாலும் அவன் பேசப்பேச அதன் பாரம் குறைந்துகொண்டேயிருக்கிறது. அவள் மனம் மிதந்துகொண்டே இருந்தது. கொஞ்சம் மகிழ்ச்சியாக இருப்பதில் யார் கண்பட்டதோ... மாலதியின் வீட்டு முன்னே சிவகாமி கத்திக் கொண்டிருந்தாள்.

“எந்த மூதேவி என் வாசல்ல முட்டையில சூனியம் செஞ்சு வச்சிருக்கா... நாசமா போறவளே...”

சிவகாமியின் அலறலில் அனைவரும் செய்துகொண்டிருந்த வேலையை விட்டுவிட்டு சிவகாமியின் வீட்டு முற்றத்தில் கூடி விட்டனர். அவள் கணவன் அழகேசன் எவ்வளவு சமாதானம் செய்தும் அடங்கவில்லை.

மாலதிதான் எல்லோரும் குளிக்கப்போன நேரமாகப் பார்த்து முட்டையில் சூனியம் செய்து வைத்துவிட்டாள் என்று ஆடிக்கொண்டிருந்தாள்.

“எதுக்கு சாடைமாடையா கத்துற...என்ட்ட நேர கேக்க தைரியம் இல்லையோட்டி.... பெரிய ராசபரம்பரை அழிஞ்சு போகட்டும்னு முட்டையில ஓதி வைக்காக... அதுவும் முன்னாலயே முற்றத்துல...கிறுக்கியாட்டம் கத்துறியே... நோன்பு இருந்து காப்புக் கட்டியிருக்கேன். சாமிக்குத்தமாயிரும்னு பாக்கேன். இல்லனா உன் வாயைக் கிளிச்சுருப்பேன்...” மாலதியும் அருள் வந்ததுபோல துள்ள ஆரம்பித்தாள்.

அதற்குள் முத்துமணி பாட்டிக்கு நிசமாவே சாமிவர அவள் நாக்கைக் கடித்துக்கொண்டும் அலறிக்கொண்டும் இங்குமங்கும் ஓடினாள். அனைவரும் பயந்துபோய் கன்னத்தில் போட்டுக்கொள்ள விஷயம் திசை மாறிவிட்டது. சிவகாமியின் சத்தத்தை விட மற்றவர்களின் சத்தம் பெருங்கூச்சலாக மாறியவுடன் முட்டையை எடுத்துத் தலையைச் சுற்றி தூவெனத் துப்பி எறிந்துவிட்டு முணுமுணுத்தபடி உள்ளே சென்றுவிட்டாள். தில்லான் பாட்டியை உட்காரவைத்து கோமதி கொடுத்த திருநீறை அவள் நெற்றியில் பூசினான். மாட்டுத்தொழுவத்தின் மூலையில் சாய்ந்து நின்றுகொண்டு வாயைப் பொத்திச் சிரித்துக்கொண்டிருந்த முகிலனையும் கண்ணனையும் செல்லக்கருப்பி கவனித்தாள்.

ஏதோ தப்பாகத் தோன்றியது. சுள்ளிக்காம்பு ஒன்றை ஒடித்து எடுத்துக்கொண்டு அவர்களின் அருகில் போனாள்.

“சொல்லுங்கலே... உங்களுக்கு எதுனாச்சும் தெரியுமாலே..? மாலதி காப்புக் கட்டியிருக்கா. அவ இத செஞ்சுருக்க மாட்டா. உங்களுக்கு ஏதாவது தெரியுமா..?” என்றபடி முகிலனை அடிக்க ஓங்கினாள்.

“எங்களுக்கு ஒண்ணுமே தெரியாது. நாங்க எதையுமே பாக்கவே இல்ல...” கண்ணன் தடுமாறினான்.

“பொய் சொல்ற மாதிரி தெரியுதுல... சாமிக்கு முன்னால சத்தியம் பண்ணுங்கலே...” செல்லக்கருப்பி கோபத்தில் இருவரது கையையும் பிடித்து வீட்டுக்குள் இழுந்தாள்.

“அம்மே... சிவகாமி அத்தயோட கோழி வெறகுக்குள்ள முட்டைய போட்டுட்டு கத்திக்கிட்டு இருந்துச்சு. கதவ அடைச்சுட்டு எல்லாரும் ஆத்துக்குப் போயிருந்தபோது முட்டைய வாசல்ல வச்சுட்டு வந்தோம். அத்தை கோபமாக இருந்ததால பயந்துட்டு ஒண்ணும் சொல்லல.” முகிலன் வார்த்தைகளை மென்றுமென்று சொல்ல கருப்பிக்குச் சிரிப்புத் தாங்கமுடியவில்லை.

“அடக் கழுதைகளா கூட்டுக் களவாணிகளா... அங்க ரெண்டுபேரும் மண்டையை உடைச்சுட்டுக் கிடக்காளுக. நீங்க இங்க கமுக்கமாக சிரிக்கிறிங்களா?” கையிலிருந்த சுள்ளியால் இரண்டு போடுபோட்டு சிவகாமி முன்னால் கொண்டுவந்து நிறுத்தினாள்.

“இந்தா முட்டையை ஓதிவச்சவனுக இவனுங்கதான்...” சிரித்துக்கொண்டே அவர்களைத் தள்ளிவிட்டாள். விஷயம் தெரிந்து அனைவரும் சிரிக்க ஆரம்பிக்க சிவகாமி கூனிக்குறுகி நின்றுகொண்டிருந்தாள்.

“ஒரு முட்டை போச்சேட்டி...” கோமதி கவலையோடு சொல்ல முத்துமணி பாட்டியின் ஒத்தைப்பல் கலகலவெனச் சிரித்தது.

இந்தப் பொடிசுகள் இப்படி பல வேலைகளையும் செய்வது உண்டு. காட்டில் கிடந்து அவதிப்படும் பெற்றோர்களின் வலிகளையும் வேதனைகளையும் உணராத இளம்வயசு.

எஸ்டேட் ஸ்கூலில் படிக்கும்வரை சேட்டைகள் கொஞ்சம் குறைவாக இருந்தது. நெடுங்காடு பள்ளிக்குப் போகத்துவங்கிய உடன் கட்டுப்பாடுகள் குறைந்து விளையாட்டுத்தனம் அதிகமாகிவிட்டது. நாளும் காடே தஞ்சமென்று கிடக்கும் மக்களால் குழந்தைகளைக் கவனிப்பது இயலாத ஒன்றாகி விடுகிறது. அளவுக்கு மீறி வைக்கும் பாசமும் நம்பிக்கையும் சில நேரங்களில் தவறாகவும் மாறிப்போகிறது.

ஒருமுறை சீனிவாசனுக்கு காய்ச்சல் என்று அவன் அப்பா முனியாண்டி நெடுங்காடு பள்ளிவாசல் அசரத்திடம் கருப்புக் கயிறு மந்திரித்து வரச்சொல்லி ஒரு ரூபாயும் கொடுத்துவிட கயிறு வாங்கி பள்ளிக்கூடத்திலிருந்து முடிச்சுப் போட்டுக் கொண்டுவந்து கொடுத்தான் பானுவின் தம்பி ரஹீம்.

கயிறு கட்டியதும் சீனிவாசனின் காய்ச்சலும் காணாமல் போக லைன் வீடுகளில் பலருக்கும் கயிறு ஓதி முடிச்சு போட்டுக் கொண்டு வரும் வேலையை ரஹீமுடன் சேர்ந்து முகிலன், கண்ணனும் பார்க்கத் துவங்கியுள்ளனர். கருப்புக் கயிறுகளில் முடிச்சுகள் போடப் பழகிப்போன பின் வீட்டுக்குள்ளே ஒளிந்திருந்து முகிலன் முடிச்சு போட்டுக்கொண்டிருக்க முத்துமணி பாட்டி கண்டுபிடித்துவிட்டாள். அன்று அப்துல்லா மூன்று பேரையும் விரட்டி விரட்டி அடிக்க அவர்கள் வாங்கித்தின்ற பலகாரங்கள் ருசி மறந்து போனார்கள். இப்போதெல்லாம் நடக்கும் திருட்டுத்தனங்களுக்கு முதல் குற்றவாளிகளாக மூன்று பேரே முன் நிறுத்தப்படுகின்றனர்.

தில்லான் விளையாட்டுத்திடலை உருவாக்கி விளையாட ஆரம்பித்த பின் குழந்தைகளின் பல சேட்டைகளும் குறைந்துவிட்டன. மாதத்தில் ஒருநாள் கால்பந்து போட்டி கபடி போட்டி என்று பலவித விளையாட்டுகளை இளைஞர்கள் நடத்தத் தொடங்கிவிட்டனர். தன் மனதைப் பக்குவப்படுத்தி காதல் செய்பவன், மகனைப் பற்றிய பெரும் கவலையில் இருந்தும் விடுபடச் செய்துவிட்டான் என்ற நிம்மதியில் தில்லானைக் காதல் பொங்கப் பார்த்தாள். அவனும் காதல் புன்னகை

ஒன்றை பரிசளிக்கவிட்டுக் குழந்தைகளை அழைத்துக்கொண்டு மைதானத்தை நோக்கி நடந்தான்.

“செல்லக்கருப்பி உன்ட்ட முக்கியமான ஒரு விஷயம் சொல்லணும். வீட்டுக்கு வா...” என்றபடி கணக்கர் அந்தோணி நீளமான குடையை ஊன்றிக்கொண்டே அவர் வீட்டுப்பக்கம் நடந்தார். அவர் எதைச் சொல்லப்போகிறார் என்ற எதிர்பார்ப்பில் செல்லக்கருப்பி அப்படியே அவர் பின்னால் போனாள். திருவிதாங்கூர் மன்னரிடம் இருந்து மலைக் குன்றுகளைத் தேயிலை பயிரிட குத்தகைக்கு எடுத்த வெள்ளையர்களுக்கு கூலிகள் மேல் இரக்கம் இருந்ததோ இல்லையோ... அவர்களைக் கண்காணிப்பவர்கள் மேலும் கணக்குகளை எழுதுபவர்கள் மேலும் கருணைப் பார்வை நன்றாகவே இருந்தது. கணக்கர்களுக்கும் ஐயா என அழைக்கப்படும் மேல் அதிகாரிகளுக்கும் பதவிகளில் தரத்திற்கு தகுந்தால்போல் வீடுகளை அமைத்துக் கொண்டிருந்தனர். கணக்கர் வீட்டுக்கு ஏறிப்போகும் வாசலுக்கு முன் சிறிய தோட்டம் அமைந்திருந்தது. கருங்கல்லால் கட்டிய சுற்றுச்சுவரில் கவட்டை வடிவில் யானைகள் நுழைய முடியாத வண்ணம் வாசல் அமைக்கப்பட்டிருந்தது.

வீட்டுச் சுவர்கள் கருங்கல்லால் அமைந்து குளிர்தடுப்பான கண்ணாடி ஜன்னல்களுடன் அழகாக இருந்தது. முற்றமெங்கும் பல வண்ண மலர்கள் பூத்துக்கிடந்தன. லைன் வீடுகளில் இருந்து சில அடி தள்ளி அமைந்திருந்த அமைதியான வீடு.

“என்ன பேசப்போகிறார்..?” உள்ளே காலடி எடுத்து வைக்கும்முன் அவர் மனைவி பிரார்த்தனை செய்துகொண்டிருக்கும் ஓசை கேட்டதும் அப்படியே வாசலில் நின்றுவிட்டாள்.

“மனுஷனுடைய இருதயம் அவனுடைய வழியை யோசிக்கும் அவனுடைய நடைகளை உறுதிப்படுத்துகிறவரே கர்த்தர்...”

“சண்டையின் ஆரம்பம் மதகைத் திறந்து விடுகிறதுபோல் இருக்கும். அதனால் விவாதம் எழுப்பும்முன் அதை விட்டுவிடு...”

“உன்னால் நன்மை செய்யக் கூடுமானால் தேவைப்படுவோருக்கு அந்த நன்மையைச் செய்ய மறக்காதே...”

பைபிளின் நீதி மொழியிலிருந்து வாசிக்கும் வசனங்கள் பலதும் தனக்குப் பொருத்தமாகத் தோன்றியது கருப்பிக்கு.

“செல்லக்கருப்பி உள்ளே வா...” மேரி அழகான புன்னகையுடன் வரவேற்றாள்.

எஸ்டேட் மருத்துவமனைகளில் சேவை செய்ய வந்தவள். கணக்கர் அந்தோணியைத் திருமணம் செய்து இங்கேயே தங்கி தன்னால் முடிந்த உதவிகளை எப்போதும் தொழிலாளர்களுக்குச் செய்து வருகிறாள். ஏதோ மர்மம் நிறைந்த அமைதி நிலவுவதுபோலத் தோன்றியது கருப்பிக்கு. இதுவரை அந்தோணி கணக்கரின் வீட்டுக்குள் வந்ததில்லை. இன்று ஏன் அழைத்தார் என்று ஏகப்பட்ட குழப்பத்தில் அதிகமாக எதுவும் பேசாமல் நின்றாள்.

“கருப்பி நீ நினைக்கிற மாதிரி எல்லாம் போனஸோ கூலி உயர்வோ கிடைக்காது.” என்று மிகப்பெரிய அதிர்ச்சியைக் கொடுத்தார் அந்தோணி.

“இங்க பல கரங்களும் கறைபட்டுக் கிடக்குது. அடிநாக்கிலே நஞ்சும் நுனிநாக்கில் அமுதமுமாகப் பேசி ஏமாத்துறானுக... இதுல உன்னால ஒன்னும் செய்ய முடியாது கருப்பி. போனஸு பிரச்சனையில் கம்பெனி சொல்றதுதான் கடைசியில நடக்கும்.”

“ஐயா... என்ன சொல்றீங்க எனக்கு ஏதுமே விளங்கலையே...”

“கருப்பி அடிமையாகிக் கிடக்குறவங்க அலறல் யாருக்கும் கேக்காது. அப்படியே கேட்டாலும் மாடசாமி கங்காணி உங்கண்ணன் மாயனபோல கருங்காலிகள் இருக்கிறவரைக்கும் ஏதும் உருப்படாதுனு சொல்றாரு. கவனமா இரு...” மேரி நேரடியாகவே விஷயத்தை விளக்கினாள்.

செல்லக்கருப்பிக்கு அவர்கள் சொல்வது புரிந்தாலும்

நிர்வாகத்தின் சார்பாகப் பேச அனுப்பப்பட்டவரை எந்த அளவுக்கு நம்பலாம் என்ற சந்தேகங்களும் கூடவே எழுந்தது. இங்கு ஏதேதோ நடக்கின்றன என்பதுமட்டும் புரிய, இருவருக்கும் நன்றி சொல்லிவிட்டுக் கலக்கதோடு வீடு திரும்பினாள்.

கணக்கர் அந்தோணியும் மேரியும் பேசிய பேச்சில் ஏதோ மர்மம் நிறைந்து கிடைப்பது தெரிந்தது. “கவனமாக இரு” என்று சொல்லிய சொற்களுக்கு என்ன பொருள்? அடுத்த சங்கக்கூட்டத்தில் போனஸ் குறித்தான பிரச்சனைகளுக்குத் தெளிவான ஒரு முடிவை எடுக்கச் சொல்லவேண்டும். திருவிழாவிற்குப் பின் சங்கக்கூட்டங்களை வைத்துக்கொள்ளலாம் என்று தலைவரும் கூறிவிட்டார்.

செல்லக்கருப்பியின் குழம்பிய மனதுக்கு எந்தத் தெளிவும் இல்லாமலே நகர்ந்த நாள்களில் தில்லான் மட்டுமே காதலால் திசை காட்டி அழைத்துச் சென்று கொண்டிருந்தான்.

12

தூரமாய் பல மலைகள் இருக்கின்றன. மலைகள் முழுதும் செடிகள் இருக்கின்றன. வெறும் செடிகள் அல்ல, பிடித்து உலுக்கினால் தங்கமும் வெள்ளியும் கொட்டும் அதிசய செடிகள். அள்ளிக்கொண்டு வந்து பசியைப் போக்கலாம்.

முத்து பவளம் என வீட்டையே அலங்கரிக்கலாம். வெள்ளைக்காரனுக தோல் மட்டுமல்ல; மனசும் வெள்ள என்று அழைத்து வரப்பட்டவர்கள்.

வறண்டுபோன நிலமும் வாழ்ந்து கெட்ட ஊரும் வாயை மூடவைத்த ஏழ்மையும் அவர்களின் வார்த்தைகளை அப்படியே நம்பவில்லை என்றாலும் வயிற்றுக்குச் சோறு கிடைத்தால் போதும் என்ற ஆசைக் கனவோடு வந்தவர்கள்.

இங்கு வந்து சேரும் நாள்கள் வரை நடைபிணங்களாகக் காடுகளும் ஆறுகளும் பாறைகளும் தாண்டியபோதெல்லாம் அந்தக் கனவுகளின் கயிறுகளில் தொங்கிக்கொண்டு இறுமாப்புடன் வந்து சேர்ந்தார்கள். மேஸ்திரிகளின் பேராசையில் உழைப்பின் தூக்க முடியாத பாரங்களைத் தலையிலும் நெஞ்சிலும் முதுகிலும் சுமந்து திண்டாடியவர்கள். விடியலுக்காக அன்றாடம் ஏங்கியவர்கள். இன்று ஏதோ கொஞ்சம் வயிற்றை நிரப்பவும் தலையைச் சாய்க்கவும் வாய்ப்புக் கிடைத்திருக்கிறது.

ஆனால் உடம்பின் உறுதியை இழந்தபின் உட்கார்ந்து சாப்பிட உள்ளங்கைப் பருக்கைகூட மிஞ்சாமல் ஏமாந்து நிற்கிறார்கள். முத்துமணி பாட்டி இத்தனை வயதுக்குப் பிறகும் உழைத்துதான் சாப்பிடுகிறாள். கோமதியும் இதுவரை மிச்சமென்று எதையும் வைக்காமல்தான் உழைக்கிறாள். ஏன்? எதற்கும் விடை இங்கில்லை. அதை ஆழமாய் சிந்திக்க நேரமும் இல்லை.

இந்தக் காடு ஒரு வட்டம். எங்கு தொடங்குகிறதோ அங்குதான் முடியும். தப்பி ஓடுவது அவ்வளவு எளிதல்ல. அடிமைகளாக வாழ்ந்த காலத்தில் கனல் மூட்டிய அடுப்பில் இரும்பு தோசைக்கல்லைப் போட்டு அதற்கு மேலாக நனைந்த கம்பளியைத் தொங்கவிடுவார்களாம். தண்ணீர் சொட்டுச்சொட்டாக வடிந்து தோசை சுட்டுக்கொண்டிருப்பது போல ஓசை கேட்கவைத்து இருட்டில் தப்பித்து ஓடிவிடுவார்களாம். பிடிபடுபவர்களுக்கான புதைகுழியாய் தேயிலைக் காடு மாறிவிடுமாம். மண்ணெண்ணெய் விளக்கின் வெளிச்சத்திலும் தப்பி ஓடுவது கொஞ்சமும் எளிதாக இருந்திருக்கவில்லையாம். கூலிகளைக் கூட்டி வந்திருந்த இடைத்தரகர்களுக்குத் தேயிலையின் எடைக்கேற்ப பங்கும் கிடைத்துக்கொண்டிருந்ததால் எல்லா சூழலிலும் அவர்களை வேலைக்குப்போக வற்புறுத்தி துன்புறுத்தினார்களாம். அந்தக் கொடுமையிலிருந்து தப்பிக்க நினைத்தவர்களில் பலரும் அகப்பட்டு அவதிகளுக்கு உள்ளானார்களாம்.

இன்று நிலமை மாறிவிட்டது. தப்பி ஓடியவர்கள் வெளி உலகைப் புரிந்துகொள்ள முயலும் முன் இந்தக் காடு அமைதிப் பூங்காவாக திரும்ப அழைக்கும். அட்டைப்பூச்சிகள் முதல் அரிப்புச்செடிகள் வரை உறவுகளாகவே தோன்றத் துவங்கும்.

வெளி உலகில் சொந்தமென்று கொண்டாடும் மனங்களையும் அன்பான வார்த்தைகளையும் காணாமல் தடுமாறும். மீண்டும் தப்பிக்க வேண்டும் என்ற ஆவேசம் அப்படியே அடங்கிவிட வருபவர்களைப் புத்துணர்ச்சியுடன் பச்சைத் தேயிலைக் காடு பாசத்தோடு அழைத்துக்கொள்ளும்.

கண்ணீரும் வியர்வையும் ரத்தமும் சிந்தி தலைமுறைகள் உருவாக்கிய வேர் பிடிப்புகளில் ஏதோ ஒன்று ஒவ்வொரு உயிருடனும் முடிச்சு போட்டிருப்பதாய் வாழ்ந்துவிடத் துணிந்து விடுகிறது. அதனால்தான் எத்தனையோ வலிகளுக்குப் பிறகும் இலை தழைத்தால் அதன் பச்சை வாசனையுடன் வலி மறந்து வேலைகளில் மும்முரமாகின்றனர்.

காலமாற்றத்தில் கொத்தடிமைத்தனம்தான் அகற்றப்பட்டிருக்கிறதே தவிர தொழிலாளி முதலாளி என்னும் எல்லைக் கோடுகள் எட்டமுடியாத தொலைவில்தான் தொடர்கின்றன.

காட்டுக்குள் முளைப்பாரி திருவிழா ஆரம்பமாகி விட்டது. மாரியம்மன் கோவிலில் மலர் சொரிந்த கொண்டாட்டம். கோடித்துணி உடுத்தவும் கூடிக் கொண்டாடவும் ஆடிப் பாடவும் வருடத்தின் வருத்தங்கள் மறந்த திருவிழாக்கள் குதூகலிக்க வைத்துவிடுகின்றன. மாரியம்மனுக்கு முளைப்பாரி கும்மியடித்து பயிர் வளர்த்து நோன்பிருந்து ஒவ்வொரு நாளும் எண்ணமெல்லாம் ஒரே இடத்தில் குவிய குற்றம் மறந்த மனங்கள் எட்டாம் நாள் திருவிழாவுக்குத் தயாராகிவிடுகின்றன.

கோபத்தாலும் பகையாலும் பிரிந்து கிடக்கும் உறவுகள் எல்லாம் அனைத்தும் மறந்து கடவுளுக்கு முன் அன்பை மட்டும் காட்டி கொண்டாடக் கூடிவிடுகிறது. செல்லக்கருப்பியின் பெரியப்பாவும் பெரியம்மாவும் அண்ணனும் இரண்டு நாட்களுக்கு முன்னே வந்துவிட்டார்கள். மாலதியின் கணவன் முருகேசன் மதுரைக்குப் போய் மேளதாளங்களையும் பாட்டுக் கச்சேரியையும் ஏற்பாடு செய்துவந்த பெருமையை நெடுங்காடு சந்தை முழுவதுமே சொல்லிவிட்டான்.

நெடுங்காடு சந்தை வியாபாரிகளுக்கு திருவிழா காலம் பொற்காலம். கோவிலைச் சுற்றிலும் சிறு சிறு கடைகள். பொம்மை, வளையல், பொட்டு, பூ என்று பச்சை நிறமொன்றே அழகென்று நிமிர்ந்து நின்ற குன்றுகளில் வானவில்லின் அழகு காட்டி அலங்காரமாய் உதித்தன சின்னச் சின்னக் கடைகள்.

இயலாமைகளும் பயங்களும் அதிகரிக்கும்போது மூடநம்பிக்கை ஊர்ந்து வந்து தனக்கான இடத்தைப் பிடித்துக் கொள்கிறது. இரத்தக்காட்டேரிகளும் ருத்ர காளிகளும் வாசனைப்பூ மரங்களின் கீழே வசிக்கும் மோகினிப் பிசாசுகளும் வெள்ளி செவ்வாயில் உலா வரும் பேய் பிசாசுகளும் ஏவல்களால் ஆட்டி வைக்கவரும் குட்டிச் சாத்தான்களும் என்று பகலிரவு எனப் பல நேரங்களிலும் பயங்களாகத் தனித்த மனங்களைக் கவ்விக்கொள்கிறது. எஸ்டேட்டின் தெற்கு மூலையில் நூறு வருடத்துக்கு மேலான ஏழிலைப்பாலை மரம் நிற்கிறது. அதன் பூக்களின் மூர்க்கமான வாசனை மயக்கத்தையே ஏற்படுத்தி விடும். யாருமே அந்தப் பக்கம் போவதில்லை. நடத்தை சரியில்லாத ஆணையும் பெண்ணையும் கூரிய பற்களால் கழுத்தைக் கடித்து இரத்தத்தை உறிஞ்சும் யட்சிக் கதைகளும் உலா வருகின்றன.

இவற்றில் இருந்து தம்மைப் பாதுகாக்கத் தெய்வங்களால் மட்டும்தான் முடியும் என தெய்வங்களைக் குளிர்விக்கும் திருவிழாக்களை மிகக் கவனத்துடன் நடத்துகின்றனர்.

தெய்வக்குற்றம் வந்துவிடாமல் தங்களைக் கட்டுப்படுத்தி அனைத்தையும் பார்த்துப் பார்த்துச் செய்கின்றனர்.

தலைப்பூசாரி அய்யனாரின் தலைமையில் உள்ள கோவில் கமிட்டி, திருவிழாவில் எந்தப் பிரச்சனையும் இல்லாமல் நடத்த வேண்டும் என்று கேட்டுக்கொண்டது. கோவில் கமிட்டி அங்கங்களான சேதுபதி ஐயா, மாடசாமி கங்காணி, இராமையா கங்காணி, வயது மூத்த பால்பாண்டி ஐயா, எஸ்டேட் பள்ளிக்கூட வாத்தியார் பெருமாள் அனைவரும் நிர்வாகத்திடம் இருந்து லயன் வீடுகளுக்கு வெள்ளையடிக்கப் பணமும் ஒருநாள் விடுமுறையும் வாங்கிக் கொடுக்க, ஈரம் பூத்தச் சுவர்கள் வண்ணம் பூசிக்கொண்டன.

சந்திரா, செல்லக்கருப்பி, பானு மூவருக்கும் இந்த வருடத் திருவிழா இனிப்பானதாக இருந்தது. மூவரும் ஒரே நிறத்தில் சேலை அணிவதற்காக நெடுங்காடு சந்தை எல்லாம் வலம்

வந்து வாங்கியும் விட்டார்கள்.

“என்ன இருந்து என்ன... ஒழுங்கான ஒரு வாழ்க்கை அமையலையேட்டி..” அவள் வாங்கிவந்த பொன்நிறச் சேலையைப் புரட்டிப்பார்த்தபடியே பெரியம்மா சொல்ல வேண்டாததையும் சொல்லிக்கொண்டே இருந்தாள்.

‘அடுத்த வருஷம் பாரு... நான் தில்லானோட ஜோடியா நிக்கிறேன்... பாரு.’

மனசுக்குள் பேசிக்கொண்டே மகிழ்ச்சி பொங்கப் பெரியம்மாவைப் பார்க்க, ‘நாம என்ன சொல்லிட்டேன்னு இவ இவ்வளவு சந்தோஷமா பார்க்கா..?’ பெரியம்மா மனசுக்குள் திகைத்தாள்.

திருவிழாக் கொண்டாட்டம் ஒருபக்கம் வளர்ந்து கொண்டிருக்க செல்லக்கருப்பி மனதுக்குள் அந்தோணி கணக்கர் சொன்ன வார்த்தைகள் குடைந்துகொண்டுதான் இருந்தன. சங்கத்தலைவர்கள் நிர்வாகிகளிடம் அப்படி என்ன பேசியிருப்பார்கள்..? அவர்கள் அதற்கு என்ன பதில் சொல்லியிருப்பார்கள். ஒருவேளை இலாபம் போதவில்லை என்று பல எஸ்டேட்களையும் பூட்டியதுபோல் இந்த எஸ்டேட்டும் பூட்டப்படுமா..? அப்படி ஒரு நிலை ஏற்பட்டால் ஏதும் அறியாது திருவிழா கொண்டாடி இருக்கும் இந்த மனங்கள் தீக்குழியைப் பூக்குழியாய் இறங்குவதற்குப் பதிலாக இதயங்களில் அணையாத தீக்கங்குகளை வளர்த்துவிடுவார்களே..!

காப்பு கட்டிய முதல் நாளில் இருந்து எட்டாம் நாள் திருவிழா நாள் வரை லைன் வீடுகளின் முதல் வீட்டுக்குப் பக்கத்தில் நோன்பிருப்பதன் அடையாளமாக வேப்பிலை, மாவிலை, மஞ்சள் துணியும் கட்டப்பட்டிருக்கும். காப்பு கட்டிவிட்டால் எங்கு சென்றாலும் இரவு தங்கக் கூடாது என்ற கட்டுப்பாடும் இருந்தது.

பால்குடம் எடுத்து அலகு குத்தி பூக்குழி இறங்கி ஒவ்வொரு நாளும் திருவிழாக் கொண்டாட்டத்தின் கடைசி நாளுக்காக

காத்துக் கிடந்தனர். இளம்வெயில் காட்டி மஞ்சள் நீர் தெளித்து கூடையில் வளர்ந்திருந்த முளைப்பாரிகள் வேப்பிலை மாவிலை அலங்காரத்துடன் கோவிலில் கொண்டுவந்து வைக்கப்பட்டு கோவில் தீர்த்தம் தெளிக்கப்பட்டன. அதிகாலை முதலே துவங்கிய பூஜைகளும் அபிஷேகங்களும் கொண்டாட்டத்தைப் பக்திமயமாக்க செண்டையும் தாளமும் உறுமியும் அனைவரையும் ஓர் ஆனந்த மயக்கத்தில் ஆடவைத்துக் கொண்டிருந்தன. சாமிக் கும்பம் பூரண அலங்காரத்துடன் எடுத்து வைக்கப்பட்டிருக்க, அதைச் சுமக்கும் வரம் கேட்டு மாரியம்மனை வேண்டிக்கொண்டன அத்தனை பெண் மனங்களும்.

சாமிக் கும்பத்தைச் சுமக்க வேண்டுமெனில் கோவில் கமிட்டி மறைத்து வைத்திருக்கும் ஒரு சாமியின் பூசைப்பொருள் ஒன்றை அருள்வந்து சொல்லிவிட வேண்டும். மதியம் ஒரு மணிவரை அதற்கான நேரம் வழங்கப்படும். யாராலும் சொல்ல முடியவில்லை என்றால் தலைப்பூசாரி அய்யனாரே அதைச் சுமந்து செல்வார். செண்டை உறுமி மேளத்தைத் தவிர ஏதும் கேட்காதபோதும் தில்லானின் இதயத்துடிப்பு மட்டும் செல்லக்கருப்பிக்கு தெளிவாக கேட்பதைப் போலிருந்தது. அடிக்கடி அந்த மார்பில் சாய்ந்துகொள்வதாலோ இதயத்தை அவன் தன்னிடமே தந்துவிட்டதாலோ இப்படி ஆகிப்போனதென சிரித்துக்கொண்டாள்.

முளைப்பாரி சுமந்து ஊர் சுத்தலுக்கான நேரம் நெருங்கியும் மறைத்து வைத்திருந்த குடுமித்தேங்காயை யாரும் எடுக்கவில்லை.

“சரி சரி.. புறப்படுங்க...” என்று கும்பத்தை பூசாரி தலையில் ஏற்றி மேளதாளத்துடன் புறப்படவும் குலவையிட்ட பெண்கள் அவரவர் கூடைகளுடன் புறப்பட்டனர். வாலிபர்களின் துள்ளல் ஆட்டத்துடன் சாமி வந்து ஆடியவர்களின் பரவசத்துடனும் ஊர்வலம் புறப்பட்டது.

லயன் வீடுகளின் முன்னால் சாணிதெளித்துக் கோலம்போட்டு வைத்திருந்த மஞ்சள் நீரை பூசாரியை வணங்கி அவர்

பாதங்களில் ஊற்றினர். ஊர்வலமாகப் புறப்பட்டு ஆற்றில் முளைப்பாரி கரைத்துக் கோவிலை அடையும்முன்னே மைதானத்தில் பாட்டுக்கச்சேரி ஆரம்பமாகி விட்டது.

சாமிப் பாடல்களுக்குப் பின் பாடப்பட்ட காதல் பாடல்களில் காதலர்கள் மதிமயங்கிக் கலந்துவிட்டனர்.

இரவு சாம பூசையில் வேட்டைக்குப் புறப்படும் சுடலை மாடனுக்கும் துணைக்குப் போகும் கருப்பசாமிக்கும் பயந்து குழந்தைகள் வீட்டுக்குள் முடங்கிக்கொள்ள ஓர் ஆண்டு வலிகளை உள்வாங்கிய கொண்டாட்டத் திருவிழா நிறைவுக்கு வந்தது.

திருவிழா முடிந்த கையோடு தில்லான் ஊருக்குப் போய்விட்டு இரண்டு நாளில் வந்துவிடுவதாகச் சொல்லிப் போனான்.

பெரட்டுப் பொடியனாக ஒத்தாசை வேலைகள் செய்துகொண்டு இருந்த கோவிந்தனைத் தற்காலிகமாக மீண்டும் ஆயுதப்புரையைப் பார்த்துக்கொள்ளுமாறு சேதுபதி ஐயா சொல்லிவிட கோவிந்தனுக்கு மகிழ்ச்சி தாங்க முடியவில்லை.

இழந்துபோன ஏதோ ஒன்று பல வருடங்களுக்குப் பிறகு கையில் கிடைத்ததுபோல மகிழ்ந்தான். திருவிழாக்களோ கொண்டாட்டங்களோ எதுவுமே வள்ளி போன பிறகு இல்லை. இத்தனை வருடத்தில் அவனுக்கு எதுவும் எந்த மாற்றத்தையும் இதுவரை உண்டு பண்ணியது இல்லை. ஆனால் தான் கம்பீரமாக பார்த்துக்கொண்டிருந்த வேலை இனி தனக்கு தகுதிதான் என்று ஆகிவிட்டது என உணர்ந்ததுகூட கருப்பியின் தயவால்தான். ஆனால் எதிர்பாராமல் தற்காலிகமாக ஆனாலும் தன்னை ஏற்றுக்கொண்டு அந்தப் பொறுப்பில் நியமிக்கப்பட்டதும் சேதுபதி ஐயாவைத் தொழுது நின்றான்.

“கோவிந்தா... முன்ன மாதிரி சிறப்பா பாத்துக்கோ. எதையும் தவறவிட்டுறாதே. கொழுந்து கையால கிள்ளுறது கடினமாருக்கிற காலத்துல புதுசா கத்தரியால் வெட்டி எடுக்குறதுக்காக நிறைய கத்திரி லோடு வந்து இறங்கிருக்கு.

தில்லான் லீவு முடிஞ்சு வரும்வரை பாத்துக்க” என்றதும் ஆனை பலம் திரும்பி வந்ததுபோல் உணர்ந்தான்.

ஆயுதப்புரைக்குக் காவலாக தில்லான் வந்தாலும் அவன் படித்த படிப்புக்கு இது சரிப்பட்டு வராது என்று தோன்றியது. அவன் செல்லக்கருப்பியைக் காதலிக்கிறான். அவளை மணந்துகொண்டால் அலுவலகத்தில் ஏதேனும் வேலைக்கு மாறிவிடுவான். அதன்பிறகு செல்லக்கருப்பியும் கூலி வேலைக்கு வரவேண்டிய தேவை இருக்காது. நல்லபொண்ணு நல்லாயிருக்கட்டும் என்று மனதுக்குள் வேண்டிக்கொண்டான்.

தொடர்ந்து ஆயுதப்புரை வேலை தனக்கே கிடைக்கும் என்று அந்த ஒரு நாளிலே கற்பனையில் மிதந்தான்.

தோட்ட வேலைகள் தொழில்நுட்ப வளர்ச்சிக்கேற்ப பல்வேறு மாற்றங்களுக்கு உள்ளாகிக்கொண்டுதான் இருந்தது.

மனிதர்கள் செய்யும் வேலைகள் பலதும் இயந்திரங்கள் செய்ய ஆரம்பித்துவிட்டன. தலைமுறைகளாக வருபவர்கள் கூண்டுக்குள் அடைந்த பறவைபோல் இந்தக் காட்டுக்குள்ளேயே இருந்து அவதிப்பட விரும்பவும் இல்லை. கடின உழைப்பை பகலெல்லாம் கொடுத்தும் கூலிக்காகக் கையேந்தி நிற்கவும் கூலி உயர்வுக்காகப் போராடி மடிவதும் இளைய தலைமுறைகளுக்குப் பிடிக்கவில்லை.

அந்த மாற்றங்களை உணர ஆரம்பித்த நிர்வாகமும் இந்த நிலைமை இப்படியே தொடர்ந்தால் இயந்திரங்களைத்தான் நம்ப வேண்டிவரும் என்பதால் அதற்கான வேலையில் இறங்கிவிட்டது. இந்தக் கத்தரிகள் வந்து இறங்கி இருப்பதும் அதனால் தான். துரித வளர்ச்சிப் பருவத்தில் கொழுந்துகளை வேகமாக வெட்டி எடுத்துக்கொள்ள கத்தரி பயன்பட்டாலும் கத்தரி பயன்படுத்துவோர் திறனும் இருமடங்காக அதிகரிக்க வேண்டி இருக்கிறது. வேலையாட்களின் பற்றாக்குறையைச் சமாளிக்கவும் செலவைக் குறைக்கவும் கத்தரியைப் பயன்படுத்த நிர்வாகம் முடிவு செய்திருக்கிறது என்று தோன்றியது. இந்த

முறை சங்கக்கூட்டம் கூடும்போது இதைக் கட்டாயம் சொல்ல வேண்டுமென்று கோவிந்தன் நினைத்துக்கொண்டான்.

கைகளால் செடிகளுடன் உறவாடிக் கொழுந்தைக் கிள்ளி எடுக்கும்போது ஏற்படும் தோள்வலியைவிட ஒரு கிலோ வரையில் எடையுள்ள கத்தரியைப் பயன்படுத்துவது உடல் வலியை மிக அதிகரிக்கச் செய்யும் என்பதோடு தேயிலைக் கொழுந்துகளை தரம்பார்த்துக் கிள்ளி மகசூலைத் தூண்டிவிட கத்தரிகளுக்கும் தெரியாதே.

எல்லா இலைகளுக்கும் சூரிய ஒளி படும்படி பக்குவமாக வெட்டிட பயிற்சியும் வேண்டும். உடலால் வலுவிழந்தவர்கள் ஏதோ கைகளால் கிள்ளிப் பேர் போட்டுக்கொண்டிருக்க, அவர்களது வேலைக்கு உலை வைக்கவே நிர்வாகம் முயல்கிறதோ..?

ஏற்கனவே சிலருக்குப் பயிற்சி அளித்தும் தொழிலாளர்களின் எதிர்ப்பினால் கத்தரி பயன்பாடு நிறுத்தி வைத்திருந்தனர். கூலி உயர்வு போன்றவை கேட்டுக்கொண்டிருக்கும் நேரங்களில் மீண்டும் நிர்வாகம் கத்தரியைக் கொண்டு இறக்கி இருப்பது வருத்தத்தைக் கொடுத்தது. ஏதுமற்றவனாக தோட்டத்தில் அலைந்து கொண்டிருந்தவன் மீண்டும் பழைய நிலைக்குத் திரும்பவந்த மகிழ்ச்சியைவிட தொழிலாளர்களுடைய கோரிக்கைகள் என்னவாகுமோ என்ற பயம் அவனையும் தொற்றிக்கொண்டது.

செல்லக்கருப்பிக்கு தில்லான் இல்லாத காடு பச்சைநிறப் பாலைவனமாகத் தெரிந்தது. குளிர் அருவிகளும் வண்ணப் பூக்களும் அவளை மயக்கும் நீரோடையும் பறவைகளின் கலகலப்பும் கண்களோடும் மனதோடும் ஒட்டவே இல்லை. ஆனால் அம்மாவை பார்த்துக் காதலைச் சொல்லி வருகிறேன் என்ற வார்த்தைகள் மட்டும் பிரித்துப் பார்க்காத காதலனின் பரிசு ஒன்றைக் கையில் வைத்திருப்பதுபோல் ஆர்வத்தைத் தூண்டிக் கொண்டிருந்தன.

13

என் இதயத்தில் இந்தக் காதல் இல்லாது இருந்திருந்தால் இந்த வேதனையும் வந்திருக்காதே என்று நினைத்தபடியே கொழுந்துக் கூடையைத் தலையில் போட்டுக்கொண்டாள் செல்லக்கருப்பி. இனிப்பும் கசப்பும் வாழ்க்கையின் மீது பிடிப்பும் வாழவே கூடாது என்ற வெறுப்பும் பலமுறை வந்துபோய்விட்டது.

வெள்ளிக்கிழமை அதிகாலையில் பேச்சியம்மன் கோவில் பக்கமாய் அமைந்தது செல்லக்கருப்பியின் காடு. சற்று உயரமாக நடப்பட்ட கற்கள்தான் பக்கம் பக்கமாய் நிற்கும் பேச்சியம்மனின் கருப்பசாமியின் அடையாளங்கள். சேலைத்துண்டோ சரிகைத்துணியோ போர்த்தி மாலை அணிவித்து வைக்கப்பட்டிருக்கும். மழை தடுப்பாய் அமைந்த சிறு மேற்கூரையும் அரிவாள் ஊன்றினால் கருப்பசாமி, சூலம் ஊன்றினால் பேச்சியம்மா என்பதைத் தவிர மற்றபடி எந்த வேறுபாடும் அந்தத் தெய்வங்களுக்கு இல்லை.

அந்தக் குளிர்மலைச் சரிவுகளில் வேப்ப மரங்கள் அரிதாகவேதான் வளரும் அப்படி வளரும் மரங்கள் ஏதேனும் குலதெய்வங்களின் குடியிருப்பாக மாறிவிடுவதும் உண்டு.

பூசை நாட்களில் படைக்கப்படும் படையல்களில் மட்டும் சைவ அசைவ வேறுபாடுகள் இருக்கும். பௌர்ணமி

நாட்களின் பகல் வேளைகளில் காவல் தெய்வங்களான பொம்மி வெள்ளையம்மாளுடன் குடிகொண்ட மதுரை வீரனுக்குக் கடாவும் கோழியும் அறுத்துப் படையல் இடுவது முதல் கருப்பசாமி, முனியாண்டி, சுடலை மாடன் போன்ற தெய்வங்களுக்கு அசைவ விருந்துடன் சுருட்டு சாராயம் போன்றவை வரை படையலிட முதல் தெய்வமான பேச்சியம்மனுக்கு மூச்சு படாமல் அறுத்த வெடக்கோழி படைக்கப்படுகிறது. இதையெல்லாம் தவிர அந்த மக்களைப் போலவே தெய்வங்களும் ஏழையாகவே இருந்தனர். தேங்காய், பூ, பழம், ஊதுபத்தி, சில்லரைக் காசுகள் தவிர வேறு எதுவும் காணிக்கை கிடைக்காத தெய்வங்கள் வேறு எப்படி இருக்க முடியும்? சிறு சிறு காணிக்கைகளால் பெரும் வரங்களைத் தருவதாக நம்பும் மக்களும் பெரும் காணிக்கைகள் கொடுத்து தெய்வங்களைப் பழக்கவும் இல்லை.

பொன்னும் பொருளும் குவித்துப்போட்டு பின் அதற்கு ஒரு பூட்டையும் காவலையும் கணக்கு வழக்கையும் ஏற்படுத்த வேண்டிய தேவையும் அதனால் அங்கு ஏற்படவும் இல்லை.

வெள்ளைக்காரர்களின் ஆட்சியின்போது இடைத்தரகர்களின் வஞ்சகப் பேச்சாலும் பஞ்சம் பட்டினிக்கு எப்பாடு பட்டாவது வயிற்றிற்குக் கஞ்சி கிடைத்தால் போதுமென்றும் வந்து மாட்டிக்கொண்ட அப்பாவி சனங்கள். அவர்களது வேதனைகளைச் சொல்லியழ ஆளில்லாமல் தவித்தபோது தங்கள் ஊரில் உள்ள காவல் தெய்வங்களே இங்கு வந்து காக்கவேண்டும் என்று ஏங்கினார்கள். அப்படி தெய்வங்களும் தங்களின் குரலுக்கு வந்துவிட்டதாய் எல்லைகளில் கற்களைப் பதித்து வைத்து வழிபடத் துவங்கினர். எப்போதேனும் ஊருக்குப் போய் வருபவர்கள் அங்கிருக்கும் கோவிலில் இருந்து பிடி மண்ணைக் கொண்டுவந்து தெய்வங்களாக உருவாக்கி சிறுசிறு கோவில்களில் வைத்துவிட்டார்கள். ஊர் இருக்கும் திசை பார்த்துக் கும்பிட்டு குறைகளைச் சொல்லி அழுதார்கள். காலாகாலமாகத் திருவிழாக்களாலும் வழிபாடுகளாலும் தெய்வங்கள் தங்கள் வாழ்க்கையுடன் இணைந்துவிட்ட

நம்பிக்கையில் நிம்மதி கண்டனர்.

அடிமைகளாய் அல்லல் பட்டதாலோ என்னவோ எல்லா மதக்கடவுகள் மீதும் தீவிரமான பக்தியும் நம்பிக்கையும் வைத்திருக்கிறார்கள். அல்லா சாமி ஏசுசாமி என்று வழிபடுகிறார்கள். தாகத்தால் தவித்து வாடுபவர்களுக்குத் துளி நீரும் உயிர் நீர்தானே?

இந்தக் காட்டைவிட்டுப் பலரும் ஓடிப்போகாததற்கு வேறு ஒரு காரணமும் இருந்தது. பஞ்சம் பட்டினி கிடந்தாலும் சாதி வேறுபாடுகளால் சொந்த ஊரில் ஏற்பட்ட அவமானம் இங்கு இல்லை. அதிகார வர்க்கத்தினரும் அடிமைக்கூலிகளும் என்பதால் மட்டும் பிரிக்கப்பட்டதால் சாதிச்சண்டைகளின் தேவைகள் ஏற்படவில்லை.

மலைகளே அரணாக கூட்டில் அடைக்கப்பட்ட அப்பாவிகளுக்கு குரூரமான புத்திகளும் வஞ்சகமும் உருவாகாததும் சிந்தனை ஒரு அளவுக்குள்ளே ஒடுங்கிப்போனதும் வேறு எதையும் நினைக்காத இயந்திரங்களாகவே மாறிவிட்டனர்.

சொந்த ஊர்ப்பற்றும் சாதிப்பற்றும் அடிமனதில் இருந்தாலும் அடிக்கும் காற்றில் பறக்கும் சருகுகள் போல் அது நிலையற்ற வேற்றுமைகளாகக் கலைந்துபோய்விடும்.

செல்லக்கருப்பி யாருக்கும் தெரியாமல் மறைத்துவைத்திருந்த சில காட்டு மலர்கள் எடுத்தாள். பேச்சியம்மன் முன் தூவி "தில்லான் பொண்ணு பார்க்கப் போகக்கூடாது தாயி. அவனை நம்பி இருக்கேன்... சாவுறவரைக்கும் அவன வச்சு கனவு கண்டுட்டேன்.. நான் பட்ட வேதனையெல்லாம் போதும் தாயே... என்ன அவனோட சேத்து வச்சுரும்மா." உள்ளம் உருகி வழிய பேச்சு வராமல் அழுகை நனைத்த வார்த்தைகளை விழிகள் வழி உதிர்த்து நின்றாள்.

தில்லானுக்கு பொன்கிரி எஸ்டேட்டில் ஃபீல்ட் ஆபீஸர் மகளைப் பெண் பார்க்கப் போகவேண்டும் என சேதுபதி ஐயா சொன்னதாக மாலதி சொன்னதிலிருந்து நெஞ்சம்

படபடவென அடித்துக் கொண்டிருக்கிறது. கண்டிப்பாக அவன் ஏதாவது சொல்லித் தட்டிக் கழித்து விடுவான். உயிர் வேறென பரவி நிற்கிறான். ஒருநாள் பார்க்கவில்லை என்றாலும் வாடி நிற்கிறான். மகன் மீது அக்கறையாக அம்மாவுக்கு ஆதரவாக இருக்கிறான். அவனிடம் இதைப்பற்றி கேட்கவே கூடாது. வருத்தப்படுவான். அவன் காதலைச் சந்தேகித்துவிட்டதாய் நொந்து போவான். ஆனாலும் அந்தச் செய்தி தாங்க முடியாத ஒன்றாய் உயிரை அலைக்கழித்துக் கொண்டிருக்கிறதே. என்ன நடக்கிறது என்று பார்ப்போம். மனம் சிந்தனைகளுக்குக் கடிவாளமிட்டாலும் விழிகள் ஈரமாகிக்கொண்டே இருப்பதைத் தடுக்க முடியவில்லை. மாடசாமி கங்காணி, சேதுபதி ஐயாவிடம் ஏதேனும் சொல்லியிருக்கக் கூடுமோ... மனம் பதற்றத்திலே குழம்பியது. யாருக்கும் தெரியாமல் உள்ளம் உருக வேண்டிக்கொண்டாள்.

“காட்டுப்பன்னிக உறுமுதுட்டி.... ஐயோ எல்லாமா வருதுட்டி.... ஓடுங்க ஓடுங்க...” காட்டின் கடைசிப்பகுதியிலிருந்து மாலதி அலறினாள். பெண்களின் கூக்குரலும் அலறியடித்த ஓட்டமும் கருப்பியையும் இழுத்துக்கொண்டு தேயிலைக்குள் ஓடச் செய்தது.

கோவில் பக்கங்களில் வெட்டப்படாத நீளமான தேயிலைச் செடிகளும் அவற்றிடை அடர்த்தியாக வளர்ந்து நிற்கும் களைகளும் பன்றிகள் மறைந்திருக்க ஏதுவாக இருக்கும். மழை நீர் பாய்வதற்காகக் குன்றுகளின் மையங்களில் வெட்டப்பட்டிருக்கும் நெடும் கால்வாய்களின் ஓரங்களிலும் குன்றுகளின் எல்லைகளில் வெட்டப்பட்டிருக்கும் மண்டைக் கால்வாய்களின் ஓரங்களில் வளர்ந்து நிற்கும் காடுகளும் காட்டுப்பன்றிகள் பதுங்கும் இடங்கள். சில நேரங்களில் ஒன்றுடன் ஒன்று மோதிக்கொண்டு தேயிலைக் காடுகளில் பாய்ந்துவிடும். லயங்களின் முற்றங்களிலும் ஓரங்களிலும் விதைக்கப்படும் காய்கறிகள், கிழங்குகள் போன்றவற்றைத் தின்பதற்காக இரவில் வீடுகளுக்குப் பக்கத்திலே வந்துவிடும். ஆனாலும் பகல் பொழுதுகளில் அதிகமாகத் தொல்லை தராதவை இன்று இப்படிப் பாய்கின்றன.

"பயப்படாதீங்க புள்ளைகளா. தேயில செடிக்குள்ள ஏறி நில்லுங்க" ராமைய்யா கங்காணி பாதையில் நின்றுகொண்டே கத்தினார். பெண்கள் ஒவ்வொருவரும் தேயிலைகளுக்கு இடையே நின்றுகொள்ள பன்றிகள் சாக்கு மூட்டைகள் வேகமாக உருளுவதுபோல் உறுமலுடன் ஓடி மறைந்தன.

"நான் பயந்துட்டேங்கா..." சிவகாமி, பார்வதியிடம் சொல்லிக்கொண்டு சிரித்தாள். காட்டுப்பன்றிகளின் கதை ஒவ்வொருவர் வாயிலிருந்தும் ஒவ்வொன்றாய் வரும் என்பதை அறிந்த கங்காணி, "இனி பேச ஆரம்பிச்சுடுவாளுக.." என்று முனகியபடி, "வேலையை பாருங்க புள்ளைகளா.." என்று அதட்டினார்.

மற்ற மாதங்களை விட ஏப்ரல் மே மாதங்களில் அதிகக் கொழுந்து துளிர்க்கும். அந்த நேரங்களில் அதிகக் கூலி கைக்காசாக கிடைக்கும் என்பதால் அந்த நாட்களில் ஆறு மணிவரை வேலைகள் நடக்கும். பேச்சுவாக்கில் நேரம் போவது அறியாமல் கொழுந்து எடுப்பது குறைந்துபோனால் கம்பெனிக்குப் பதில் சொல்லவேண்டிய பொறுப்பும் கங்காணிகளுக்குத்தான்.

ஜனவரி பிப்ரவரி ஆகஸ்டு மாதங்கள் தவிர மற்ற மாதங்களில் கொழுந்து மிக அதிகமாக இருக்கும். மார்ச் ஏப்ரல் மே மாதங்களில் முதல் மழை விழுந்து இளந்தளிர் பறிக்கப்பறிக்க அட்சய பாத்திரமாய் பெருகுவதுபோல் தோன்றும். ஜூன் ஜூலை மாதங்களில் படிப்படியாக குறைந்து தேயிலைகளில் கொப்புளநோய், தண்டு அழுகல் நோய், இலைச்சுருட்டு நோய் எனப் பல நோய்களும் தலைகாட்டும்.

ஆகஸ்ட் மாதத்தில் இருபது கிலோ கொழுந்து எடுப்பதே சிரமமாக இருக்கும். வெயில் விழாமல் பூச்சி விழுந்த தேயிலைச் செடிகளும் நிழல் மரங்களிலிருந்து உதிர்ந்த இலைகளையும் பற்றிப்பிடித்து வளரும் கொடிகளையும் எடுத்துச் செடிகளை சுத்தப்படுத்தி கொழுந்து பறிப்பதற்குள் கூடை நிறையாது. அதனால் இருபத்தியேழு கிலோ எடுத்துப் பேர் போடவேண்டியதில்லை, பதினாறு கிலோ எடுத்தாலே

போதுமானதாக இருக்கும். இது கொழுந்துக்காலம் என்பதால் கேலிப்பேச்சுகள் பேசினாலும் கங்காணி பெண்களை விரட்டிக்கொண்டே இருந்தார்.

செல்லக்கருப்பிக்கு மதியம் வீட்டுக்கு வந்தபின் ஆயிரம் மனக்குழப்பங்களுடன் தில்லான் பக்கத்தில் இல்லாத காட்டில் வேலைக்குப் போகவும் தோன்றவில்லை. லயத்தில் கோவிந்தன் மட்டும்தான் இருப்பதாகத் தோன்றியது. முத்துமணி பாட்டி பாத்திரங்களை அள்ளிக்கொண்டு ஓடைக்குப் போய்விட்டாள். பார்வதி அத்தையிடம் உடம்புக்கு ஏதோ மாதிரி இருக்கு மதிய வேலைக்கு வரவில்லை என்று சொல்லி அனுப்பிவிட்டாள். கோமதி சாப்பிட வந்தபோது படுத்துக்கிடந்த மகளைப் பார்த்துவிட்டு, “மக்களே உடம்புக்கு ஏதுமா... சட்டில சுக்குபோட்டுக் கசாயம் இருக்கு. ஒருவாய் குடிச்சுக்க...” என்றபடி கதவைச் சாத்திப்போனாள். மனது ஏதோ குற்றஉணர்ச்சியில் தவித்தது. அப்படியே கம்பளிக்குள் சுருண்டு கிடப்பது சுகமாக இருந்தது.

மனம் கலங்கும்போதெல்லாம் தில்லானின் ஆறுதலை இப்போதெல்லாம் மனம் அடிக்கடி தேடுகிறதே... வெயில் காலம் எல்லாம் பெயருக்குத்தான். மத்தியான வெயிலிலும் தூங்கவைக்கும் குளிர் பரவியது. மனம் ஏதோ பயத்தில் துடித்துக் கொண்டே அவளைத் தூங்கவைத்தது. மாலை எழுந்ததும் சுருள்சுருளான கூந்தலை உயர்த்திக்கட்டி முகம் கழுவி பௌடர் பூசிக்கொண்டாள். இப்போது தில்லான் ஓடைக்கரையில் மீன் பிடித்துக் கொண்டிருக்கலாம். செல்லக்கருப்பியின் காடு அவன் இருக்கும் பக்கத்தில் இல்லை என்றால் அவனும் சீக்கிரமாகவே கிளம்பி மீன் பிடிக்க வந்து விடுவான். அவளும் தனியாக ஆற்றுப்பக்கமாக வந்து விடுவாள். அவனைப் பார்க்கத் துடித்தது மனது. சரிவுகளில் இறங்கும்போது மீன் பிடிக்கும் இடத்தில் தூண்டில் தெரிந்தது. மண்புழுவைச் சொருகி மீனைப் பிடிப்பது அவளுக்குப் பிடிக்கவே பிடிக்காத ஒன்று.

தனக்கான இரையைப் பிடிப்பதற்காக வேறு ஓர் உயிரை துடிக்கத் துடிக்கக் கொல்வது, அதற்கான இரையைப் போட்டு

தனது இரையைப் பிடிக்கும் வஞ்சம் மனிதனுக்குள் எப்படி உருவானதோ..? பசி மட்டுமல்ல...ருசியும்தான் அந்தச் சூதாட்டத்தின் கரு. தூண்டிலைப் போட்டவன் அந்த மீன் சிக்கும்போது அடையும் மகிழ்ச்சியை விவரிக்கவே இயலாது. பேரானந்தத்தின் உச்சியில் நிற்பான். தக்கை கொஞ்சம் கொஞ்சமாக இழுக்கப்படும் போது பார்வை நிலைக்கும். மனம் குறுகுறுக்கும். துடிக்கத் துடிக்க முள்ளிறக்கிய புழுவின் நினைப்புகூட இருக்காது. தன் இரை மேலே குறியாய் ஆர்வத்தின் எல்லையில் வேட்டை நிகழும். தன் வயிற்றை நிரப்பத் துடிக்கும் மண்புழுவைத் தேடி வரும் மீன்கள் இரை ஆகிவிடுகின்றன. ஓர் இரை இன்னொரு இரையைக் கொண்டுவந்து சேர்க்கிறது. மண்புழுவும் மீனும் ஒரே தூண்டிலில் துடித்து அடங்குகிறது. மீன் தனது பசியை அடக்கிக்கொள்கிறது. மனிதன் தனது ருசிக்கு விருந்து வைத்துக்கொள்கிறான். துடிப்புகளுக்கு அங்கு விலையில்லை. ருசி ஒன்றுதான் காரணமாக இருக்கிறது. வகைவகையாக ருசி பார்க்க நினைக்கும் மனிதன், வகையான தந்திரங்களைக் கையாள்கிறான். இரை துடித்து அடங்கியதும் பசியும் ருசியும் விழித்துக்கொள்கின்றன. தில்லான் எவ்வளவு சொன்னாலும் மீன் பிடிப்பதை மட்டும் விடவே இல்லை. அதனால் மட்டும் தங்களுக்குள் எத்தனை சண்டைகள்.

கருப்பி பார்த்துக் கொண்டிருந்தாள். தூண்டிலின் மிதவை ஏதோ மீனால் உள்ளே இழுக்கப்பட்டது. தில்லான் முகத்தில் காதளவு புன்னகை. அவன் முகத்தில் வசீகரமான சிரிப்பைப் பார்த்ததும் மீனும் மண்புழுவும் மறந்துபோனது. என்ன மாயம் செய்தான்?அவன் தொடர்பான எந்தப் பொருளும் எவ்வளவு ஆனந்தத்தைத் தருகிறது. மனதின் குழப்பமும் வலியும் அவன் முகத்தைக் கண்டதும் அப்படியே குறைந்துவிட்டன. அவனைப் பார்த்து நிதானமாகக் கேட்கலாம் என்று நினைத்தவள், “கருப்பி” என்ற காதல் வார்த்தை கேட்டதும் அவனருகில் அமர்ந்து கண்கலங்க,

“பொண்ணு பாக்கப் போவியோ...” படபடக்கும் வார்த்தைகளுடன் நின்றாள்.

மீன் கிடைக்காத தூண்டிலை ஏமாற்றத்துடன் ஒரு பார்வை பார்த்துவிட்டு, நிதானமாக ஓடையில் கைகளைக் கழுவி சுற்றுமுற்றும் பார்த்தபடி நெருங்கி வந்தான்.

“என்ன கேட்ட...?” அவள் கைகளை இறுக்கமாகப் பற்றி இழுத்து அணைத்தான். அவன் அழைப்போடு, “நானிருக்கிறேன் உனக்கு” என்று விழிகள் பேசின.

“பொண்ணு பாக்க...”

அவளைப் பேசவிடாமல் இதழ்களில் முத்தமிட்டான்.

“செல்லம்... எவனாவது தேவத கெடச்சா சாதரண பொண்ணுகள தேடுவானா. யாரு சொன்னா உனக்கு... வீணாக் கவலபடாதே...”

குளிரும் வார்த்தைகளும் உடம்பிலிருந்து பெருகிய வெப்பமும் அவள் மனதுக்கு மருந்தாகப் பரவியது.

“என் செல்லத்த விட்டுட்டுப் போவேனா... வீணா உன்னக் குழப்பிக்காத கருப்பி...”

அரக்கி அரக்கி என்று கத்தினான் ஒருவன். அப்போது அவளுக்குக் கோரப்பற்கள் முளைத்தன. நீளமான நஞ்சைக் கக்கும் நாக்கும் கடுமையான வெப்பத்தைச் சுரக்கும் வார்த்தைகளும் ஊறின. தேவதை என்று அணைக்கிறான் ஒருவன். அவளுக்குள் சிறகுகள் ஒன்றுக்கு இரண்டாய் துளிர்க்கின்றன. பூவின் மென்மையுடன் உடல் வனப்பேற்றிக்கொள்கிறது. இதழ்களில் மென்மையான தேன் சுரக்க, பறந்துகொள் என வானம் வசப்பட்டு நிற்கிறது.

எப்போதும் அவன் அணைப்பை ஓர் எச்சரிக்கையோடு தடுத்து விலக்கும் அவளுக்கு அந்த அணைப்பு தேவையானதாக இருந்தது. இன்னும் இறுக்கமாக அணைத்துக்கொண்டாள். தில்லான் காதலாய் அவள் காதோரம் ஏதேதோ பேசினான். மாலையும் பனிக்காற்றும் காதலின் பரிதவிப்புகளும் ஆறுதல்களும் கலந்த அணைப்பின் மயக்கத்தில் மாடசாமி கங்காணியை இருவருமே கவனிக்கவில்லை.

“சீ தூ...” மாடசாமி கங்காணி காறி உமிழ்ந்தான்.

“ஏம்ல... உனக்கு எம்புட்டு வந்துபோச்சு. ஊர்க்காட்டுல இருந்துவந்து எச்சில தின்னனுங்கற...” ஒரு நிமிடம் திடுக்கிட்டுப்போன இருவரும் திகைத்து நின்றார்கள்.

“ஏலே... இதுக்காலே பெரியய்யா உன்ன காட்டுக்குக் கூட்டியாந்தாக... இவளுக்கு இதெல்லாம் பெரிசில்ல. உனக்கு மானம் மரியாத எங்கல போச்சு...”

செல்லக்கருப்பி அமிலமழையில் நனைந்ததைப்போல் துடித்துப்போனாள்.

“கங்காணி மருவாதையா பேசு. நீ பொணத்தைத் திங்கறவன்... உனக்கு என்ன பேச என்ன யோக்கியத..?” கருப்பி வெடித்துச் சிதறினாள். கங்காணி முகம் சுருங்கிப்போனது.

செல்லக்கருப்பி ஏக்கத்துடன் ஏதும் பேசாமல் நிற்கும் தில்லானைப் பார்த்தாள். அவன் கைகள் நடுங்குவதுபோல் தோன்றியது.

“ஏன் ஏதும் பேசாம நிக்கே. நான் இவளத்தான் கட்டிக்கப்போறேன்னு சொல்லு...”அவள் குரலும் நடுங்க ஆரம்பித்தது. தில்லானைப் பிடித்துக் கங்காணியின் பக்கமாகத் தள்ளினாள். செல்லக்கருப்பியை மெதுவாக விலக்கினான். “நான் எல்லாம் சொல்லிக்கிறேன். நீ சீக்கிரமா வீட்டுக்குப்போ. நா பேசிக்கிறேன்...”

அவனுடைய அழுத்தமான வார்த்தைகளுக்குப் பணிந்து இனி அங்கிருப்பதும் சரியில்லை என்பதை உணர்ந்து கங்காணியை முறைத்துவிட்டு குன்றேறித் திரும்பிப் பார்த்தாள். இருவரும் ஏதோ வாக்குவாதத்தில் ஈடுபட்டிருப்பது தெரிந்தது. என்னாகுமோ என்று உள்ளம் தவிக்க உடல் சுமந்த காதல் சுண்டிப்போக மண்டைக்குள் யாரோ அலறுவதைப்போல தோன்ற அப்படியே மீண்டும் வந்து அதே கம்பளிக்குள் சுருண்டுகொண்டாள்.

தில்லானின் அணைப்பு அவ்வளவு இன்பமாக இருந்தது. நரம்புகளில் காதல் முழுமையாகப் பரவி இதுவரை அனுபவிக்காத உணர்வுகளுக்குள் கூட்டிச்சென்றது. மாடசாமி கங்காணி மட்டும் வந்திருக்காவிட்டால் அவள் மனக்காயங்களும் கேள்விகளும் சுத்தமாக நீங்கியிருக்கும். ஆனால் புதிதாய் உயிர்கொண்ட காதல்உணர்வின் மீது பெரும் வலி மூடிக்கொண்டது. என்னைவிட்டு வேறு பெண்ணை அவன் பார்க்கப் போக மாட்டான் என்ற நம்பிக்கையில் காதல் அணைப்பும் முத்தங்களும் அத்தனை இன்பத்தைத் தந்தன. ஆனால் இனி என்ன நடக்குமோ? எல்லா உணர்வுகளும் உள்ளத்தைக் குடைய எழுந்திருக்காமல் அப்படியே சுருண்டு கிடந்தாள்.

14

விடியும் முன்பே மணி அடித்தால் போல் பறந்துவரும் பறவைகளின் குரல் செல்லக்கருப்பிக்கு இன்று எரிச்சலைத் தந்தது. தினமும் கீச்சீச்சென்ற ஒலிகளே அவளை உசுப்பிவிடும். எப்போதும் வானத்தை நிறைக்கும் அந்த ஒலிக்குவியலோடு ஒரு பாசம் வரும்.

காட்டுப்பகுதியில் இருந்து பறந்துவரும் இருவாட்சிக் கூட்டமாக கரகரப்பான குரலில் ஏதோ பேசிக்கொண்டே பப்பாளிப் பழங்களை மிச்சம் வைக்காமல் தின்று தீர்க்கும். கருப்பியும் அவற்றிடம் நலம் விசாரிப்பதுபோல் கொஞ்சுவாள்.

இன்று மனக்குழப்பத்தில் தூங்காமல் கிடந்ததால் விழிகள் திறப்பதே சிரமமாக இருந்தது. ஆனால் கலகலக்கும் பறவைகளின் ஒலிகளோடு ஒரு கோழியின் தீனமான பரிதாபக்குரலும் சட்டெனஒலித்து அடங்கியதுபோல் தோன்றியது.

மனதில் உருண்டு எழுந்த வேதனையில் எழுந்திருக்கவே தோன்றவில்லை. அதிகாலையில் தூரமாய் தோட்டத்துப் பக்கம் ஒதுங்கப் போகவேண்டும்.

லயத்தின் மூலையில் இருக்கும் கழிப்பறைக்குப் போகவேண்டுமென்றால் தண்ணீரையும் தூக்கிக்கொண்டு

போக வேண்டும். சரியாக அடைபடாத கதவும் அசுத்தமான குறுகிய இடத்துக்குள் அடைபட்டு வெளியே வரும்முன் குமட்டிக்கொண்டுவரும். இந்த முறை சங்கக்கூட்டத்துக்குப் போகும்போது வீட்டுக்கொரு கழிப்பறை வேண்டுமென்று கேட்க வேண்டும். காதல் பிரச்சனையுடன் காட்டின் பிரச்சனைகளும் சேர்ந்து கனத்தன.

"அம்மை இந்த நேரம் விடியும்முன்னே என்ன செய்யுறா..?"

அம்மியில் ஏதோ அரைக்கிறாள். எள்ளின் வறுத்த வாசனையுடன் கறிக்குழம்பு தாளிக்கும் வாசனையும் அறையெங்கும் நிரம்பியிருந்தது.

"அம்ம... என்ன கோழியா அறுத்த?"

"ஆமட்டி... ஒண்ணு முனகிக்கிட்டே கிடந்துச்சு. சீக்கு வந்து செத்துப்போகுமுன்னு அறுத்துட்டேன்."

"அந்த செவலக்கோழியா.. அது நல்லாத்தானே இருந்துச்சு. அத ஏம்மோ அறுத்த..." சோகத்தோடு கேட்டாள்.

"ஏம்ம... நீ ஏன் வேலைக்குப் போகலையா... காலையிலிருந்து இந்த வேலையப் பாத்துட்டு இருக்கே.."

"உன் அம்மே உனக்கு வைத்தியம் பாக்குறதுக்கு இவ்வளவு வேலையும் பண்றா..." முத்துமணி பாட்டி ஏன் இவ்வளவு கோபமா பேசுகிறாள்.

"குட்டக்கிழவி என்ன உளர்ற?" கருப்பி அடுப்புப்பக்கம் சென்றாள்.

தளதளவென்று சட்டியில் கோழி கொதித்துக்கொண்டிருந்தது. அம்மியில் அரைத்த எள்ளுத்துவையல் உருட்டி வைக்கப்பட்டிருந்தது. கோமதி எதுவும் பேசவில்லை.

"அந்த மாடசாமிப் பய உம் அம்மையிட்ட நேத்து ராத்திரி ஏதோ உளறிவச்சான். ராத்திரியெல்லாம் அழுது மூக்க சிந்திட்டே

கெடந்தா... நீயும் அந்த ஐயா மருமவனும் கூடிக்கிடந்தீகளாம்... அடிக்கடி பாத்துருக்கானாம். அதனால உம் வயத்துல கரு தங்கி நீ சீரழியாம இருக்க கோழி ரசமும் எள்ளுத் தொவையலும்னு கருக்கலைக்க காரியம் செய்யுறாளாம் பாவி...”

எதிர்பாராத இடத்திலிருந்து எதிர்பாராத பெருந்தாக்குதல். வெளிறிப்போனாள் கருப்பி. செல்லக்கருப்பியின் முகம் போன போக்கை கவனிக்காமலே பேசிக்கொண்டிருந்தாள் பாட்டி.

“ஏண்டி கோமதி... தாயைத் தண்ணி தொறையில் பார்த்தா புள்ளைய வீட்டுல பார்க்கணுமா... நீயும்தான் உன் புருசனைப் பறிகொடுத்துட்டு இந்தக் காட்டுல சுத்திட்டுதானே இருந்த... இடுப்பில் வரிந்து கட்டிய சேல அவுந்துச்சா... இவ மட்டும் மானங்கெட்டுப் போயிருப்பானு அந்த மாட்டுப்பய சொன்னதும் நம்பிட்டியே...” செல்லக்கருப்பி நொறுங்கிக் கொண்டிருந்தாள்.

தில்லான் பொண்ணு பாக்கப் போவானோ என்ற சந்தேகம் ஒரு பக்கம். மாடசாமி காட்டுக்குள் என்ன பேசியிருப்பானோ என்ற வேதனை ஒருபக்கம்; எல்லாவற்றையும் மீறி தன்னைத் தாயே சந்தேகித்துவிட்டதைத் தாங்கிக்கொள்ள முடியாமல் தவித்தாள்.

“அம்மே...” என்று ஆவேசமாக அலறினாள்.

அவளது அலறலில் கம்பளி விலக்கி எட்டிப்பார்த்தான் முகிலன். மகனின் பரிதவிப்பைக் கண்டதும் குறுகிப்போய் அப்படியே அடங்கினாள். பல்வேறு குழப்பங்கள் குளவியாய் மனதைக் கொட்ட அடுத்து என்ன நடக்குமோ என்ற பதற்றத்துடனே இயந்திரத்தனமாய் கொழுந்துக் கூடையை எடுத்து தலையில் போட்டாள்.

“ஒரு வாய் சாப்பிட்டுப் போயேம்மா...” என்ற கிழவியைப் பரிதாபமாகப் பார்த்தாள்.

“என் வயத்துல புள்ள வளருதுனா வளந்துட்டுப் போட்டும். அந்த விஷத்த அம்மைய சாப்பிடச் சொல்லு...”

கோபமாகப் பேசியபடியே ஒத்தயடிப்பாதை வழியே வேகமாக நடந்தாள். மனதில் பாறாங்கல்லைச் சுமந்துகொண்டே காட்டில் வேலைக்கு இறங்கினாள். மாலைவரை வேதனைகளைத் தின்ற மனது பசியை மறந்து இருந்தது. நிறுவைக் களத்திலிருந்து பானுவும் சந்திராவும் வீட்டுக்கு அழைக்கையில்தான் உயிரோடு இருக்கிறோம் என்ற உணர்வே வந்தது. வீட்டுக்கு வரும் வழியெல்லாம் தில்லான் என்ற மருந்தைத் தேடினாள்.

அவள் மனம் புரிந்த தேயிலைச் செடிகளை லேசாக வருடி புலம்பியபடியே நடந்தாள். அந்த ஞாயிறு குளியலிலும் மாலை மீன் பிடிக்கும் இடத்திலும் தில்லானைக் காண முடியாதது மிகப்பெரிய ஏமாற்றத்தையும் கவலையையும் ஏற்படுத்தியது. ஓடைக்கரையில் பிரிந்த பின் அவனை எங்குமே பார்க்க முடியவில்லை. மாடசாமி கங்காணி மனைவி ராணியுடன் எண்ணெய் வழியும் உடம்போடு தொப்பை வயிற்றைத் தாலாட்டியபடியே வந்தார். வாடிப்போய் நின்ற கருப்பியை ஏளனத்துடன் பார்த்துத் தனக்குள்ளே சிரித்தபடி கடந்து சென்றார்.

செல்லக்கருப்பியின் இதழ்கள் இறுக்கமாகப் பூட்டி வைத்ததுபோல் வீட்டில் கோமதியுடன் பேசவே இல்லை. அவளும் ஏதும் கேட்காமலே நகர்ந்துபோனது நாளொன்று.

சில காலைப் பொழுதுகள் சாபங்களுடன்தான் தொடங்குமோ... பானு, “கருப்பி” என்று கூப்பிட்ட குரலே வலியோடு செவியை அடைந்ததுபோல் தோன்றியது. செருப்பை அணிந்து கூடையைத் தலையில் போட்டுக்கொண்டு மூங்கில் குச்சியைக் கையில் எடுத்துக்கொண்டு நடந்தவளுக்கு தில்லானைப் பற்றிய நினைவுகளே பொங்கி எழுந்தன.

அதெப்படி பார்க்கும்போதுகூட அடங்கி இருக்கும் காதல் நினைவுகள், பார்க்காதபோது இப்படிப் பொங்கி வழிகிறது. கருமை பூசி வெளிச்சப் பூக்களைக் கொப்பளிக்கும் அவள் கண்கள் அந்தப் பசுமை பரப்பெங்கும் காதலனைத் தேடி அலைந்தது. பானுவும் மௌனமாகவே பின்னால் வந்து

கொண்டிருந்தாள்.

தூரமாய் ஒரு வெளிச்சப்புள்ளியாய் ஆயுதப்புரை பக்கமாக நின்றுகொண்டிருந்த தில்லானைப் பார்த்ததும், ஓ! என்று ஆர்ப்பரித்தன அத்தனை அணுக்களும். அப்பாடா என்று மனம் நிம்மதியில் நிறைந்தது. அவள் பாதங்கள் பானுவால் எட்டமுடியாத வேகத்தில் விரைந்தன.

“நில்லுட்டி ஏட்டி.... கருப்பி எங்கட்டி ஓடுற. அங்க எங்க போற... நிக்கப்போறிய இல்லையா...” பானு பின்னால் ஓடிக்கொண்டே கத்தினாள். செல்லக்கருப்பி எதையும் காதில் வாங்கியதாய் தெரியவில்லை. குறுகலான குறுக்குப்பாதை வழி தொட்டாவாடி முட்செடிகள் வளர்த்து கிடந்த கைரோடு வழியாக வேகமாகத் தில்லானை நோக்கி ஓடினாள்.

“என்ன மசுருக்கு அவன பாக்க ஓடுறே... ஃபீல்ட் ஆபீஸர் பொண்ணுக்குப் பூவ வச்சுட்டு வந்து நிக்கான் நாயி..” பானு காட்டுக்கத்தல் கத்தினாள். கால்கள் அப்படியே மண்ணோடு புதைய உயிர் சில்லிட்டு சிலையானதைப்போல் தோன்றியது கருப்பிக்கு. பெருங்குகைபோல் இருளத் துவங்கியது காடு.

“என்னட்டிசெல்லுத... பொய்யச் சொல்லாத. செத்துருவேண்டி....” அழுதுவிட்டாள் கருப்பி.

நிசமாத்தான் என்பதுபோல் பானு மௌனமாக நின்றாள். தேயிலைக் காடெங்கும் பச்சைநிறத்தில் தீப்பற்றி எரிவதாய்த் தோன்றியது. அந்தத் தீ அப்படியே பரவி தன்னையும் கவ்விக்கொண்டதுபோல் உடம்பும் மனமும் வேகத்துவங்கின. கேட்கக் கூடாத வார்த்தைகள். கருப்பி கூடையை அப்படியே தூக்கி எறிந்தாள். செவிகளில் விழுந்த சொல் தலை மீது விழுந்த பாறாங்கல்லாய் இடுப்பளவு தேயிலைச் செடிக்குள் புதைந்து உட்கார்ந்தாள். பானு பதைக்கும் நெஞ்சோடு அப்படியே உட்கார்ந்து அவளைக் கட்டிப்பிடித்தாள்.

“நிசமாத்தாம்லே சொல்லுதேன். நேத்து எஸ்டேட் போயி பெரியய்யா பொண்சாதியும் அவனும் போய் பேசி

முடிச்சுட்டாகளாம். ஐம்பது பவுனு நகையும் நிறைய பணமும் கொடுக்கிறாகளாம். உடனே கலியாணம் முடிச்சு ஊருக்குப் போறாகளாம். எல்லாம் மாடசாமி கங்காணி ஏற்பாடு.” பானு பேசிக்கொண்டே இருந்தாள்.

அவளுக்கு ஏதுமே கேட்கவில்லை. உடம்பெல்லாம் எரிந்தது. பானுவை அப்படியே தள்ளிவிட்டுத் தேயிலைச் செடிகள் உடலைக் கீறும்படி வெறிபிடித்தவளைப்போல் பெருமரங்களைத் தாண்டி காட்டின் எல்லைப்பகுதியை நோக்கி ஓடினாள். காற்றைக் கிழித்தபடி ஓடிக்கொண்டிருந்த செல்லக்கருப்பியின் பின்னால் ஓட பானுவால் முடியவில்லை.

அதற்குள் காட்டுக்கு வேலைக்கு வந்தவர்கள் என்ன ஏதென்று பேச ஆரம்பித்திருந்தனர்.

எல்லைப் பகுதியில் தீப்பாஞ்சி அம்மன் கோவிலில் சுருண்டு அழுதுகொண்டு கிடந்த செல்லக்கருப்பியை வாரி எடுத்தாள் பானு. தேயிலைக் காட்டின் அனைத்து வேதனைகளுக்கும் தீர்வாக தெய்வங்களே துணை நிற்பதாய் எண்ணிய மனங்கள் ஆல், அரசு, வேம்பு என்று பெரிய பெரிய மரங்களின் கீழே காவல் தெய்வங்களை வரிசையாக உருவாக்கி வைத்திருந்தனர். எல்லா மதங்களின் தெய்வங்களும் அவர்களுக்கு ஒன்றுதான். எதைத் தின்றால் பித்தம் தெளியும் என்ற நிலையில் அல்லல்படும் மனங்களின் பற்று வேர்களாய் தெய்வ நம்பிக்கையே துணை நின்றது.

அரசனுக்கு ஒற்றனாக மறைந்து வாழ்ந்த கணவனால் உருவான கர்ப்பத்தை ஊரார் நம்பமறுக்க பழிச்சொல் பொறுக்காமல் தீப்பாய்ந்துவிட்டாள் நிறைமாதப் பெண்ணொருத்தி. நெருப்பு அவளைத் தீண்டாமல் குழந்தையும் தாயுமாக தன் கரங்களில் ஏந்தியதாம். அந்தப் பெண் அப்படியே தெய்வமாக உருமாறி விட்டாளாம். அவள் பெயரே மறந்துபோக தீப்பாஞ்சி அம்மனாக பெண்களின் காவல் தெய்வமாக மாறி மண் திட்டையாக நாளும் வளர்ந்துகொண்டு இருப்பதாக நம்பப்படுகிறாள்.

"நான் என்ன செஞ்சேன் தாயி... நான் அப்படி என்ன தப்புசெஞ்சேன்... என் அம்ம கூட களங்கப்பட்டவளா பாத்தும் கல்லா இருந்தேனே... அவன் என்ன உசுர வச்சு தாங்கினானே... ஏங் கனவ அவன் கையில கொடுத்தேனே... என்ன ஆச்சு அவனுக்கு? என்னையும் உன்கூட பொதைச்சுரு தாயி. என்ன கொண்டுபோயிரு தாயி..." மண்ணில் தலையடித்துக் கதறினாள். அழுது துடித்தவளை பானு அப்படியே அணைத்துக் கொண்டாள்.

"முட்டாச்சிறுக்கி. உனக்கு என்ன கிறுக்கா புடிச்சிருக்கு... அவன் போய் தொலையிறான் விடு புள்ள... நாங்க எல்லாம் எதுக்கு இருக்கோம். அழாதட்டி.... அழாதட்டி.... நேத்து வந்தான் இன்னைக்குப் போயிட்டானு நினைச்சு தலைய முழுகு" என்று சொல்லிக்கொண்டே பானுவும் ஓ என்று அழுதாள்.

அதற்குள் சந்திரா, பார்வதி, முத்துமணி பாட்டியும் அங்கு வந்துவிட்டார்கள். மண்ணோடு வாடிய மலராய்க் கிடந்து துடித்தவளை ஏதேதோ சொல்லி வீட்டுக்குக் கூட்டி வந்துவிட்டார்கள். முகிலன் பள்ளிக்குக் கிளம்பிக் கொண்டிருந்தான்.

"இன்னைக்கு ஸ்கூலுக்குப் போக வேண்டாம் மக்களே... அம்மைக்கு உடம்பு செரியில்ல. அம்மைய பாத்துக்க கண்ணு. நான் போயி ஆச்சிய வரச் சொல்லுதேன்" என்று முகிலனிடம் சொல்லிவிட்டு, "கருப்பி, மவன்ட்ட எதையும் காட்டிக்காத. ஆசுவாசமா உறங்கு... அவன் கலங்கி நிக்கான்..." என்று காதுக்குள் முணுமுணுத்துவிட்டு பானு காட்டை நோக்கி நடந்தாள்.

பத்துமணி காபி கொடுத்துவிட்டு பாட்டியும் சீக்கிரம் வீட்டுக்கு வந்துவிட்டாள். கோமதியின் காடு தூரம் என்பதால் இங்கு நடந்த எதுவும் அவளுக்குத் தெரிய வாய்ப்பில்லாமல் போனது.

"சம்மட்டிய வச்சு தலையில அடிச்ச மாதிரி இல்ல செஞ்சுட்டான் படு பாவிப்பய... ஆசைய கூட்டி அடுப்பில வைக்கிறதுக்கா

அப்படி எச்சில் ஒழுகவிட்டுப் பழகினான்..? அது ஊரு சுத்துற கழுதபோல... பெரியய்யா வீட்டுல உள்ளவன்னு ஏமாந்து போயிட்டியேட்டி.... போனப்போறான் உனக்கென்ன ராசாத்தி... உனக்கு ஒரு மவராசன் தேடி வராமலா போவான்...” பாட்டி புலம்பிக்கொண்டே இருந்தாள்.

மவராசன் யாரு வந்தாலும் மனசுல அவன் எழுதுன எழுத்த மாத்த முடியுமா... அழிச்சு அழிச்சு எழுதுறதா மனசு..? துக்கம் தாங்க முடியாமல் தேம்பித்தேம்பி அழுதாள். அவனிடம் பேசியதை விட அவனைப்பற்றி சிந்தித்ததுதானே அதிகம். அவன் முத்தமிட்ட கன்னங்களில் கண்ணீர் உறைந்து அருவருப்பாய் தோன்றியது.

எவ்வளவு எளிதாய் ஒரு முடிவை எடுத்துவிட்டான். அவனை உயிர் அணுக்களில் சேமிச்சு வச்சேனே... தேவதை தேவதை என்று கொஞ்சினானே... என் அரக்க கொணத்தெல்லாம் மாத்தினான். நரகவேதன பட்டுக்கிட்டுருந்த காடெல்லாம் பூங்காவனமா தோணவச்சான். என்ன பட்டாம்பூச்சியா பறக்கவச்சு இப்படிக் கொன்னு போட்டுட்டானே.. அவன பாக்க மழையிலயும் தவமாக் கெடந்தேன்.. அட்டை ஊறும் மழை நேரத்திலும் அவனுக்காகக் காத்துக்கெடந்தேன்...

எத்தன கண்ண மறச்சு அவங்கூட ஆத்தோரத்துலயும் சந்தைக்குள்ளேயும் சுத்துனேன். சங்கருத்துப் போட்டுட்டுப் போனாப்பல பொண்ணு பாத்துட்டுப் பூ வச்சுட்டானே... இரண்டு நாளைக்கு முந்திகூட இல்ல இல்லன்னு சொன்னானே... இந்தக் காட்டுச் சிறுக்கிகளுக்கு இதெல்லாம் ஒண்ணுமே இல்லன்னு நெனச்சுட்டானோ... கூலிக்கார கழுதைக இதுகளுக்கு எல்லாம் தாங்கும்னு நெனச்சு நெஞ்சுக்குழியிலயே சூடு போட்டுட்டானே...இனி என்ன பாத்து என்ன சொல்லுவான்..?

அடிவயிற்றுக்குள்ளிருந்து அழுகை ஏங்கலாய் மாற அந்தக் காடே சோகம் மண்டிக் கிடப்பதாய் தோன்ற ஒற்றை நரி போல் ஓலமிட்டு அழுதாள்.

“எலே... உன் முன்னால விரிச்ச ஆசை வலையில் சிக்கிட்டியா... என்ன பழி வாங்கத்தான் கங்காணி செஞ்ச வேல இதுனு புரியாம என்ன இழந்திட்டியேல... என்னை முழுசா அர்ப்பணிச்சு உன்ன சாமியா நினைச்சு நின்னேனே... அந்த அன்ப ஒணர முடியாமல் எங்கயோ விலை போயிட்டியே... நான் எதையும் தாங்கிக்குவேன்னு நெனச்சியா... ஐயோ என்னால தாங்க முடியலையே... காதலிச்சு காதலிச்சு காதலில் வாழ்ந்து சாக நினச்சேனே... என் நினைப்பை என் அன்ப என் பெருங்காதலை உன்னைவச்சு கண்ட பேராசையை ஒரு முள்ளாய் மனதோடு தொடுத்துவிட்டு என்ன சுகத்தைக் காணப் போறல... இந்தப் புண்ணுக்கு வலி அதிகமா இருக்கே... இப்படி ஒரு வலியை இதுவரை காணலையே... தூரோகத்தின் வாசன வீசுற ஒரு காயத்தை எனக்குள்ள உருவாக்கிட்டியே...”

தில்லான் கண்முன்னே நிற்பதாய் நினைத்துப் புலம்பினாள். தலையில் அடித்துக்கொண்டு அழுதாள்.

என்றைக்கும் இல்லாமல் வெயில் சுள்ளென்று அடித்தது. தேயிலைக் குன்றுகளுக்கு மேலிருந்த மேகங்கள் மலைகளில் நிழல் பரப்பி நின்றன. இப்படி வெயில் கண்டவுடன் ஈரத்துணிகளை அள்ளிப்போடவும் சுள்ளிக்கட்டுகளை அவிழ்த்து முற்றத்தில் உலர வைப்பதுமாக செல்லக்கருப்பி சுறுசுறுப்பாக இயங்குவாள். சுருண்டு கிடக்கும் அம்மைக்கு என்ன ஆச்சு என்று புரியாமல் கலங்கித் தவித்து தாயின் தலையை மெதுவாகத் தடவினான் முகிலன். திடுக்கிட்டு நடுங்கிப் போனாள்.

மகனின் ஐந்து விரல்களும் அழுகையின் ஆணிவேரைப் பிடித்து இழுத்துப் பறித்துப்போட முயன்றுகொண்டிருப்பதாய் தோன்றியது.

இவ்வளவு பெரிய மகன் முன்னால் தன் நிலையை எண்ணிக் கூச்சப்பட்டாள். ஆனாலும் அடங்க மறுத்த விழிகள் ஆறாகப் பெருகிக்கொண்டிருந்தன. மகன் அவள் கண்களைத் துடைத்தான். அடுப்புக் கனலில் சூடாக இருந்த தேநீரைக் கொஞ்சம் ஊற்றிக் கொடுத்தான்.

“ஆஸ்பத்திரிக்குப் போணுமாம்மா... ரொம்ப முடியலையா..?”

மகனின் செயல்களால் தாய்மையின் உணர்வுகளின் கலவைகளில் நிறம் மாறத் துவங்கினாள்.

முன்பு அரக்கியாக அலறி நின்றவள், காதலின் தேவதையாகி கனவுகளில் வசித்தவள், கண்மூடிக் கிடந்தவள் மகனின் வருடலால் கருப்பை இதயமாகத் துடிக்க நிகழ்காலத்தின் நிஜங்களை சிந்தை கொஞ்சம்கொஞ்சமாய் அங்கீகரிக்கத் துவங்க செல்லக்கருப்பி பச்சை மனுசியாக உருமாறிக் கொண்டிருந்தாள்.

மலைத்தொடர்கள் ஒற்றைக்கோடாய் எல்லை வகுத்துக்கொண்டிருக்க அவற்றிற்கு மேலாகத் தெளிவற்ற மேகங்கள் எதற்கோ கட்டுப்பட்டதைப் போன்று வரிசையாக நின்று கொண்டிருந்தன. நொடிக்குநொடி தங்களது உருவத்தை மாற்றி உருவங்களுக்குத் தகுந்த வகையில் அவற்றின் நிழல்களால் மலைகளின் பச்சை விரிப்பின் மீதும் நிழல் கறையை ஏற்படுத்திக் கொண்டிருந்தன.

அலையும் கூந்தலை ஒழுங்குபடுத்தாதால் மலைக்காற்றில் பறந்த முடிகள் செல்லக்கருப்பியின் கண்களை மறைத்தும் திறந்தும் அவளை உசுப்பிக் கொண்டிருந்தன. பேச்சற்ற பொம்மையாய் உட்கார்ந்திருப்பது அவளுக்கே தன்னை அந்நியப்படுத்திக்கொண்ட உணர்வைக் கொடுத்தது.

அடைமழைக் காலங்களில் கொழுந்துக்கூடை சுமந்து வேலைக்கு இறங்கும்போதும், வழுக்கும் இடங்களில் நிற்கவே முடியாமல் தடுமாறிக்கொண்டே கொழுந்தெடுக்கும் போதும், அந்தக் காட்டின் விஷப்பூச்சிகளையும் கம்பளிப்பூச்சிகளையும் ஆடையோடும் உடம்போடும் கொண்டுவந்து வீட்டுக்கு வந்ததும் கொதிக்கும் வெந்நீரில் உப்பைப் போட்டு உடம்போடு ஒட்டிக்கொண்டவற்றை ஒவ்வொன்றையும் பார்த்துப் பார்த்து அகற்றும்போதும் என்ன வாழ்க்கை இது என்று வேதனைப்படும் உள்ளம்.

ஆனால் வயிற்றுப்பசிக்கு இவையெல்லாம் அனுபவித்தாக

வேண்டும் என்ற கட்டாயத்தில் நாள்களோடு தொடர்ந்து போராட வேண்டி வருகிறது. ஆனால் காதலுக்கு என்ன கட்டாயத்தேவை வந்தது..? வலிந்து வாங்கி நொந்து நோக மனம் கடிவாளமிடாத குதிரையாய் அலைந்ததா..? இல்லை முட்செடிகளிலும் அரிப்புச்செடிகளிலும் காயப்பட்டுத் தீயாய் எரியும் உடலுக்கு என்ன இன்பம் தேவைப்பட்டது..? மனதுக்குத்தானே அந்த அணைப்பும் நினைப்பும் ஆறுதலாய் இருந்தன. கண்கள் தானாய் பொங்கி வழிந்தன.

15

இந்த மலை எனும் உலையில் கொதித்துக்கொண்டிருக்கும் அத்தனை பெண்களுக்கும் செல்லக்கருப்பியே பதம். வாழ்க்கையோடு எவ்வளவு போராடினாலும் எத்தனை துணிச்சலோடு நின்றாலும் இதைப்போல் ஏதேனும் ஒரு சிக்கலில் மாட்டிக்கொண்டு தளர்ந்து போகிறார்கள்.

முத்துமணி பாட்டியும் முகிலனும் அவளைவிட்டு அகலவே இல்லை. தில்லானைக் கண்டு காதலில் விழுந்து அவன் இல்லாமல்போன இந்த நாள்வரை மறந்துபோக ஏதேனும் மருந்து கிடைத்தால் நன்றாக இருக்கும் என்று தோன்றியது.

பதிமூன்று வருடம் வாழ்ந்த வாழ்க்கையோடு இணைந்திருக்க முடியாமல் அறுத்து விடைபெறும்போது முடங்கிப் போகாத உடல் மூன்று மாதங்கள் கூட ஆகாத காதலில் முடங்கிக் கிடக்கிறது.

சந்திரா மாலை வேலைவிட்டு வந்து கொழுந்துக் கூடையை கழற்றி வைத்த கையோடு கருப்பியிடம் வந்தாள். முற்றத்துக் கருங்கல்லில் பைத்தியம்போல் உட்கார்ந்திருந்தவளை, "வா... காட்டுக்குப் போலாம்" என்று அழைத்தாள். உள்ளே கோமதியின் அழுகுரல் கேட்டுக்கொண்டே இருந்தது. ஆயிரம் வலிகள் மனதுக்குள் அடுக்கடுக்காய்.

"பாவம் கருப்பி... எல்லாத்துக்கும் நன்மைகளைச் செஞ்சுட்டு அவ வாழ்க்கையில மட்டும் எவ்வளவு துன்பத்த சந்திக்கிறா... இந்த மாடசாமி கங்காணி கொடுமைக்காரன். அவன் மேல உள்ள பயம் பொம்பளைகளுக்குக் குறைய கருப்பிதான் காரணம்னு இவள பாடாப்படுத்துறான். நாசமா போவான்." சந்திரா மனசுக்குள் சபித்தாள்.

வேலைவிட்டு ஆட்கள் வர ஆரம்பித்துவிட்டதைக்கூட கவனிக்காமல் வெறிக்க வெறிக்கத் தேயிலைத் தோட்டத்தைப் பார்த்துக்கொண்டிருந்த செல்லக்கருப்பியின் தலையில் தட்டினான் கோவிந்தன்.

"இப்படியே அழுதுட்டே இருந்தா, சரியா கருப்பி. எனக்கு ஆயிரம் பேசி சரி பண்ணுன... உனக்குனு வந்ததும் உடஞ்செராத... சந்திராகூட ஆத்துப்பக்கம் போ. அங்க அவன் இருப்பான். என்ன நடந்துச்சுன்னு அவனிடமே கேளு... அவங்க வீட்டில எல்லாரும் சேர்ந்து பேசி தடுமாற வச்சிருக்கலாம். உம் மேல உசுறா இருக்கான்னுதானே சொன்ன... என்ன ஏதுனு போய் கேட்டுப்பாரு... எல்லாம் சரியா வரும் கருப்பி." கோவிந்தனும் சந்திராவும் மாறிமாறிச் சொல்ல நடைபிணமாய் காட்டுக்குள் இறங்கிச் சென்றாள் கருப்பி. மனதின் அழுகை அப்போதும் விழிகளில் பொங்கி வழிந்தது.

மாடசாமி கங்காணி ஒவ்வொருவரைத் தாக்கவும் ஒரு பிரம்பு வைத்திருக்கிறான். யாருக்கு எதைச் சுழற்ற வேண்டும் என்பது அவனுக்கு நன்றாகவே தெரியும். அவன் வாய்வீச்சின் முன் அத்தனை நாவுகளும் அடங்கி ஒடுங்கிப் போகும். தனக்கு முன் சுழற்றிய பலதும் தன்னைத் தாக்கவில்லை என்பதை அறிந்து தன் பலவீனத்திலே தாக்கியிருக்கிறான். அது நன்றாகவே வலிக்கிறது. எனக்கு வலி தருவதற்கு தில்லானைப் பயன்படுத்திக் கொண்டான். ஆனால் தில்லான் புத்தி எங்கே போனது... ஏன் அப்படிச் செய்தான்...? மறுபடியும் தேம்பி அழ ஆரம்பித்தாள்.

ஓடையின் ஓரத்தில் புல்மேட்டில் அவர்கள் எதிர்பார்த்ததைப்போலவே தில்லான் நின்றுகொண்டிருந்தான்.

"போய் பேசிட்டு வாட்டி..." சந்திரா, கருப்பியைத் தள்ளிவிட்டாள்.

அவனைக் காண பாரமில்லாமல் பறக்கும் கால்கள் கனமான இரும்புச் சங்கிலிகளைக் கட்டிக்கொண்டதுபோல் நகர மறுத்தன. இந்த இடத்தில்தான் வலிகளும் காயங்களும் ஆறுதல்களாலும் முத்தங்களாலும் துடைத்தெறியப்பட்டன. அச்சம் வெட்கம் தேவைப்படாத ஆதாமின் காதல்கனி தோட்டத்தில் சாத்தானின் பற்கள் பிடுங்கப்படாத பாம்பு நஞ்சை உமிழ அத்தனை கனிகளிலும் கசப்புச் சுவையானதுபோல் அவனுடன் பழகிய நினைவுகள் எங்கும் கசப்பாகத் தெரிந்தன. இப்போது உயிர்த்துடிப்புள்ள ஒரு காதலை அதன் பிரமாண்டத்தை உயர்த்திக்காட்டமுடியாதபடி நிற்கிறேனே...

கருப்பியின் கண்கள் சிவக்க குளிர்ந்த கன்னங்களில் வெப்ப நீர் வடிந்துகொண்டே இருந்தது. சந்திரா வீட்டுப்பக்கமாய் நடந்து போய்க்கொண்டிருந்தாள்.

தேயிலையின் அசைவின் சலசலப்பில் தில்லான் திரும்பிப் பார்த்தான். கருப்பியைக் கண்டதும் ஒரு நொடி திடுக்கிட்டு, "கருப்பி..." என்று குரல் தழுதழுக்க அருகில் வந்தான். ஏதோ அருவருப்பான பொருளைப் பார்த்ததுபோல் அகன்றாள் கருப்பி.

"ஏன் அப்படி பண்ணுன... என்கூட வாழணும்னு தோணலையா... ஏன் விட்டுப்போன சொல்லு..." கதறினாள்.

"நா...நா... வேணும்னு பண்ணல. நடந்துருச்சு..."

"ஐயோ என்ன சொல்ற... நிசமாவே நிச்சயம் பண்ணிட்டியா..." துடித்தாள்.

"என்ன மன்னிச்சுடு கருப்பி... மாடசாமி கங்காணி நம்பள பத்தி ரொம்ப மோசமா பேசிட்டான். மாமாட்ட சொல்லுவேனு சொல்லிட்டே இருந்தான். எனக்கு என்ன செய்யனே தெரியல...ஊர்ல இருந்து அம்மா எங்கூடவே வந்தது அந்தப் பொண்ண பாக்கத்தான்னு எனக்குத் தெரியாது. அவங்க

போய் பாத்துருக்காக... அவங்களுக்குப் புடிச்சி கட்டாயமா என்னையும்...”

அவன் பேச்சை முடிக்கும்முன் கத்தினாள்.

“உனக்கும் பாத்த ஒடனே புடிச்சிருச்சோ... நீ இனி எதுவும் பேசாதலே... ஒருவாரமா இது நடக்குதோ... என்ட்ட எதுவுமே சொல்லாமலே என்ன ஏமாத்திட்டில்ல... அதுக்கு அதுக்கு நீ என்ன கொன்னுருக்கலாமே...” அப்படியே புல்மேட்டில் வீழ்ந்தாள்.

“அப்படி சொல்லாத கருப்பி. எனக்கு நீன்னா உசுரு...” தில்லான் அவளைத் தொட்டுத் தூக்கினான். அவள் உதறிவிட்டு எழுந்தாள்.

“சீ..நீ இனி என்னதான் பேசினாலும் இந்தா இந்த ஆத்துல நிக்கே சேம்பல... இதுல ஊத்துன தண்ணிபோலத்தான். மண்டையில இனிமே ஏதும் ஒட்டாது.”

“நான் உன் மேல உசுர வச்சு இருக்கேன் கருப்பி.”

“தூ..!”

“உன்னயும் இந்தக் காட்டையும் விட்டுப் போகமாட்டேன் செல்லம்...” தில்லான் அழுவதைப்போல் குழைந்தான்.

“வப்பாட்டியா இருங்கிறீயா..?”

“ஏன் இப்படியெல்லாம் பேசுற... நா இல்லனா செத்துருவேன்னு சொன்னவதானே நீ...”

“செத்துப் போங்கிறீயா..?”

“ஏன் நாக்குல அறுவாள வச்சுப் பேசுற... நான் தெரிஞ்சு எதும் பண்ணல கருப்பி. சும்மா போனஇடத்துல அப்படி நடந்து போச்சு... என்ன நம்பு.”

“நம்பணுமா இன்னுமா... என் மனச கூறுபோட்டுட்டு இப்படி

நிக்க உனக்கு வெக்கமா இல்ல. உம்மேல எம்புட்டு ஆசைய இருந்தேன். எதயுமே யோசிக்கவே இல்லல... நான் உம் பின்னாடி நாயா அலஞ்சேன்னு காக்கா குருவிக்குக் கூடத் தெரியும். எம் மானமும் மருவாதையும் ஒரு பொண்ண பாத்ததும் வித்துட்டு வந்திட்டல... போயிடு என் முன்னால் நிக்காத. உம் மூஞ்சில முழிக்கவே புடிக்கல...”

அவன் நின்றுகொண்டே இருந்தான். உடம்பெல்லாம் ஏந்தி யாசித்து நின்றவனை ஏறெடுத்தும் பார்க்காமல் நின்றாள். ஒரு காதலின் அடையாளத்தைத் தொலைத்துவிட்டு நிற்பவனிடம் எதைப்பேச...? எரிந்து அடங்கிய பொருளாய் அவர்கள் காதல் அணைந்து கிடக்க இனி வெறும் சாம்பலில் இருந்து எதையும் உருவாக்க முடியாது என்பதுபோல் கல்லாக நின்றாள்.

காதல் வடியவடிய பார்த்துப் பொங்கிய கண்களில் கூர்மையான ஆயுதம் துருத்திக்கொண்டு நின்றது. நின்ற இடத்திலிருந்து கொஞ்சம் நெருங்கினாலும் அந்த ஆயுதம் கிழித்துவிடும் என்றொரு பயம் வந்தது. ஏற்கனவே குற்றம் செய்து பலவீனமான மனசுக்கு அதைத் தாங்கும் வலிமை இல்லை என்பதுபோல் பின்னால் அடிவைத்து நகர்ந்து திரும்பி நடக்க ஆரம்பித்தான்.

திரும்பவும் ஏதோ உந்துதலால் மெதுவாக அவளை நோக்கி நடக்கத் துவங்கினான். ஆனால் அவள் பார்த்த ஒற்றைப் பார்வை, காரி உமிழ்வதாய் தோன்ற கூனிக் குறுகி நின்றான். அவள் ‘பிழைத்துப்போ’ என்பதுபோல பார்த்தபடி நின்று கொண்டிருந்தாள்.

தில்லான் தன்னை நினைத்து அழுதபடியே கைரோடு வழியாக ஏற ஆரம்பித்தான். நம்பிக்கையின் உச்சியில் நின்றவளைப் பலவந்தமாகக் கீழே தள்ளிவிட்டு அவள் இதயத்தில் மிதித்து நிற்பதைப்போல் உணர்ந்தான். பெண் பார்க்கப் போன இடத்தில் எல்லோருடைய பேச்சும் அவன் வருங்காலத்தின் சிறப்புகளைப் பற்றியதாகவே இருக்க காதலும் காடும் கருப்பியும் ஒரு நிமிடம் மறந்து தலையாட்டியது எவ்வளவு பெரிய தவறு... பொண்ணு பாக்கவே போயிருக்கக் கூடாதோ..

அம்மா ஊர்லருந்து வந்து பொண்ண பாத்து அதப் பத்தியே பேசும்போதுகூட கருப்பிதானே மனசுல நின்றாள்.

ஆனா அன்று மாடசாமி கங்காணி பேசுன பேச்சுல மனசு கலைஞ்சுபோச்சே... சேதுபதி ஐயாவின் புகழுக்குக் களங்கம் ஏற்படுவதைப்போல திருமணத்தை நிறுத்துவதும் இனி சாத்தியமில்லை என்று தோன்றியது. அவன் கண்ணுக்கு எட்டாத தொலைவில் அகன்றதும் ஓ என்று அடிவயிற்றில் இருந்து கிளம்பிய அழுகையை அடக்க முடியாமல் தொண்டை கிழிந்து போவதுபோல் கத்திக் கதறினாள்.

விழிகள் வெறித்துப் பார்க்கப்பார்க்க பொழுது மெல்லச் சாய்ந்தது. தெளிவாகத் தெரிந்த காட்சிகள் மங்கலாகத் தெரிய ஆரம்பித்தன. அடிவயிற்றிலிருந்து இரு கண்ணீர்க் கோடுகள் நேராக நெற்றியில் அழுத்திக் கண்கள் வழி பீறிட்டன. இது ஆழமான வலியின் அடையாளமல்ல; எதிர்பார்ப்பின் ஏமாற்றத்தின் உதிரத்துளிகள். விசும்பினாள்.

சுயம் மறத்தல் என்பது எத்தனைமுறை தேவைப்படுகிறது. அவன் நினைவைச் சுமந்தபடி நாள்களைப் பாறாங்கல்லாய் உருட்ட வேண்டியிருந்தது. அவன் காதலால் உலகமே அழகாகத் தோன்றியது. அவனோடு நின்ற மரநிழலில் அவன் நிழலாடினான். காட்டுப்பூக்களில் காதல் விரித்தான்.

வலிகளோடு அவள் பார்த்து வளர்ந்த தேயிலைத் தோட்டம் ஓராயிரம் அழகைத் தேக்கிவைத்த பசுங்குன்றாய் தோன்றியது. அவன் காதலுக்குப்பின்தானே தனக்கே உணர்ச்சிகள் இருப்பதை உணர்ந்தாள்.

தேயிலைகளைக் கிள்ளும்போதும் நிறுவைக்குப் போகும்போதும் பொங்கி வரும் கண்ணீருக்குத் தடுப்புகள் இல்லாமல் போனது. தில்லான் இவளைப் பார்ப்பதைத் தவிர்ப்பதுபோல் விலகிப்போனான்.

யாரும் அதிகமாய் பேசுவதற்கும் யோசிப்பதற்கும் நாள்களை வழங்காமல் தில்லானின் திருமணம் நடந்து முடிந்துவிட்டது. ஒரு

மின்னலைப்போல் வந்து இடியை விழவைத்துச் சென்றவனைப் பின்னர் காண முடியவில்லை. சேதுபதி ஐயா ஒரு முறை அவளிடம், “எனக்கு பலதும் தெரிந்தபோது எல்லாம் முடிந்துவிட்டது கருப்பி. உன்ன இன்னும் வேதனைப்படுத்த வேண்டான்னு அவன ஊருக்கு அனுப்பிட்டேன்” என்று மன்னிப்புக் கேட்பதுபோல் சொன்னார். விரக்தியான ஒரு சிரிப்பால் தன்னை ஒளித்துக்கொண்டாள் கருப்பி.

ஆயுதப்புரை காவல் நிரந்தரமாக கோவிந்தனுக்கே திரும்பவும் கொடுத்ததும் பெரியய்யாதான். போனஸ் பிரச்சனைகளுக்கிடையே பானுவின் திருமணத்தை மழைக்காலம் முடிந்ததும் ரம்ஜான் நோன்புக்குப் பிறகு ஓணம் லீவிலே நடத்திட பேசி முடித்தார்கள்.

வேதனைகளை மறந்து புத்துணர்வு ஏற்படும் ஒரு நிகழ்வாய் சூழல் பானுவின் திருமண ஏற்பாடுகளால் மாறியது. காதலை ஓர் உறுத்தலாய் இதயத்தில் மறைத்துக்கொண்டு கருப்பியின் மனம் இயல்பு நிலைக்குத் திரும்ப ஆரம்பித்தது.

மழை விலகாத ஒரு ஞாயிறு பானுவின் திருமணத்துக்கு சரிகைச்சேலை வாங்க செல்லக்கருப்பியும் சந்திராவும் சந்தையை நோக்கி நடந்து கொண்டிருந்தனர்.

“ஏ புள்ள..” திடீரென சந்திரா தேம்பித்தேம்பி அழுதாள்.

சிரித்துப் பேசிக்கொண்டு வந்தவளுக்கு என்னாச்சு எதாவது பேய் புடிச்சுருச்சா... கருப்பி திகைத்து நின்றாள்.

“ஏய்... எதுக்குடி அழுற நாயே...சொல்லுட்டி....என்னானு சொல்லுட்டி....” கருப்பி கேட்க அழுகை அதிகரித்தது.

“உன்ட்ட ஒரு விஷயம் சொல்லணும் கருப்பி. மவன் மூத்தவன பெத்துக்கிறதுக்கு ஊர்லருந்து இங்க பாட்டி வீட்டுக்கு வந்தென்ல... அப்ப என் புருசனுக்கு ஊர்ல பாத்துட்டிருந்த வேலை போயிருச்சு. அப்பனும் அம்மையும் திருநெல்வேலில வயக்காட்டு வேலைக்குப் போயிடுச்சுக. பாட்டிக்கு குளிர்ல

கால் வீங்குதுனு அவளையும் கூட கொண்டு போய்ட்டாங்க...” நீண்ட கதையாய் இழுத்துக்கொண்டிருக்க செல்லக்கருப்பிக்கு எரிச்சல் வந்தது.

“அதல்லாம் எனக்குத் தெரியும்...இப்ப ஏன் அழுற அதச்சொல்லு...”

“புள்ள பெத்த வயிறு, பசி தாங்கல. மார்ல பாலே இல்ல... மவன் ஓரே அழுவ. அப்ப அப்ப...” தேம்பித்தேம்பி அழுதாள்.

கருப்பிக்கு பாவமாக இருந்தது.

சந்திரா ஒரு அப்பாவி. படிப்பு சுத்தமா ஏறலன்னு மாமன் மகனுக்கே கட்டிவைத்து திருநெல்வேலிக்கு அனுப்பி விட்டார்கள். அவள் முதல் பிரசவத்துக்கு வரும்போது கருப்பி திருமணமாகி கம்பம் பக்கம் போயிருந்தாள்.

“அப்ப இங்க என்ன நடந்தது..?”

சந்திராவைத் தோளோடு சேர்த்து அணைத்துக்கொண்டாள்.

“புள்ள அழுதழுது ஓஞ்சுபோய் உறங்கிட்டான். அன்னிக்கு என் புருசன் பாசமா தோசையும் வடையும் கொடுத்து திங்கச் சொன்னான். அப்புறம்... அப்புறம்...”

சொல்ல முடியாமல் திணறினாள்.

“என்னாச்சுட்டி....சொல்லு.”

“எம் புருசன் என் தலையில ஒரு முக்காட போடச்சொல்லி இழுத்துட்டுப்போயி கங்காணி வீட்டுல தள்ளிட்டாண்டி....” ஓ என்று கதறினாள்.

ஒரு நிமிடம் வார்த்தைகள் வராமல் தவித்தாள் செல்லக்கருப்பி.

“அடப்பாவி. பாலு அண்ணாவாட்டி....” கருப்பியால் நம்பவே முடியவில்லை. தாங்க முடியாத செய்தியாக இதயத்தைத் தாக்கியது.

"உம் புருசனா..?" கருப்பியால் தாங்க முடியவில்லை. எதையும் நம்ப முடியாமல் சந்திராவை இழுத்து நிறுத்தினாள்.

"பாதகத்தி... ஏண்டி என்ட்ட சொல்லவே இல்லை... பாலு அண்ணே உன்ன போட்டு அடிஅடினு அடிச்சு நொறுக்குமே... அப்பல்லாம் வாங்கிட்டுதான கிடக்க?"

சந்திரா கண்களை துடைத்துக்கொண்டாள்.

"உனக்குத் தெரியாதுட்டி...அது அடிக்கணும்னுதான் நானும் ஏதாவது சொல்லி வாங்கிக்குவேன். அந்த அடிகளாலேதான் நா என் மனச தேத்திக்குவேன்... கங்காணி எம் புருசனுக்கு வாச்சரு வேலையும் நூறு ரூபாயும் கொடுத்து என்னை வாங்கிட்டான். எப்பவும் சாராயக் கடைக்குக் கூட்டிப்போயி ஊத்திக் கொடுக்கிறான். ஆருமில்லாம பட்டினியா கிடந்த எங்களுக்கு கங்காணிதாண்டி கஞ்சி ஊத்தினான். எம்புள்ளைங்க பட்டினிய மாத்துனான். குடிகாரப் பயல கட்டிக்கிட்டு பச்சப்புள்ளைய வச்சுட்டு கல்லையும் மண்ணையுமா திங்க முடியும்? ஈரச்சேலைய வயித்துல சுத்தி நான் கெடக்கலாம். எம்புள்ள பசிய பாக்க முடியலடி.... அதுக்கு நன்றிகாட்ட இந்த உடம்ப தவிர குடுக்கிறதுக்கு ஒண்ணுமில்லாம போச்சுடி.... அதுக்குப் பிறகு எதையுமே தடுக்க முடியல... அவன் பொண்டாட்டி ஊருக்குப் போயிட்டா எனக்கு நரகம்தாண்டி...."

பேச முடியாமல் அழுதவளை பாசத்தோடு அணைத்துக்கொண்டாள். அவள் தேம்பித்தேம்பி அழுதாள்.

"கருப்பி... இந்த உடம்பு அசிங்கமா போச்சுடி. பிணமாத்தான் நடமாடுது. கங்காணி பிசாசு இன்னும் என்ன விடாம தொரத்துதடி. பசங்க வளந்துட்டாங்க... விட்டுருனு கால்ல விழுந்து கதறுனாலும் விடாம பெணத்த தின்னுறதுபோல தின்னுது அந்தப் பேயி. சாமி பேர சொல்லி ஊர ஏமாத்துறவனுக்கு சாமி தண்டிக்கும். நல்ல சாவே வராதுட்டி....

நானும் முடியாதுனு சொல்லிப் பாத்துட்டேன். என் வயத்துல அந்தச் சண்டாளன் புள்ளை எதாவது தங்கிருமோனு நானு

என்ன மருந்தெல்லாம் முழுங்கிருக்கேன் தெரியுமாட்டி... கூட்டிக்கொடுத்த எம்புருசன் இப்பவாச்சும் தட்டிக் கேக்கலாம்ல... என்னைப்போட்டு அடிச்சே அவன் ஆத்திரத்த தீக்குறான். நானும் அந்த அடிய வாங்கி என்ன கழுவிக்கிறேன். அன்னைக்கு ஆத்துல ஓம் பிரச்சனை வந்தப்புறந்தான் என்ன விட்டு வச்சுருக்கான்...” சந்திரா மன வேதனையைக் கொட்டித் தீர்த்தாள்.

செல்லக்கருப்பிக்கு மனசு தாங்க முடியல. கண்ணீர் பொங்கி வழிந்தது. சந்திராவைக் கட்டிக்கொண்டு கதறி அழுதாள். அன்பென்பது அன்பை மட்டுமே காட்டும். அதற்குப் போலிப்பூச்சுகள் இல்லை. முகமூடிகள் இல்லை. பேரன்பின் தீர்க்கமான உச்சத்தில் செல்லக்கருப்பி நின்றாள். இவளுக்குள் இவ்வளவு சோகமா... கடவுளே எங்களுக்கெல்லாம் ஏன் இப்படி நடக்குது... இந்தக் காட்டுக்குள்ள சந்தோஷமா வாழுறோம்னு சொல்ற ஒத்த உசிர பாக்க முடியலையே...

இரண்டு பேரும் தங்கள் துயரங்களை அழுதழுதே தீர்த்துக்கொண்டிருந்தனர்.

16

ஆயிரம் ஏக்கர் கணக்கில் விரிந்து பரந்து கிடக்கிறது தேயிலைத் தோட்டம். வெள்ளைக்காரர்களின் ஆட்சியின்போது மதுரை ராமநாதபுரம் சேலம் திருச்சி திருநெல்வேலி உள்ளிட்ட பல பகுதிகளில் இருந்து ஆயிரம் ஆயிரம் மக்களை இடைத்தரகர்கள் என்னும் மேஸ்திரிகள் பேச்சால் மயக்கி இங்கு கொண்டுவந்து சேர்த்தார்கள். பஞ்சத்திலும் பசியிலும் வறட்சியிலும் சாதி வேற்றுமைகளின் சண்டைகளிலும் நொந்து உயிரைக் கையில் பிடித்துக்கொண்டவர்களுக்கு மயக்கும் பேச்சுகள் வலைகளானது.

இரைகளை அள்ளிக்கொண்டு சேர்த்த மேஸ்திரிகள் கை நிறைய பணத்தைக் கண்டதும் சொந்த ஊர்காரர்களுக்குச் செய்த துன்பமும் புரிந்துகொள்ள முடியாமல் மீண்டும் வலைகளோடு அலைந்தனர்.

நம்பிக்கைகளில் மலைக்காடுகளில் வந்து மாட்டிக்கொண்டவர்கள் எல்லாமே இடைத்தரகர் பேச்சை நம்பி மலையில் பொன்னு விளையும் வெள்ளைக்காரன் பணக்காரன் அள்ளிஅள்ளிக் கொடுப்பான் என்று நம்பி ஏமாந்துபோன அப்பாவிகள். உழைப்பு உழைப்பு என்பதைத் தவிர ஒன்றும் அறியாமல் போனவர்கள். தொற்றுநோய்களுக்கும் அடக்குமுறைகளுக்கும் உயிரை மாய்த்தவர்கள்.

நாம் அடிமைகளாக ஆக்கப்பட்டோம். ஆனால் இதைத் தாண்டி ஓர் உலகம் இருக்கிறது. அங்கு மனிதர்கள் தங்களுக்காக ஏதேதோ செய்து கொண்டிருக்கிறார்கள் என்று எதையுமே புரிந்துகொள்ளாமல் வாழ்ந்துகொண்டிருப்பவர்கள். வெளி உலகமே தெரியாமல் வாழ்ந்து மடிந்தவர்கள் எத்தனை பேர்... அதிலும் பெண்கள் தமக்காக எதையுமே தேர்வு செய்துகொள்ளக்கூட எங்குமே சென்றதில்லை. அப்பாவும் கணவரும் மகனும் வாங்கிக் கொடுப்பதில் மகிழ்ச்சி கண்டவர்கள். அப்படிப்பட்ட கூட்டத்திலிருந்து கங்காணியையே எதிர்த்து ஒரு குரல் ஓங்கி ஒலித்திருக்கிறது. கல்வியின் வெளிச்சம் கொஞ்சமாய் தலைகாட்ட ஆரம்பித்ததும் தங்கள் உழைப்புச் சுரண்டலையும் வியர்வையின் விலையையும் கொஞ்சமாகப் புரிந்து புது விடியலுக்காகப் போராடும் மனநிலைக்கு வந்திருக்கின்றனர். கம்பெனி நிர்வாகம் மொத்தமும் தனிப்பெரும் அரசாங்கமே நடத்திக்கொண்டிருந்தது. வெளியாட்கள் யாருமே அதில் தலையிட முடியாது என்பது மட்டுமல்ல; அரசு அதிகாரிகள்கூட தோட்டத்துக்குள் நுழைய நிர்வாகம் அனுமதித்தால் மட்டுமே வரமுடியும் என்பதுதான் உண்மை.

தற்போதுதான் சில குறுக்கீடுகளும் உரிமைச் சட்டங்களும் ஏற்படுத்தப்பட்டன. அதுவும் எந்த அளவில் செயல்முறையில் உள்ளன என்று யாரும் கவனிப்பதாகத் தெரியவில்லை. தொழிற்சங்கங்கள் அரசாங்கத்துக்கும் நிர்வாகிகளுக்கும் இடையில் ஒரு பாலமாகும் என்றாலும் பலபோதும் அது தொழிலாளிகளின் எல்லா பிரச்சனைகளையும் சரி செய்யும் அதிகாரத்தைப் பெறவில்லை. வாழ்க்கை மீது விழுந்து கிடக்கும் கூரிய கற்களையும் முட்களையும் கவனிக்காமலே கடந்து போகின்றன அம்மக்களின் பாதங்கள்.

ஒரு ஞாயிறு குளியல் முடித்து ஓடை மணற்பரப்பில் இளவெயில் காயும் நேரத்தில் முத்துமணி பாட்டி சொன்ன கதை கருப்பிக்கு நினைவுக்கு வந்தது.

“ஊர்காட்டுல கஞ்சிக்கு செத்துக் கிடந்தப்போ இந்த மலைல சொர்க்கம் இருக்கு பணமா வெளையுது ராசாவா வாழலான்னு

கூட்டி வந்தானுக... நம்ப பயலுகளே வெள்ளக்காரன்ட்ட காச வாங்கிட்டு மாடுகள மாதிரி கொண்டாந்து ஒரே வீட்டுக்குள்ள மூணு நாலு குடும்பத்த ஒண்ணா போட்டானுக. மண்டக்குத்து தலைவலி மட்டுமில்ல, சாவு தொண்டையில இழுத்துட்டுக் கெடந்தாலும் நாலு கொழுந்து கிள்ளிப் போட்டுட்டு சாவுனு சொல்லுவானுக...” அழுதாள்.

“எம் புருசனுக்கும் எனக்கும் ஒண்ணாதான் அம்ம பாத்துச்சு. நா பொழச்சுட்டேன், அவரு போயிட்டாரு. அவரு அம்மையில போகல... பசி பசினு அழுதுட்டே கண்ண மூடுனாரு. இப்பவும் ஒவ்வொரு வாயி நா சாப்பிடும்போதும் எங்கண்ணு முன்னால அந்த முகந்தான் நிக்கும். அவரு உசிரு போன பெறவும் அந்த ஒத்த வீட்டுக்குள்ள எனக்கு கஞ்சியோ தண்ணியோ கொடுத்தாலோ எம் புருசன தொட்டுத் தூக்கிப் பொதச்சாலோ நோய் தொத்திக்கும்னு ஒரு ஈ குஞ்சு வரல எசமான் வரவும் உடல... நானே எங்கையால எம் புருசன பொதைச்சேன்.”

முத்துமணி பாட்டி தேம்பித்தேம்பி அழுதாள். அனைவரும் அவளோடு அழுதார்கள். அன்று இறந்த அவள் கணவனுக்காக எல்லோருமாக இன்று அழுதார்கள்.

“அதுக்கும்மேல... ஒரு லயத்துல வீட்டுல எல்லாருக்கும் அம்ம பாத்துச்சுனு வெள்ளைக்காரனுக வீட்டையே கொளுத்தச் சொல்லிட்டாகளாம்...”

அவள் சொல்வதை நம்ப முடியாமலும் நம்பியும் அந்தக் கூட்டம் கலங்கிப்போய் நின்றது.

எவ்வளவோ துயரங்களைத் தாங்கி இன்று தேயிலையைப் பணப்பயிராக வளர்த்துவிட்டபின் தனக்கான கூலியைக் கேட்டுப் போராட வேண்டியிருக்கிறது. சேர்ந்து பேசினால் ஏதேனும் மாற்றம் வரும். ஆனால், ஒற்றுமை இல்லாமலும் கம்பெனிகளைப் பயந்தும் அடங்கியும் ஒடுங்கியும் ஒடுக்கப்பட்டும் தன் உழைப்பை பறிகொடுத்து இன்னும் அடிமை மனநிலையிலே காலத்தை ஓட்டுகின்ற அப்பாவிகள்.

இவர்களுக்காகப் பேச வேண்டும். ஓய்வு பெறும் நாள்களில் மீதமிருக்கும் நாள்களுக்காகச் செலவு செய்திடும் வகையில் கையில் ஏதேனும் மிச்சமிருக்க வேண்டும். தலைசாய்க்க ஒரு துண்டு இடமாவது வாங்க மிச்சம் வேண்டும்.

செல்லக்கருப்பி இப்போதெல்லாம் தெளிவாக சிந்தித்துப் பேசுகிறாள். மாயனும் மாடசாமி கங்காணியும் நிர்வாகத்திற்கு ஏதுவாகப் பேசுவதாக சந்தேகம் மனசுக்குள் கனன்று கொண்டிருந்தது. செல்லக்கருப்பியின் இடுப்புச்சாக்கு சரியாக உலராமல் ஈர வாசனையுடன் கனக்க, மனம் அதற்கு மேல் கனத்தது. தேயிலைச் செடிகளின் மேல் மேயும்படி விழிகள் விரல்களை விரட்டத் தன்னிச்சையாக கொழுந்தை நுள்ளுவதும் கூடையில் போடுவதுமாக தனித்தொரு உலகத்தில் சிந்தனையோடு நின்றாள் கருப்பி.

யாரையுமே நம்ப முடியாமல் மனம் தவித்தது. சாயங்கள் பூசிய முகங்கள் கலைத்துக்கொண்டபோது இதயம் வலிகளைப் பூசிக்கொண்டது. மழை எப்போதுதான் போகும் என்று ஏங்கத் துவங்கியது மனது. தேயிலைத் தோட்டம் எங்கும் சேறும் சகதியும். காலம் மாற்றமின்றி சடசடவெனத் தலைக்கு மேல் விழும் மழைத்துளிகளும் அடர்பனியும் வாழ்க்கையை வெறுப்பின் விளிம்புவரை கொண்டு சென்று விடுகிறது.

தேயிலைச் செடிகள் நெருக்கமாகக் காணப்பட்டாலும் அதன் தூர் பகுதி சிறுத்து இருப்பதால், தூண்கள்மேல் கூரை வேய்ந்ததுபோல் தோற்றமளிக்கும். மழைக்காலங்களில் எவ்வளவுதான் களை பறித்து தேயிலைத் தூர்களில் படரும் பாசியைத் துடைத்துவிட்டாலும் அட்டைப் பூச்சிகள் பல்கிப் பெருகிவிடும்.

ஈர வாசனை மாறாத துணிகளுடன் ஈரத்தில் ஊறிப்போன பாதங்களுடன்தான் குளிருக்கு உற்சாகமூட்டும் தேயிலை கிள்ளி எடுக்கப்படுகிறது என்பதை யாரும் உணர்வதில்லை. மழை மாலைப் பொழுதிலே வழக்கம்போல கோவிந்தன் வீட்டில் சங்கக்கூட்டம் நடைபெற்றது. இவள் வரும்போதெல்லாம்

படுத்துக் கிடப்பவன் சட்டென்று எழுந்து உட்கார்ந்து கொள்கிறான். இப்படி அவனைப் பார்க்க ஆச்சரியமாக இருந்தது. குளித்திருப்பான்போல... அழுக்குகள் எல்லாம் போய் பிரகாசமாக இருந்தான். ஆயுதப்புரைக்கு மீண்டும் வேலையில் சேர்ந்தது அவன் கம்பீரத்தைத் திரும்பக் கொண்டு வந்திருக்கிறது. எப்போதோ அவனை இப்படி பார்த்த ஞாபகம். பாவம் நம்பிக்கையின் இழப்பு மனிதர்களை நடைபிணங்கள் ஆக்கிவிடுகிறது. எனக்கும் அப்படித்தானே... நினைத்தவுடன் எங்கிருந்தோ பெருகியது கண்ணீர். அவன் மனைவி யாருடனோ போய்விட்டாள் என்ற வலியில் அவன் முடங்கிக் கிடந்தான். என்ன குறை தனக்கு. ஏன் ஆசையாய் காதலித்த மனைவி போனாள் என்பதே அவனை முடக்கிப் போட்டுவிட்டது.

கருப்பியின் மிகப்பெரிய அன்பை காதலை அலட்சியம் செய்துவிட்ட வலியிலும் இவள் நிமிர்ந்து நடக்கிறாள். துரோகம் சில நேரங்களில் முடக்கிப் போடுகிறது; சில நேரங்களில் வீறுகொண்டு எழ வைத்துவிடுகிறது. பெருகிய கண்ணீரைத் துடைத்துக்கொண்டாள். சுருக்கென்று கொட்டும் மலைக்குளவிகளைப் பொறுத்துக்கொண்டவர்களுக்கு கூலி உயர்வும் போனஸும் வசதிகளும் எதிர்பார்த்தபடி இல்லை என்ற பேச்சு மழைத்துளிகளை வெப்பம் ஆக்கியது.

லீடர் குருசாமி என்ன நினைத்தாரோ தெரியவில்லை. செல்லக்கருப்பியின் அப்பா தங்கராசுவின் போராட்டக் கதைகளுக்குள் மூழ்கிவிட்டார்.

“உன் அப்பன் தங்கராசு ஒரு தடவை பாக்டரிக்கு விறகு கீறக்க கொண்டுபோய் நான் பட்டபாடு இருக்கே... இப்ப நெனச்சாலும் உடம்பே நடுங்குது. கொழுந்து குமிஞ்சு கெடக்க... காஞ்ச வெறகு இல்லைனு ஒரு லோடு விறக இன்னைக்க வெட்டிக் கொடுக்கணும்னு எங்கள கூட்டிப்போனா குமிஞ்சு கிடைக்க வெறகுல உட்காந்துட்டு உன் அப்பன் எட்டுமணி நேரம் மட்டும்தான் வேலை பார்ப்பேன், மத்தியானம் வேலை பார்க்க மாட்டேன், ஒருமணி நேரம் ரெஸ்ட் வேணும்னு கத்திக்கிட்டு நின்னான். வெறகு அவசரமா வேணும்னா

இன்னும் ஆளக்கொண்டு வான்னு கத்தினான்.

கணக்கெழுத வந்தவன் ஆள கொண்டு வந்தான்... எதுக்குத் தெரியுமா..? எங்க ரெண்டு பேரையும் கட்டித் தூக்கிட்டுப் போக... என்னையும் சேத்துத் தூக்கிட்டுப் போய் பங்களால கட்டி வச்சுட்டாங்க. மூணு நாள் விடவே இல்லை. கும்மி எடுத்துட்டாங்க. அப்புறமும் அவன் திருந்துனானா... கடைசி வரைக்கும் அப்படியே போய்ச் சேந்துட்டான்..."

"தலைவரு இதல்லாம் இப்ப எதுக்கு சொல்லுறீரு... நாமளும் கூலி ஒசத்திக் கேட்டா தூக்கிட்டுப் போயிடுவாங்கனு பயமுறுத்திறீகளோ..?" செல்லக்கருப்பி நக்கலாகக் கேட்டாள்.

"நீ ஒண்ணு... எதைச் சொன்னாலும் கோளாறு கண்டுபிடிப்ப... உன் அப்பனோட போராட்ட புத்தி அப்படியே உனக்கு இருக்குன்னு சொல்ல வந்தேன்."

"செல்லக்கருப்பி சம்பளம் பத்து ரூபா கூடும். போனஸ் 8:33 எப்பவும் போல. அதுக்குமேல ஏதும் கேக்க முடியாது." என்று உளறிய மாயனைப் பார்த்து முறைத்தாள்.

"அதுக்கு எதுக்குப் பேச்சுவார்த்த... குடுக்குறத வாங்கிட்டுப் போனு சொல்லுற மாதிரில்ல இருக்கு... வாங்குற சம்பளத்துல வாங்கித்தின்ன கடனக்கூட அடைக்க முடியுதா..? நல்லது கெட்டதுனு ஒரு செலவு வந்தா கையேந்தி ஒவ்வொருத்தன்ட்டயும் அவமானப்பட்டு வட்டிக்கு வாங்கி வட்டிக்கு வட்டிய கட்ட முடியாம கால்ல விழுந்து கெஞ்சி... என்ன பொளப்பு...?"

"அதுக்குனு கேக்குறதுக்கு ஒரு அளவுதான கேட்க முடியும். நாம சண்டை போடவா முடியும்... அப்புறம் அவன் எஸ்டேட்ட பூட்டிட்டு அவன் பாட்டுக்குப் போயிருவான்..."

"நீ என்னமோ கையிலருந்து கொடுக்காப்புல பேசுற. இந்தக் காட்டுக்குத்தானே நாம உழைக்கிறோம்..? இந்த வீட்டுக்குள்ளாறதான நீ உட்காந்துருக்க... எத்தன இடத்துல கூரை ஒழுகுதுனு சட்டி பானை வச்சுருக்கு. அடைமழையில

ஒண்ணுக்க அடக்க முடியலனு மழைக்குள்ளதான ஓடுன... இன்னும் எத்தன காலத்துக்குண்ணே.?"

"செல்லக்கருப்பி, மாடசாமி கங்காணி வந்திருந்தா உனக்கு வெளிச்சமா சொல்லியிருப்பாரு. அடித்துப் பெய்த மழையில் அடங்கி ஒடுங்கி நிற்கும் காத்தாடி மரங்களைப்போல் மேனசரு முன்ன அவரே நின்னாரு... நாங்க சொல்லுறதுக்கு...?"

"கள வெட்டப் போயிட்டுருந்த நீ கட்சிக்காரன் ஆனதும் வெள்ளச்சட்டை போட்டுட்டு வந்து சொன்ன எதையும் நம்புவோம்னு நினச்சியா? அடிப்படைச் சம்பளம் இருநூறு ரூபாயும் இருபது சதவீதம் போனஸூம் வேணும்னு கேளு..." கருப்பிக்குள் கோபம் ஊற்றெடுத்தது.

"நீ சொல்றது ஞாயமில்ல. சம்பளம் வருசத்துக்குப் பத்துனு முப்பதுரூபா கூட்டி நூத்தி எம்பது ரூபாயும், 8:33 போனஸூக்கும் மேல ஒரு காசுகூட போனஸா தர மாட்டேனு சொன்னவங்கிட்ட கால் கையில விழுந்து கொஞ்சம் கூட தாங்கனு பேசிட்டு வந்திருக்கேன்."

"கால்ல விழுந்தியா எதுக்கு..? நம்ம பாட்டன் முப்பாட்டன் உழச்சு உருவாக்குன பூமில நாமளும் வேர்வைய சிந்தி லாபம் உண்டாக்கிக் கொடுக்குறோம். நம்ம நல்லது கெட்டதுக்கு யார் தருவா... நாம எல்லாருமே இந்தக் காட்ட நம்பித்தான கெடக்கொம்."

"நீ சொல்றதெல்லாம் செரிதான் கருப்பி... பூமி நல்லா வெளஞ்சா அவக குடுக்க மாட்டாகளா... பனில எலையெல்லாம் கருஞ்சு போச்சி. காடு நட்டத்துல கிடக்கு..." அவன் வார்த்தைய முடிக்கும் முன்னே செல்லக்கருப்பி வெடித்தாள்.

"உன் கண்ணு என்ன அவிஞ்சா போச்சு... பச்சப்பசேல்னு கிடக்குற காட்ட கருகிருச்சுங்க..."

அதற்குள் பார்வதி, சந்திரா என எல்லோரும் கூடிவிட்டார்கள்.

“ஒரு மாச சம்பளம் போனஸா தாரோம்னு பெரியய்யா சொன்னாரு… இப்ப எப்படி மாறுச்சு?”

மாயனால் அதற்குமேல் பேச முடியவில்லை. ஊற்றிய போதை சட்டென இறங்கி விட்டதே. இன்னும் கொஞ்சம் ஊத்திட்டு வந்து பேசலாம் என்று நினைத்துக் கிளம்பிவிட்டான்.

மாடசாமி கங்காணி இல்லாததால் வாயைத் திறக்காமல் லீடரையும் அழைத்துக்கொண்டு வெளியேற செல்லக்கருப்பியின் மனம் ஆத்திரத்தில் துடித்தது. வாழ்க்கை பல நேரங்களில் வாழ்வுக்கும் சாவுக்குமான போராட்டத்தில் செத்துப்போய் தப்பித்துக்கொள் என்று நம்மை தள்ளிவிட முயல்கிறது. அந்தக் கடைசி நொடியிலும் உயிரைக் கையில் பிடித்துக் கொள்ளவும் ஒரு போராட்டம் நடந்துகொண்டுதான் இருக்கிறது. இங்கு உண்மையான அக்கறையில் எந்தப் பேச்சுவார்த்தையும் நடக்காது என்பதை உணர்ந்தாள் கருப்பி. சில நேரங்களில் உரிமைகளைப் பிடித்துக்கொள்ளவும் போராடத்தான் வேண்டியிருக்கிறது. இரவு முழுதும் உறங்காமல் அந்தக் காலைப்பொழுதில் காட்டுக்கு வந்த செல்லக்கருப்பியும் ஒரு போராட்டத்தைத் தானாகத் துவக்கினாள்.

“கொழுந்து கூடையை யாரும் இன்னைக்கு தூக்காதிக…” கருப்பி சத்தமாகச் சொன்னாள்.

“இப்ப கொழுந்து நிறைஞ்சு கெடக்கு… நட்டத்துல போகுதுனு புளுவுறானுக. நாம வேலைக்கும் போக வேணாம். அவனுக தூக்கிப்போடுற காசும் நமக்கு வேணா. ஒழுங்கான கூலிய தரவரைக்கும் ஒருத்தியும் வேலையில இறங்க வேண்டாம்.”

கருப்பியின் பேச்சுக்கு சிலர் கட்டுப்பட்டாலும் சிலர் முணுமுணுத்தார்கள்.

“வேலைக்குப் போறவக போங்க. ஒன்ன மட்டும் நெனச்சுக்குங்க… சந்தைக்குப் போயி பை நிறைய அள்ளிட்டு வந்தோமே இப்ப அரைப்பைய நெறைக்க முடியுதா… எல்லாம் வெல கூடிப்போச்சு… எதாவது துட்டு மிச்சமிருக்கா..? நல்லசோறு

திங்க முடியாதா, ஆஸ்பத்திரில மருந்திருக்கா, வீட்டில் கக்கூஸு வேணும்னு வெக்கங்கெட்டுப்போயி எவ்வளோ நாளா கேக்குறோம்... நம்ம கஷ்டம் யார் காதுலயாவது விழுதா..? வீட்டுக்குள்ளயும் வாசலிலும் தண்ணி கட்டிக்கெடக்கே சுத்தமிருக்கா... சந்தைக்குப் போற வழில வெளிச்சமிருக்கா? வேலையைப் பாத்துக்கிட்டே கேட்டா ஏதும் கெடைக்காது. நாம வேலைய நிறுத்திட்டுக் கேப்போம். என்ன செய்தாவனு பாப்போம்...."

அடுத்து அங்க எந்தப் பேச்சும் யார் வாயிலிருந்தும் விழவில்லை.

ராமையா கங்காணி, "குட்டிகளா குட்டிகளா..." என்றபடி ஓடிவர சுபைதா தடுத்தாள்.

"கங்காணி செய்யுற வேலைக்கு காலாகாலமா கூலிக்குப் போராடணுமா..? நாங்க பேச நெனச்சத கருப்பி பேசுறா... அவ நாக்காவது கேக்கட்டுமே, விட்டுருங்க..."

அதற்குள் கருப்பியும் கூட்டமும் எஸ்டேட் ஆபீஸ் வாசலுக்கே சென்றுவிட்டது. ஆபீஸ் வாசலிலே சேதுபதி ஐயாவும் கணக்கர் அந்தோணியும் நின்றுகொண்டிருந்தனர். வேலைக்குப் போகாமல் பெண்கள் அனைவரும் தங்களை நோக்கி வருவதைக் கண்டு அவர்கள் அருகில் நெருங்கி வந்தனர்.

"என்ன கருப்பி... வேலய விட்டுட்டு இங்கன வந்திட்டிங்க... கங்காணி எங்க?"

"ஐயா.. சங்கத்து ஆளுகெல்லாம் வந்து பேசியும் போனஸூம் கூலி ஒசத்தலும் வீட்டுக்குத் தனி கக்கூசும் எதப்பத்தியும் சரியான விளக்கம் வரல... எங்களுக்கு செரியான பதில் மேனேஜரு சொல்லட்டும். அதுவரைக்கும் கூடைய தலையில போட மாட்டோம்..."

செல்லக்கருப்பி, சேதுபதி ஐயாவிடம் நிதானமாகப் பேசினாள். அதற்குள் மேனேஜர் பாலகுமாரன் வெளியில் வந்துவிட்டார்.

"எல்லாம் சங்கத்து ஆளுங்கட்ட பேசியாச்சுல்ல... இங்க கூட்டத்த

கூட்டிவச்சு கூச்சல் போடுறிங்க... போய் வேலையப் பாருங்க...” மிரட்டுவதுபோல் பேசத்துவங்கினார்.

“ஐயா... சொல்றேனு தப்பா நெனச்சுக்காதிங்க. வேலை செய்யுறது நாங்க. எங்களுக்கு என்ன வேணுங்கறத கொஞ்சமாச்சும் காது குடுத்து கேக்காம தொரத்துறிங்க...”

அதுவரை எதையும் கவனிக்காததுபோல நின்றுகொண்டிருந்த அந்தோணி கணக்கர் நிமிர்ந்து பார்த்தார். கருப்பியின் குரல் தான் பவ்வியமாக ஒலித்ததே தவிர, அவள் நின்ற விதத்தில், ‘நீ செய்வது தவறு’ என்று கண்டிக்கும் ஒரு தலைவியின் தோரணை தெரிந்தது.

அதிகாரிகள் முன்னே அடைமழையில் அடங்கி ஒடுங்கி சாய்ந்துவிடும் சிறு செடிகளைப்போல பயந்துபோகும் கூலிகளுக்கிடையே நிமிர்ந்த ஆலமரமாய் பயமின்றி நிற்கிறாள்.

“சரி கருப்பி.. .உன்னையுந்தான் பேச்சு வார்த்தையில சேத்துருக்கு... உங்களுக்கு என்னல்லாம் வேணும்னு மாடசாமி கங்காணிட்ட தெளிவா சொல்லிரு...”

பாலகுமாரன் இப்போது இந்தப் பிரச்சனையைத் தீர்க்கும்மட்டில் பேசினார்.

“சங்கத்துல உள்ள யார்ட்டயும் சொல்லி விடல. கடைசியா இன்னைக்கு சாயங்காலக் கூட்டத்துல பேசுறோம்... நாளைக்கு நானும் ஆபீஸுக்கு வாரேன். அதுக்கப்புறம் ஒரு முடிவுக்கு வருவோம்... இன்னிக்கு கூடைய தலையிலருந்து இறக்கிட்டோம். இனி வேலைக்குப் போகல. சாயந்தரம் பேசின பின்னமா அப்புறம் முடிவெடுக்கிறோம்...”

ஆம் இல்லை என்று மட்டுமே தலையாட்டும் கூட்டத்திலிருந்து முதன்முதலாகத் திடமான வார்த்தைகள்... இது ஆபத்தானது. பாலகுமாரன் கண்களில் ஒரு கசப்பு படர்ந்தது. செல்லக்கருப்பியின் உடன் வந்தவர்களுக்கு கண்களில் அதுவரை படர்ந்திருந்த ஒரு திரை விலகுவதைப் போலிருந்தது.

17

இந்தத் தோட்டத்திற்குள் எண்ணிக்கையற்ற உடல்கள் புதைந்து கிடக்கின்றன, வாழ்வில் வெளிச்சம் காணாமல்... வாழ வேண்டும் என்று நினைத்த கனவுகள் பலிக்காமல்... சுதந்திரக் காற்றை சுவாசிக்காமல்...

மனம்விட்டு ஒருமுறை சிரித்ததுகூட இல்லாமல் வலிகளை மறக்க மறதியை மட்டுமே மருந்தாகப் பயன்படுத்தியவர்கள்.

தனக்கான உரிமைகள் எதுவென்றுகூடத் தெரியாமல் எதிர்த்தால் தங்களை அடித்து உதைத்து விரட்டிவிடுவார்களோ என்ற பயத்துடனே மடிந்து போனவர்கள்.

அவர்களைப் போலவே தலைமுறைகளாகக் கள்ளம் கபடமற்ற இந்த மக்கள் வாழ்ந்துகொண்டிருக்கின்றனர். தானும் அந்தக் கூட்டத்தில் ஒருத்திதான். ஆனால் தன்னால் இதைச் சகித்துக்கொள்ள முடியவில்லையே. சிரிப்பால் பேசிவிட்டு உரிமைகளைப் பறித்துக்கொள்ளும் முகப்பூச்சுகளை நம்பி ஏமாந்துவிடக் கூடாது. எது நடந்தாலும் கேட்ட உரிமைகளைத் தடையின்றி பெற்றுக்கொள்ளும்வரை ஓய்ந்துவிடக் கூடாது. மனம் முடிவுகளால் இறுக்கமானது.

செல்லக்கருப்பி அனைவரையும் லயத்தின் முற்றத்தில் கூட்டினாள்.

“இங்க பாருங்க எல்லாரும்... எனக்குனு எதையும் நானு கேக்கல. எல்லாரும் நல்லாருக்கணும், நம்ம புள்ளகுட்டிக இந்தக் காட்டுக்குள்ளயே கிடந்து நோவக் கூடாது. எதாவது பெருசா சாதிக்கணும். அந்தக் காலத்துல அடிமைக மாதிரி கூட்டாந்து எஸ்டேட்டுக்குள்ளயே வீடு தந்துருக்கானுகனா, அது நம்மள பூட்டிப்போடுற கூடு. எங்கயும் பறந்துறக் கூடாதுல்ல... அதுக்கான கூடு இது. இதுல எந்த வசதியும் நமக்குப் பத்தல. நாம அதில் மொடங்கியும் பழகிட்டோம். ராத்திரில நிம்மதியாத் தூங்க முடியுதா... வீடெல்லாம் ஒழுகுது. அட்டையத் தூக்கி மெத்தையில போட்டா கெடக்குமானு சொல்லிச்சொல்லி நமக்கு எதுவும் வசதி பண்ணித்தரல. இந்த மொற நமக்குத் தேவையானத நாம கேட்டு வாங்குறோம்...”

ஆவேசமாகப் பேசினாள்.

அவள் ஆவேசம் அமைதியாக ஈர மனங்களில் இறங்கிக்கொண்டிருந்தது. விடுமுறையோ அடைமழையோ இல்லாமல் ஒரு பகல் பொழுதை லயத்தில் கழித்ததே இல்லை. இப்படி வேலை நிறுத்தி வந்துவிடவும் முடியாது.

போராட்டம்தான் என்றாலும் முத்துமணி பாட்டியின் காப்பி பலகாரங்களுடன் எல்லோரும் கலகலப்பாய் இருந்தனர்.

இளமைக் காலத்தில் எப்படி எல்லாம் இருக்க வேண்டும் என்று முத்துமணி பாட்டி எதிர்பார்த்தாளோ அதை இன்று செல்லக்கருப்பிக் கேட்கிறாள். பகலெல்லாம் அலுத்து வேலை பார்த்த களைப்பில் இரவு தூங்க நினைத்தால் கம்பளி ஈரமாக இருக்கும். அதை உலரவைக்க அடுப்புக்கு மேல் விறகை அடுக்கி புகைபோட்டு மறுநாள் தலைக்குப் போடவும் இரவில் போர்த்திக்கொள்ளவும் காயவைக்க வேண்டும். அடங்காத குளிரும் கம்பளியின் ஈரமும் மூட்டைப்பூச்சியும் கூன் வண்டும் தூக்கத்தைப் பங்கு போட்டுக்கொள்ளும்.

துப்பாக்கியும் சாட்டையும் பிரம்பும் மட்டும் பேசிக்கொண்டிருக்க அன்று எதைக் கேட்கவும் யார் வாயிலும் வார்த்தைகள் இல்லை.

இன்று கருப்பி கேட்கிறாள். அவள் கேள்விகள் அவளையே கொன்றுவிடும் ஈட்டிகளாகவும் மாறலாம். இந்த அடிமை விலங்கை உடைக்கும் சுத்தியலாகவும் ஆகலாம். முத்துமணி பாட்டி நீண்ட பெருமூச்சு விட்டாள். இன்று மாடசாமி கங்காணியும் மனைவியும் கூட்டத்தோடு கூடிக்கொண்டனர்.

“காவக்காரச்சாமி...” கோவிந்தனைக் கூவி அழைக்க கங்காணியின் முகம் கோணியது. சிரித்தபடியே வந்த கோவிந்தனுக்கு தேக்கிலையில் இரண்டு வடையை வைத்துக் காப்பியையும் கையில் கொடுத்தாள் கருப்பி. மாடசாமி கங்காணி எதையோ சொல்ல நினைத்து மனைவியைப் பார்த்ததும் வாயை மூடிக்கொண்டார். எப்போதேனும் லயத்துப் பக்கம் வரும் முகிலனின் ஆசிரியர் சுப்பிரமணியன் இன்று சீனிவாசனுடன் வந்து கொண்டிருந்தார்.

“என்ன எல்லாரும் அதிசயமா கூடி நிக்கிக... களையெடுப்பவங்க மட்டுமா காட்டுல நிக்காங்க. அவுகளத் தவிர காட்டுல யாரையுமே காணோம்... என்னாச்சு..?”

“போனஸு பிரச்சனை பேசிட்டுதான் இனிமே வேலைக்குப் போறோம் சார். கொழுந்துக் கூடைய தலைலருந்து இறக்கிட்டு வந்துட்டோம்.” பார்வதி முந்திக்கொண்டாள்.

“நீங்க இம்புட்டு பேரு இங்கன கிடந்து கத்திட்டுருந்தா என்ன நடந்துரும்.? வெளியாட்கள் யாருக்குத் தெரியும். கத்திக்கத்தி தொண்டத்தண்ணிதான் வத்தும்...”

“இல்ல சார் இந்தத் தடவ நாங்க போராடுவோம்...” சிவகாமி பேச்சில் உறுதி தெரிந்தது.

“உம் புருசன் ஓடுனு விரட்டுனா ஓடி கோழிக்கூட்டுக்குள்ள ஒளிஞ்சுக்குவ... நீ மேனேசர எதுத்துப் போராடப் போறியா?”

மாடசாமி கங்காணி நக்கலாகப் பேசினார்.

“நீர் ஒழுங்கா பேசி கூலிய அப்படியே கூட்டி விட்டுட்டீரு...” சிவகாமியும் பதிலுக்குச் சீண்டினாள்.

“சார்... இங்க சில கருங்காலிகளாலதான் எல்லாம் கெட்டுப்போகுது. இன்னைக்கு சாய்ந்தரம் பேச்சுவார்த்தை இருக்கு சார். லீடரு என்ன சொல்லுறாருனு பாப்போம்...”

“எல்லாம் சரிதான் செல்லக்கருப்பி... உம்மவன் படிப்பு கீழாக்குல போகுது. பரிச்சை பேப்பருல ஒண்ணையும் காணோம். என்னடானு கேட்டா டபக்குனு தலைய தொங்கப்போட்டுகிறான். ஒத்த மரமா நின்னு புள்ளைய வளக்குற... அடுத்த வருசம் பத்தாங்கிளாஸு. சொல்லிட்டேன். பெருமாள் சாரைப் பார்த்து உங்க பசங்களுக்கு ஏதாவது டியூஷன் எடுக்கலாம்னு கேட்டுட்டு வரேன்...”

ஆசிரியர் மேல் லயத்தை நோக்கி நடக்க ஆரம்பித்தார்.

“அய்யோ இது வேறையா... என்னாலதான் என் மகன் இப்படி ஆயிட்டானா... கடவுளே ஒவ்வொரு அடியா விழுதே... ஒரே விளையாட்டுதான் எப்பவும். வரட்டும் கண்டிச்சு வைக்கணும்.” விளையாட்டு என்று நினைத்தவுடன் தில்லானின் நினைவு வந்தது. ஏமாற்றத்தின் அடையாளத்தை எப்படி மறைத்தாலும் முகம் இடையிடையே காட்டிக்கொடுத்து விடுகிறதே. தன்னை யாரேனும் கவனிக்கிறார்களா என்று சுற்றிலும் பார்த்தாள். எல்லோரும் போயிருந்தார்கள். மாட்டுத்தொழுவம் பக்கம் மாடசாமி கங்காணியும் கோவிந்தனும் ஏதோ பேசிக்கொண்டு நின்றார்கள்.

“ஏம்லே... கருப்பி உனக்கு வாக்கப்பட்டு வந்தவ மாதிரி வரிஞ்சுவரிஞ்சு உன்ன கவனிச்சுக்கிறாளே. கொடுத்து வச்சம்லே... நாங்கல்லாம் சின்ன மீனுக்கே ஆயிரம் வலைய விரிக்கோம். நீ திமிங்கலத்தையே சும்மா கூடையில புடிச்சு போட்டுட்டியோ... எலே வெள்ளக்காரன் பொண்டாட்டிய விட்டுட்டு வருஷக்கணக்கா இங்கு வந்து கிடப்பான். புடிச்சவள தூக்கிட்டு வரச் சொல்லுவான். தூக்கிட்டுப் போறவளுகள பொண்டாட்டி மாதிரி பாத்துக்குவான். நீயும் பத்து வருஷமா ஒத்தைக்குதான கிடக்க. இப்ப இவள புடிச்சுட்டியோ... வெள்ளைக்காரனுக மட்டும் நம்ம அடிமையாக்குனான்னு

நெனக்கோம். ஆனா வெள்ளையா இருக்க தோலுக்கும் இன்னைக்கும் எல்லாரும் அடிமை தான்ல... செவத்த பய தில்லான்ட எப்படி மயங்குனா... அவன் போயிட்டாம்லே. நீயும் கொஞ்சம் கலராத்தான் இருக்க. மயங்கிட்டா போல...”

“சீ சீ வாயக்கழுவு கங்காணி. கருப்பி நல்லவ...” கோவிந்தன் வாய்தான் அப்படிப் பேசியது என்றாலும் மனம் குளிர்ந்து போனது. அவன் பொண்டாட்டி விட்டுட்டு ஓடினபோது என்ன பேச்சு பேசினான். இப்ப செல்லக்கருப்பி அனுசரணையா பேசுறதுல கங்காணி அடிமனசு பொறாமையில எறியட்டும். மலைபோல் கிடந்த சுள்ளிகளுக்குப் பின்பக்கமாய் நின்றுகொண்டிருந்த செல்லக்கருப்பியை இருவருமே கவனிக்கவில்லை.

“இப்பல்லாம் குளிச்சு சுத்தமா இருக்க... வீசுதுன்னு சொன்னாளா..?”

“அடப்பாவி... நெனப்பு இப்படிப்போகுதா..? சேய் கருமம்... என்ன பேச்சுப் பேசுற. அந்தப் புள்ளைய அப்படியெல்லாம் பேசாதே கங்காணி... அப்புறம் நானே உம்மண்டையில கல்ல தூக்கிப்போட்டுருவேன். ஏதோ இரக்கப்பட்டு கொஞ்சம் காப்பித்தண்ணிய ஊத்துறா மகராசி...”

“எல்லாம் தெரியும்லே... அடிக்கடி வீட்ட சுத்தம் பண்ணத்தான் வாராளே... உன்னையும் சுத்தமாக்கிட்டா. மொறத்தால ஆனய மறைக்க முடியாதுலே... இப்பல்லாம் ஒத்தக் கொம்பன் போலத் தெம்பாத்தான் திரியற...”

‘ஐயோ..அவளுக்கு இப்படி வலிமேல் வலி கொடுக்கிறானே... முடைநாத்தப் பேச்சை தேயிலைக் காடெங்கும் தெளிப்பானே...’ கோவிந்தனுக்குக் கவலையாக இருந்தது.

“ஓய்...நீ உம்ம அம்மையக்கூட சந்தேகப்படுற புத்தி. போய் தொலையும். கருப்பி காதுல விழப்போகுது...” கோவிந்தனுக்குக் கோபம் அதிகமானது.

தலையைக் கொஞ்சம் எட்டிப்பார்த்தான். செல்லக்கருப்பி முற்றத்தில் வாட்டத்துடன் உட்கார்ந்திருந்தாள். நல்லவேளை அவள் எதையும் கேட்கவில்லை. கங்காணி தப்பித்தான்.

செல்லக்கருப்பி பித்துப்பிடித்தவளைப் போல் இருந்தாள். அழுவதற்கு இனி என்ன இருக்கிறது. சிரிப்பும் அழுகையும் இந்தக் காட்டின் வெயிலையும் மழையையும் போல மாறிக்கொண்டே இருக்கிறன. எதற்கும் காலநேரம் ஒன்றுமில்லை. வாழும்போதே செத்துக்கொண்டே இருக்க வேண்டும் என்பதுதான் விதியா..?

காதலின் வலி இத்தனை கொடுமையா? அதைக் கொடுத்துவிட்டு ஏதுமே செய்யாததுபோல் போய்விட்டான். அவன் முத்தமிட்ட இடமெல்லாம் அவன் மீன் பிடிக்கையில் தொட்ட மண்புழுவின் பிசுபிசுப்பாய் அருவருப்பாகத் தோன்றியது. ஒரு பொழுதுபோக்காக பயன்பட்டேனோ... காதல்கூட நன்றிகெட்டத்தனமாய் பிறர் பேச்சுக்கு மயங்கி தன்னை மாற்றிக்கொள்ளுமோ..? எல்லோரும் பேசுவதற்கு ஏதுவாக தன்னைத் தவிக்கவிட்டுப் போய்விட்டானே... ஏதோ கங்காணியை எதிர்த்ததாலும் போனஸு பிரச்சனை வந்ததாலும் தில்லானையும் அவளையும் சேர்த்துவைத்துப் பேசும் பேச்சுகள் குறைந்துபோயின.

ஆனாலும் தூரோகத்தின் வாசனை அவன் தொட்ட இடமெல்லாம் வீசுகிறது. பெருகிடும் கண்ணீரைக் கழுவ மெதுவாக இறங்கி ஓடையில் குளித்து வரலாம் என்று தோன்றியது. பச்சைப்பசேல் என்று செழித்துக் கிடந்தது தேயிலைக் காடு. உழைப்பு...அவர்களது கடின உழைப்பு... அதற்கேற்ற ஊதியம் தந்தால் என்ன..? காட்டுக்குள் இறங்கியதும் காதலை மறந்து கேள்விகளைத் தொடுத்தது உள்ளம். தேயிலையின் விலை உயர்ந்துகொண்டுதான் இருக்கிறது. இந்தச் சங்கங்கள் என்ன செய்கின்றன. மாயனும் லீடரும் மாடசாமி கங்காணியும் எதைத்தான் பேசுகிறார்கள்..? முரட்டுக் காடுகளாய் மூங்கில் வனங்களாய் கிடந்த மலைகளைச் சீராக்கி, தேயிலைக் காடுகளாய் மாற்றிய கைகள் உரிமைகளை அடையாமலே

புதைந்து கிடக்கின்றன. அவர்களின் புதைகுழியின் மேலும் தேயிலை வளர்ந்து பயன் தருகின்றன.

அந்த அர்ப்பணிப்பை துரோகங்களால் விலைபேசி விற்பதை அனுமதிக்க முடியாது. போராட வேண்டி வந்தால் போராடித்தான் ஆக வேண்டும். நஞ்சு பூசிய வார்த்தை அம்புகள் துளைப்பதற்காகவே இதயத்தைத் திறந்து வைத்திருக்க வேண்டும். கங்காணியும் கோவிந்தனும் பேசிக்கொண்டிருந்தபோது எதிர்பாராத புது அம்பொன்று பாய்ந்தது. ஒரு காதல் கதையின் பச்சை வாசனைகூட மாறவில்லை. அதற்குள் கோவிந்தனுடன்... நல்லவேளை கோவிந்தன் சுள்ளென்று சரியாக பதில் கூறித் தடுத்துவிட்டான்.

வந்து தொலைந்தவை தொலைந்ததாகவே இருக்கட்டும். இனி எதற்காகவும் சிந்தும் கண்ணீர் வீண்தான். மகன் முகிலனின் படிப்பைக் கவனிக்க வேண்டும். பத்தாம் வகுப்பிற்குப் பிறகு திருவனந்தபுரம் அனுப்பிவிட வேண்டும். மனதோடு பேசிய படியே ஓடைக்கரைக்கு வந்துவிட்டாள். குளிர்ந்த நீரில் ஆடைகள் இதயத்தை இறுக்குவதுபோல் ஒட்டிக்கொண்டன.

ஆறு பெருகிப்போகும்போதும் முத்துமணி பாட்டி மணலில் தோண்டி வைத்த சிறு பள்ளத்தில் ஊறும் நீரில் பாத்திரங்களைக் கழுவிக்கொண்டிருந்தாள்.

“இங்கபாரு செல்லக்கருப்பி... இதுவரைக்கும் எந்தப் பொட்டச்சியும் ஆபீஸு வரைக்கும் போயி கேட்டதில்ல. நீ போயி கேட்டுட்ட.... இனிமேதான் சூதானமா இருக்கணும். அம்புட்டுப் பொண்ணுங்களையும் ஒண்ணா சேத்துக்க. எவனையும் குறுக்கா பேசவிடாதே... இன்னைக்கு சாய்ந்தரம் பேச்சுல ஒண்ணும் நடக்காது. அப்படியெல்லாம் சாமானியமா கூலியும் போனஸும் கூடிராது.” முத்துமணி பாட்டி, கருப்பிக்கு மட்டும் கேட்பதுபோல பேசினாள்.

அவள் சொன்னதுக்கும் மேலாக மாலையில் கூட்டத்திற்காக அப்துல்லாவும் பார்வதியும் கருப்பியுடன் காத்திருந்தும் இரவு

வரை யாருமே வரவில்லை. செல்லக்கருப்பி அவமானமாக உணர்ந்தாள். கோவிந்தனுக்குக் காலையில் கேட்ட கங்காணியின் பேச்சு லேசாக உறுத்த, அவளிடம் பேசவே பயமாக இருந்தது.

மூடுபனி விலகாத காலைப்பொழுதில் வீசிய காற்றில் குளிர் மெல்லப் பரவ ஆரம்பித்தது. சங்கத்தினர் பேச்சுவார்த்தைக்கு வராமல் தன்னை அலட்சியப்படுத்திவிட்டார்கள் என்பதே இரவு தூக்கத்தைக் கலைத்துவிட்டிருந்தது.

“அத்தே வா என்னனு கேட்டுட்டு வருவோம்...” பார்வதியையும் அழைத்துக்கொண்டு காலையில் ஆபீஸை அடைந்தாள். அங்கு பெரட்டுப் பொடியனாக வேலைக்கு அமர்த்தப்பட்டிருந்த சுருளி மட்டும் நின்று கொண்டிருந்தான்.

“யக்கா... சண்டை போடவா வந்தே...” பார்வதியைப் பார்த்து சிரித்தான்.

“ஏண்ணே... உன் வாயைத் திறந்தா வைரக்கல்லே தெரியும்... கூனி குறுகிப்போயிக் கெடந்தா வயசு தெரியாதோ... நீ பொறக்கையில எங்க அம்மைக்கு கல்யாணமே ஆகல கேட்டுக்கோ... என்னபோயி அக்காங்க...”

“யக்கா நா என்ன அப்படி தப்பாச் சொல்லிட்டேன். யக்கானுதானே சொன்னேன்...” சுருளி கொஞ்சம் வெகுளி.

நெடுங்காடு சந்தைக்கு அவன் கிளம்பிவிட்டான் என்று அந்த எஸ்டேட் முழுவதுமே தெரியும். “யாருக்காவது ஏதாவது வாங்கியாரணுமா... யாருக்காவது ஏதாவது வேணுமா... செட்டியார் கடை, நாடார் கடை, ராவுத்தர் கடை எல்லா கடைக்கும் போறேன். ஏதாவது வேணும்னா சொல்லுங்க.” கேட்டுக்கொண்டே நடப்பான்.

“வெத்தல வாங்கியா... போயில வாங்கியா... பலகாரம் வாங்கியா..” நீளமான ஒரு பட்டியல் நீளும். பட்டியலின் நீளத்துக்குத் தகுந்த மாதிரி பத்துகாசு இருபதுகாசு அதிகமாக வசூலித்துக் கொள்வான்.

பெரட்டுப் பொடியன் வேலையில் இவ்வளவு நாளும் கோவிந்தன் இருந்ததை நினைத்து மிகவும் வருந்தினாள் கருப்பி.

இவர்களது பேச்சுகளுக்கிடையிலே ஜீப்பிலிருந்து இறங்கிய ஐயாவையும் மானேஜரையும் கண்டு அருகில் சென்றாள் செல்லக்கருப்பி.

“என்ன கருப்பி பேசியாச்சா... என்ன முடிவுக்கு வந்தீங்க..?” சிரிப்பா கிண்டலா என்று இனங்காண முடியாத ஒரு வகைப்பேச்சு.

“நேத்து லீடருங்க யாரும் வரல...”

“ஓ.. அப்ப சொன்னபடி பழைய சம்பளம் போனஸ்னு சம்மதிச்சிட்டாங்க...”

“அது முடியாது. எங்களுக்கு அது பத்தாது. நாங்க கேட்ட ஒண்ணுமே கிடக்கலயே...”

“கருப்பி வீணா பேசாம வேலைக்குப் போ. நேத்து பத்துப் பேரு வந்தீக... இப்ப ரெண்டு பேரா கொறஞ்சுருச்சு...” மீண்டும் மீண்டும் அந்தப் பேச்சு எரிச்சலூட்டியது.

“அப்ப போராட்டம்தான் பண்ணணுமா? வெறும் கூலியும் போனஸு மட்டும்தான் எங்க பிரச்சனைனு தோணுதா..?”

“பார்வதி... இதெல்லாம் வேண்டாத வேலை. இப்பவே நாளு ரொம்ப லேட்டாயிடுச்சு. கம்பெனி எல்லா பில்லும் பாசாக்க லேட்டாகும். இன்னும் லேட்டாக்கிடாதீங்க. கருப்பிக்குத் தெரியாது. நீயாவது சொல்லு...”

“இல்லை சாரே... நாங்க கேட்டது கெடைக்கணும். இந்தச் சனங்களுக்கு சரியான வசதியும் கூலியும் கொடுக்க ஏன் இவ்வளவு யோசிக்கிறீங்க. காட்டுல பாடாப்பட்டது மட்டுமில்ல; கூலிக்காகவும் போராடணுமா? வீட்டுக்குள்ள எந்த வசதியுமில்ல... கக்கூஸு வேணும்னா சிரிக்கிறிங்க...” செல்லக்கருப்பி இடையில் குறுக்கிட்டுப் பேசினாள்.

அவளது ஒவ்வொரு சொல்லும் கண்ணீர் துளிகளாகத் தெறித்தன. கண்கள் காய்ந்த நிலம்போல் வறண்டு கிடக்க, அவளது பேச்சு ஓயாத அழுகைபோல் வாயிலிருந்து வடிந்தது. அவமானங்களையும் அலட்சியங்களையும் ஆவேசமான வார்த்தைகளாய் உதிர்த்தாள்.

"இந்தக் காட்டுக்குள்ள போராட்டம் நடக்கும்னு நெனக்கிறிங்களா... நெடுங்காடு ரோட்டுக்குப் போறோம். ஒரு காரு வண்டி மட்டுமில்ல... ஒரு ஈ காக்காவக்கூட பறக்க விடமாட்டோம்." கோபமும் அழுகையும் அவளை மீறி எழுந்தாடின.

"செல்லக்கருப்பி... எதையும் யோசிக்காம செய்யாதம்மா... கொஞ்சம் பொறு." சேதுபதி அவளைச் சமாதானப்படுத்த முயன்றார்.

"ஐயா... இவங்க பேச்சு சரியில்ல. இப்படியே விட்டா நாம இன்னும் கால்ல விழுந்து கெடக்கணும்." கருப்பி உறுதியாகச் சொன்னாள்.

சேதுபதி எதிர்பார்த்ததும் அதைத்தான் என்பதால் அதற்குமேல் எதுவும் பேசவில்லை. சலனமற்ற மௌனத்தில் துவங்கிய கருப்பியின் போராட்டம் பெருமுழக்கமாக நெடுங்காடு பாதையை மறித்து நின்றது.

"கையெடுப்பு எங்களுக்கு. கைகாசு உங்களுக்கா..?"

"போனஸு வேணும்... கக்கூஸு வேணும்... புள்ளைப்புரையில வசதிகள் வேணும்."

"யூனியன்கார அண்ணாச்சி... போனஸு பேச்சு என்னாச்சு..?"

"கரியடுப்பு எங்களுக்கு... கரண்ட் அடுப்பு உங்களுக்கா..?"

வேதனை முழக்கங்கள் பெண்களின் வாய் வழியாகப் பரவப்பரவ வெறும் வேடிக்கையல்ல இது, என்ற உணர்வு எல்லோருக்குள்ளும் நிரம்பியது.

சிறுகச்சிறுக மாலைக்குள் பெரும் பெண்கள் கூட்டமாகப் பாதையோடு குடியேறிவிட்டார்கள். பொழுதானா அத்தனை பேரும் வீட்டுக்குப் போய்விடுவார்கள் என்ற எண்ணம் பொய்யாக பாய் படுக்கை குழந்தைகள் என்று இரவிலும் போராட்டம் தொடர வாயடைத்துப் போனார்கள் அத்தனை பேரும். பெருமழையில் பொங்கிய வெள்ளம்போல் பெண்களின் ஒழுக்கு, போக்குவரத்தைத் தடுத்து நிறுத்த போலீஸூம் பத்திரிகையாளர்களும் தலைவர்களும் என ஒரே நாளில் செல்லக்கருப்பியை மொய்த்தன அத்தனை கண்களும்.

மாயனால் இதைத் தாங்க முடியவில்லை. மாடசாமி பெண்ணாசை பிடித்தவன் என்றால் மாயனைப் பணத்தாசை மட்டுமல்ல; பதவி ஆசையும் பிடித்திருக்கிறது. வெறும் கூலித்தொழிலாளியாகப் பார்த்தவளை போராட்டக்களத்தில் தலைவியாகப் பார்க்க முடியவில்லை.

இவள் இப்படியே சங்கத்தலைவர் பதவிக்கு வந்துவிட்டால் பணிந்து போகவேண்டிய கட்டாயம் வந்துவிடும். அவனது அடங்காத பதவி ஆசையும் நடக்காமலே போய்விடும். தொழிற்சங்கத் தலைவர் பதவியில் அமர்ந்து தொழிலாளர்கள் பிரச்சனைகளில் குறுக்கிட்டு அதிகாரத் தோரணையில் நிற்கவும் முடியாது. இதுவரை பெண்கள் யாரும் அடையாத பதவியை அடைந்துவிடும் திறனும் உறுதியும் செல்வாக்கும் கருப்பிக்கு இருக்கிறது. அதனால் இந்தப் போராட்டத்தைக் கலைக்க என்ன வேண்டுமானாலும் செய்யத் துணிந்தான்.

18

கூடாரம் போலிருக்கும் தேயிலைக் காடுகள் சுதந்திரமான கழிப்பறைகளாய் நினைத்துக்கொள்பவர்களே பலரும்.

“காத்தாட போயிட்டுவர்றத விட்டுப்புட்டு திங்கற இடத்திலேயே பேலவும் செய்யணுமா...” என்று வாய் கிழிய பேசிப்பேசியே கிடைக்கவேண்டிய வசதிகளைத் தடுத்துவிட்டவர்கள். பெண்களின் இயலாமையை சிரமத்தை உணராமல் பேசுபவர்கள். தேயிலைக் காட்டை ஆண்கள் போகும் இடம் பெண்கள் போகும் இடம் என்று சொல்லிக்கொள்ளாமலே பிரித்துக்கொண்டாலும் சில நேரம் ஒரே இடங்களில் தெரியாமல் புகுந்து எழுந்திருக்கும் நேரங்களில் சந்தித்துக் கூச்சப்பட்டு ஓடிப்போவதும் உண்டு. இலைகள் மண்கட்டி சிறுகற்கள் போன்றவற்றால் தற்காலிகமாகத் துடைத்து சுத்தம் செய்துவிட்டு அப்படியே ஓடைவரை நடந்து ஆள் நடமாட்டமில்லாத பகுதியில் துணைக்கு யாரையாவது நிறுத்திவிட்டு கால்கழுவி வரும்வரை பெண்களுக்கு மனதில் ஒரு பெரிய போராட்டமே நடக்கும்.

இயற்கை உந்துதல்களிலிருந்து உடல் உணர்வைக் கட்டுப்படுத்தி வைக்க பெரும்பாடு படவேண்டிவரும். மாதவிடாய் காலங்களில் துணிகளை அலசிக் கொண்டுவந்து வீட்டில் ஆண்களுக்குத் தெரியாமல் உலரவைத்து... அம்மாடியோ...

அந்தச் சூழலை அனுபவிப்பவர்களால் மட்டுமே விவரிக்க முடியும். அசுத்தமான துணிகளைத் தூரவீசி எறியவும் முடியாது.

“பாம்பு பல்லி ஏறுனா புள்ள பொறக்காது... பொறந்தாலும் ஊனமாயிருக்கும்”னு சொல்லிச்சொல்லியே அடிவயிற்றில் நெருப்பை அள்ளிக் கொட்டுவார்கள். ஆணாகவே பிறந்திருக்கலாம் என்று அப்போது தோன்றும். அதற்கெல்லாம் மேலாக ரத்தப்போக்குடன் காட்டில் வேலை செய்வதும் சில பெரிசுகள் காத்து கருப்பு தீட்டு என்று பயமுறுத்துவதும்... பெண்ணே... நீ ஒரு பாவப்பிறவியா என்று திண்டாடிப் போகும். கொழுந்துக் கூடையுடன் உயரத்தில் ஏறும்போது ரத்தப்போக்கு அதிகமாகும். அடிவயிறும் கால்களும் அப்படித்தான் வலிக்கும். முத்துமணி பாட்டியெல்லாம் தேக்கிலையை இடுப்பைச் சுற்றிக் கட்டிக்கொண்டும் இரத்தப்போக்கு அதிகமாகும்போது துணிகளில் சாம்பலை நிறைத்து சுருட்டிக் கட்டிக்கொள்வாளாம். அனுபவிக்கும் வேதனைகளைச் சொல்லில் காட்ட முடியுமா...? கழிப்பறைகளுக்காகப் போராடும் போது எல்லா மனங்களும் அந்த வேதனையுடன்தான் முழக்கமிட்டன.

“அவிய என்ன கேக்காவியா வீட்டுக்கு கக்கூசும் செலவுக்கு போனஸூம் கேக்காவ... இந்த எஸ்டேட்டயா எழுதி வைக்கவா கேக்காவ...?” கங்காணி, பொண்டாட்டியின் தலையில் ஓங்கிக் கொட்டினான்.

“ஏண்டி உனக்கும் புத்தி கெட்டுப்போச்சா... திடீர்னு போனஸூ கூலிய உயர்த்துனா எப்படி நடக்கும்? தேயில இங்க மட்டும்தான் அதிசயமா வெளயிதாக்கும். ஏண்டி உலகம் மொத்தத்துலயும் வெளயுது. கடல்ல கூட விதைச்சுருவானுக போல. கம்பெனிய பகைச்சுக்கிட்டா அப்புறம் வயித்துல கருங்கல்ல கட்டிக்க வேண்டியதுதான்.”

“பேசாம கெடயும். பெருசா பேச வந்துட்டீரு... என்னை என்ன கூவன்னு நினச்சீரா... இந்தத் தேயிலைக் காடொன்னும் முதலாளிகளுக்குப் பெரிய விஷயமில்லை. இத்தனை ஏக்கரு நிலமிருக்குனு காட்டி அதவச்சு வேற யாபாரம் செய்யுறாக. தேயிலை ஏத்துமதி செய்ய வேண்டிய நாடு சொல்லுற மாதிரி தரமா மருந்து அடிக்கணும். அவக சொல்லுற மருந்துக்கு விலை அதிகம். அதனால் கொறஞ்ச வெல மருந்து அடிச்சா தேயிலை எப்பவாது டன்கணக்கா முடங்கிப்போகும். அதனால் பெருசா நட்டம் வந்துரும். தேயிலை கிலோவுக்கு செலவு செய்றதவிட குறையா கிடைக்கும். அதுதான நட்டத்துல போகுதுன்னு சொல்லுறீரு...”

கங்காணி பேயறஞ்சதைப்போல பார்த்துக்கொண்டே இருந்தார்.

இவள் நிஜமாவே புத்திசாலியா இல்ல எங்கருந்தாவது செய்தி கிடைக்கிறத கொட்டுறாளா? ஏற்கனவே சாமி பேர சொல்லி ஏமாத்துறத கண்டுபிடிச்சு அடிஅடினு வெளுத்து வாங்கிட்டா. இப்ப கம்பெனி விஷயத்தையெல்லாம் புட்டுப்புட்டு வைக்கிறாளே...

“லாபமில்லனா எஸ்டேட்ட ஆளுக்குக் கொஞ்சமா பிரிச்சுக் கொடுத்துட்டுப் போக வேண்டியதுதானே... அத விட்டுட்டு விதவிதமா கார்ல போறதும் வர்றதும் அவிய புள்ளைக பாரின்ல படிக்கிறதும் பகட்டா சுத்தறதும் நம்ம பொட்டப்புள்ளக அவசரமா பேழணும்னா காட்டுக்குள்ள ஓட வேண்டிருக்கு. நிம்மதியா பேழ வழியிருக்கா...? நாமளும் மனுசங்கதானே... நமக்கு கூச்சநாச்சம் இல்லாமலா போச்சு. கம்பெனி நட்டத்துல போகும்போது நம்ம மேலயா சொமத்தணும்...? லாபத்துல போகையில பங்குபோட்டா குடுத்தாவிய..? ஓட்டுவீடு ஒழுகுற வீடுனு எல்லாருக்கும் கொடுத்துட்டு ராசா மாளிகை மாதிரி பங்களாவில இருக்காக. எதாவது பேசிக்கிட்டு கூட்டத்துல வந்து நிக்காதீரு. அப்புறம் உம்ம கருப்பி அடிக்கமாட்டா... நான் ரெண்டு வீக்கு வச்சுத் தருவேன்...”

கங்காணிக்கு ஆத்திரம் பற்றி எரிந்தது. பொண்டாட்டிய இப்படி

பேசவச்சது கருப்பிதான். புருசன் இல்லாத திமுரு அந்த நாயிக்கு. இந்தப் பொட்டச்சிகளுக்கு இவ்வளவு தெனாவெட்டு எப்படி வந்துச்சு..? கழுதைக எல்லாத்தையும் முடிச்சுட்டு திரும்பித்தான ஆகணும். “காட்டுக்கு வாங்கட்டி.... உங்க நாக்கெயும் மூக்கையும் முறிச்சுப் போடுறேன்...” மனசு கொதித்தது.

போராட்டக்களம் சுறுசுறுப்புடன் காணப்பட்டது. கோவிந்தன் பெரிய பாறங்கல்லை ஒத்தையாளாய் தூக்கி வந்தான். இரண்டு மூன்று இளைஞர்களையும் கைதட்டி அழைத்தான். மறியல் நடந்துகொண்டிருக்கும் இடத்திற்குப் பின்னால் அடுப்பைக் கூட்டினான். அழுது துடித்துக் கொண்டிருந்தவனுக்கு ஆறுதலே கொடுக்காமல் அவனை கேலி செய்து முடக்கிவிட்ட எல்லோர் மேலும் கோபமிருந்தது. இப்போதெல்லாம் மீண்டுவந்ததைப்போல் உணர்கிறான். எத்தனை அவமானங்களையும் அலட்சியங்களையும் சந்தித்த கருப்பி கருங்கல்லாய் நிற்கிறாள். அவள் துணிச்சலுக்கு முன் நான் எம்மாத்திரம். விட்டுப்போன மனைவியின் செயலால் பத்து வருடம் கெட்டுப்போன இயந்திரமாய் துருப்பிடிக்க வாழ்ந்தது வெட்கப்பட வைத்தது.

முகிலனும் கண்ணனும் அவனுக்கு உறுதுணையாக நின்றனர். சீனியும் சமையலுக்கு உதவினான். உலை கொதித்துக் கொண்டிருந்தது. பசித்த வயிறுகளுக்குப் பக்குவமாய் பந்தி வைத்தான்.

“கருப்பி... சாய்ந்திரத்துக்கு கடுங்காப்பி போட்டு வைக்கணுமா...” ஆர்வமாகக் கேட்டான். அவளிடம் அப்படி கேட்டு நிற்பதுகூட மிகுந்த மகிழ்ச்சியைத் தந்தது.

“காப்பி ஒண்ணும் வேணா... பச்சைத் தேயிலய நசுக்கிப்போட்டு கொதிக்கவையி... வீட்ல கருப்பட்டி இருக்கு எடுத்துக்க...” என்றாள்.

காவலுக்கு நின்ற காவல்காரரில் ஒருவர் ஐம்பது ரூபாயை எடுத்து நீட்டி, “இந்தா காப்பிப்பொடி வாங்கிக்க.” என்றார்.

தூரத்தில் பாத்துக்கொண்டிருந்த ஒரு வெள்ளைச்சட்டை முறைத்தது. அப்புறம் அவர் தோளில் கையைப்போட்டு எங்கோ அழைத்துச்சென்றது. அரைமணி நேரத்துக்குப்பின் காவலர் திரும்பி வந்தார். கோபத்தில் அவர் முகமெல்லாம் சிவந்திருந்தது.

“இந்த பாருங்கம்மா… உங்க உரிமையை நீங்க கேக்குறிங்க… கிடைக்கும்வரை போராடுங்க.” அவர் குரலின் உறுதி அங்குள்ளவர்களைத் தொற்றிக்கொண்டது. போராட்டக் களத்துக்கு எதிர்திசையில் சாலை ஓரத்தில் மேடைபோட்டுக் கொண்டு ஒருவன் கத்திக்கொண்டிருந்தான்.

“இவன் யாருட்டி….மூஞ்சியைப் பார்த்த மாதிரியே இல்ல…” பானு ரகசியமாக சந்திராவிடம் கேட்டாள். அவன் தொடர்ந்து சத்தமாகப் பேசிக்கொண்டிருந்தான்.

“இந்தத் தேயிலைகள் பச்சைப்பசேலென்று விரிந்து கிடக்கும். இந்தத் தேயிலை இங்கே எப்படி வந்தது தெரியுமா… கி.மு இரண்டாயிரம் வருசத்துக்கு முன்னால சீனாவுல கடவுளுக்கு பூசை போடற பொருளா இருந்தது. கொதிக்கிற தண்ணீரில் தெரியாம விழுந்ததும் அதைத் தெரியாம குடிக்க சுறுசுறுப்பு வந்துருச்சு. அப்போதிருந்து அது குடிக்கிற பானமா மாறிப்போச்சு. தேயிலைய போட்டுக் கஞ்சிகூட காச்சிக் குடிச்சாங்க. அங்க சாயாவுக்கு என்ன பெயர் தெரியுமா…

‘சா…’ அதுதான் சாயானு நாம சொல்லுறோம். அந்தத் தேயிலை பத்தின அந்த விபரத்த சீனாக்காரன் யாருக்குமே குடுக்கல. அங்கிருந்து செடியோ விதையோ எதையுமே கொண்டுவரவிடல. விடுவானா வெள்ளைக்காரன்… கொண்டு வந்தான்ல. இங்கேவந்து காட்டையும் மேட்டையும் தேயிலைக் காடா மாத்திட்டான்ல… இப்ப தண்ணிக்கு அடுத்தபடியா ஊரெல்லாம் குடிக்கிற பானமா சாயா மாறிருச்சில்ல. ஐரோப்பாக்காரன்தான் சாயால பாலை ஊத்தி நமக்கும் பழக்கி விட்டுட்டான்…”

“இவன் யாரு… இதெல்லாம் யாரு கேட்டா, இப்ப என்ன

பிரச்சனை நடக்குது... இந்தக் கிறுக்கன் என்ன பேசிட்டு இருக்கான்..? எரிச்சலா வருதுட்டி...” சந்திராவும் எரிச்சலானாள்.

அவன் நாள் கூலிக்கு அமர்த்தப்பட்ட ஒருவன்போல் எதையெல்லாம் படித்துவந்து கத்திக் கொண்டிருந்தான்.

“இங்கஎல்லாம் என்ன தேயில...டார்ஜிலிங் தெரியுமா, அப்படி பனிக்காத்துல சும்மா சலசலனு நிக்கும்.”

கூட்டிக்கொண்டு வந்தவர்களுக்கே அவனை விரட்டிவிட வேண்டும் போல் தோன்றியது. இந்தப் பெண்கள் கூட்டத்தைக் கோபப்படுத்த எதையாவது சொல்வான் என்று நினைத்தால் அஸ்ஸாம் டார்ஜிலிங் சீனானு புராணத்தைப் பாடிட்டு இருக்கானே... இப்ப என்ன தேவையோ அதைப் பேசுவதை விட்டுவிட்டு... மாயனுக்குக் கோபம் கோபமாக வந்தது.

இந்த மழைக்காலத்தில் அடமழை பெஞ்சு இதுகள ஓடவிடாமல் வானம் சதி செய்யுதே. மிக சாதாரணமாக எதையோ பேசிக்கொண்டு இருந்தவன் வாயில் அவனது கெட்டநேரம் தலைதூக்க ஒரு வார்த்தை வந்துவிட்டது.

“என்ன இருந்தாலும் வந்தேறிகள் ஆகவந்த நாம் தேவையில்லாமல் பிரச்சனை செய்யக் கூடாது” என்று ஏதோ ஒரு வேகத்தில் பேசிவிட அதே வேகத்தில் அந்தத் தீ பற்றிக்கொண்டது.

“யார் வந்தேறிகள்...? நாங்க வேத்து கிரகத்தில இருந்தா வந்தோம்... இங்கே யாரு என்ன செஞ்சு வெச்சிருந்தாங்க. நாங்க வந்து பறிச்சுக்கிட்டோம்..? இங்கேவந்து பொண்ணையும் பூமியுமா களவாண்டோம்... காடாக இருந்த இடத்தை அடியும் மிதியும் வாங்கி சீராக்கி நாங்க சீரழிஞ்சு போனோம். உடம்புத் தெம்பெல்லாம இளமையெல்லாம் இங்கேயே செலவழிச்சு பொன்னு வெளைய வச்சோம். ஒரு பொட்டு பொன்ன நாங்க கண்ணால பாத்தோமா...? இப்ப நாங்க வந்தேறிகளா..? எங்கள் இளமையைத் திருப்பிக்கொடு... பட்ட வேதனைகளுக்குப் பலன்கொடு... இந்த மலைகளுக்குள்ள என்ன நடக்குனு உனக்குத் தெரியுமாலே... நீ குடிச்ச தாய்ப்பாலுக்கு கணக்குப் பார்த்துச்

சொல்லமுடியும்னா எங்க ஒழைப்பையும் கணக்குப் பாத்துச் சொல்ல முடியும்.! உனக்கும் இதுக்கும் என்ன சம்பந்தம்... நீ ஏன் இங்கு வந்து பேசிட்டு இருக்கே..?"

செல்லக்கருப்பியின் கோபத்துக்கு முன் அவன் வாயடைத்துப் போயிருந்தான். அதற்குள் கணக்கர் அந்தோணியின் மனைவி அங்கு வந்துவிட்டாள்.

"நீ என்ன செஞ்ச இந்தக் காட்டுக்கு..? எங்கிருந்தோ வந்த வெள்ளைக்காரனுக அடிமையாக்கி படுத்துனபாடு பத்தாதா..? இப்ப நம்மளுக்குள்ளயே சண்டையா..? உழைக்குறவங்களுக்கும் கூலி தர்றவங்களுக்கும் இடையில நடக்குற பிரச்சனைகள்ல எதுவுமே தெரியாமல் நீயே வந்து மூக்க நுழைக்க... இது எங்க மண்ணு, எங்க வேர்வை, எங்க பிரச்சினை... எவனாவது காசு கொடுத்தானு இங்கன வந்து ஒளறாத.."

செல்லக்கருப்பிக்கு உதவியாக முன் நின்று பேசினாள். இந்த மாயன் எப்படியெல்லாம் சதி செய்கிறான். என்னை தங்கச்சி தங்கச்சி என்று அழைத்து வலம்வந்தவன். கட்சி சங்கம் என்ற பெயரில் அப்பாவித் தொழிலாளர்களை மட்டுமல்ல; சாதகமாய் நின்று முதலாளிகளையும் ஏமாற்றுபவன். வாயையும் கண்ணையும் மூடிக்கொண்ட காட்டில் நான் கண்ணையும் வாயையும் திறந்துவிட்டதால் என்னையே போட்டியாக நினைத்துவிட்டான். மேடைபோட்டு பேச வந்தவன் அவனைக் கூட்டிவந்த மாயனைப் பரிதாபமாகப் பார்த்தான். பெண்கள் பேச்சு துரத்தத் துரத்த ஓடியவன்தான் அப்புறம் அந்தப் பக்கமே வரவில்லை. அவனைப்போல பலரையும் இப்படித்தான் விரட்ட வேண்டியிருந்தது. கோவிந்தன் அந்த வேலையை சரியாகச் செய்துகொண்டிருந்தான்.

"ஏலேய் கோவிந்தா... பொம்பளைங்க போராட்டத்துல அப்படியே ஒட்டிக்கிட்டயே... நீயும் பொட்டச்சிதானோ... அதுதான் உம் பொண்டாட்டி சரியான ஆம்பிள பயல பாத்து ஓடிப்போயிட்டாளோ..." மாயன் கிண்டலடிக்க அவன்கூட நின்ற சிலதும் கெக்கக்கே என்று சிரித்தன.

“ஆமா... நானும் பொட்டன்தாம்ல... அதுக்கு இப்ப என்னாங்கற... இந்தப் பொட்டச்சிகள உங்களால என்ன செய்ய முடிஞ்சுது. அவுக சுண்டுவிரலகூட அசைக்க முடியலையே. நீ எல்லாம் ஆம்பளத்தனத்த காட்டுறியா... அங்கன அந்தக் கூட்டத்துல வந்து பேசு பாப்போம். வாங்கல... நான் வேணா கூட்டிப்போறேன். ஏ கருப்பி இவனுக சமாதானம் பேச வந்துருக்கானுக...” என்று கூவினான்.

கூட்டத்தில் இருந்த செல்லக்கருப்பி நிமிர்ந்து பார்த்தாள். அமைதியான கடலில் உயர்ந்தெழுந்த ஒற்றை அலைபோல எழுந்து நடந்து வந்தாள். மாயனின் பின்னால் நின்றிருந்தவர்கள் மெல்ல பின்னால் ஓடிவிட மாயன் அப்படியே நின்றான். கோவிந்தனுக்கு உள்ளமெல்லாம் பொங்கி வழிந்தது. யார் அழைத்தாலும் அசையாதவள் அவன் ஒற்றைச்சொல்லுக்கு ஓடி வந்துவிட்டாளே..!

வந்தவள் கோவிந்தனிடமே பேசினாள். “இங்க பாரு... பேச வேண்டியவக வந்தா நாங்க பேச்சுவார்த்தைக்கு வருவோம்... இந்த நண்டு நசுக்குகளுக்கெல்லாம் நாங்க பதில் சொல்ல மாட்டோம். நீ உண்மையா இருக்க மனசார உதவுறோம்னு விட்டு வச்சுருக்கோம். போய் பேசாம ஏதாவது வேலை இருந்தா பாரு.” சொல்லிவிட்டு விருட்டென்று கூட்டத்துடன் கலந்துவிட்டாள்.

மாயனுக்கு பெருத்த அவமானமாகப் போனது. இத்தனைநாள் அவன் சுழற்ற சுழன்றுகொண்டிருந்த உலகம் இப்போது அவனைச் சுழற்றுவதாகத் தோன்றியது. தொழிற்சங்கத் தலைவர்களிடமும் நிர்வாகிகளிடமும் இறங்கிவரும் பேச்சுவார்த்தை நடைபெறாமல் தந்திரமாகப் பார்த்துக்கொண்டான். எத்தனை பேச்சுவார்த்தைகள் நடந்தும் போராட்டம் ஓய்வதாகத் தெரியவில்லை.

மாறாக இன்னும் காட்டுத்தீபோல ஆங்காங்கே பற்றி பெருந்தீயாக உருமாறும் என்ற பயம் ஏற்பட்டது. கொழுந்து வளர்ந்து செடிகளெல்லாம் நிறைந்தது. கம்பெனி ஆண்களை அதிக கூலி

ஆசை காட்டி வேலைக்கு அழைத்தது. நிர்வாகிகளிடம் பயந்து நடுங்கிக்கொண்டிருந்த கூலிகள் வீட்டில் மனைவிகளுக்குப் பயந்தார்கள்.

சிவகாமி, "எவனாவது வேலைக்குப் போனிக... வீட்டுக்குத் தீ வச்சுருவோம்..." என்று மிரட்ட கூட்டத்தில் கொல்லென்ற சிரிப்பு பரவியது.

பார்வதி அதட்டினாள். "எதுக்கு சிரிக்கிக... அவ உண்மையாத்தான் சொல்றா. இத்தனைநாளா போராடுறமே... எவனாவது நம்மள மதிச்சு பேச்சிவார்த்தைக்கு அளச்சானுவகளா... பொட்டச்சிகதான பொழுது சாஞ்சா ஓடிருவாளுகனு கணக்குப் போட்டுட்னானுக.. நாம காட்டுலயும் மேட்டுலயும் முதுகுல கனத்தோட ஏறி எறங்குறோமே... ஒரு ஓய்விருக்கா... மிசினுக்குக்கூட ஓயாம ஓடிட்டி இருக்கு... சூடாயிருச்சினு செத்த ஆறப்போடுவோம்னு அமத்திப்போடுறானுக..

நாம விடியமுன்ன எந்திரிச்சு ஆக்கிவச்சு, டயத்துக்கு வேலைக்குப் போகலனா விரட்டிருவானுகனு இரண்டு மைல் தள்ளித்தான் காடுனா அங்கவரைக்கும் ஓடி.... உடம்பு சோந்துட்டு வரும். முதுகுல கொழுந்து கனம் ஏறிட்டு வரும் மூத்தரத்தையும் பீயையும் அடக்கி மாச மெறவந்தா உள்ள வச்ச துணிய மாத்த நெரமிருக்கா..? அடிவயிறு வலிக்க நசநசன்னு அரிக்கும்போதும் கம்பெனிக்கு லாபம் பாத்துவச்சு பறிச்சுப்பறிச்சுக் குடுக்கும்றோம்ல.. கொஞ்சம் கூலிய கூட்டித்தந்தா என்னவாம்..?"

கோபம் கொப்பளிக்க பேசப்பேச சிரிப்பு அடங்கி கோபக்குரல்கள் முழக்கங்களாக உயர்ந்தன. ஒவ்வொருவர் மனதிலும் காட்டின் வேலைகளின் வலிகள் நெஞ்சில் நிறைந்து கண்களில் கசிந்து ஒழுகியது. செல்லக்கருப்பியை பேட்டி காண வந்த நிருபர் ஒருவரிடம் ஆவேசமாக ஏதோ பேசிக்கொண்டிருந்தாள்.

"எங்களுக்குப் பேச ஒண்ணுமில்லை. கூலிய கூட்டி இரண்டு வருசம் கழிஞ்சுருச்சு. போனஸு வருசமா மாறாம இப்படியே

இருக்கு. வீடுகள்ள ஒரு வசதியும் இல்லை. இதுக்கு சரியான முடிவு தெரியும்வரை இப்படித்தான் இருப்போம்.”

போராட்டம் தீவிரமடைந்தது.

பொட்டச்சிகதானே பொழுதைடைஞ்சா வீட்டப் பாத்து ஓடிருவாளுக என்ற மாயனின் பேச்சுப் பொய்யானது. குழந்தைகள் சாலைக்கு வந்தார்கள். பாய் படுக்கை என்று சாலையின் நடுவே படுத்துக்கொண்டார்கள். மழையில் நனையாமலிருக்க பிளாஸ்டிக் விரிப்புகளைக் கட்டினார்கள்.

அடித்து ஒடுக்கவந்த காவலர்களுக்கு, “இந்தாங்க இத குடிச்சுட்டுத் தெம்பா அடிங்க. இது எங்க ரத்தமும் வியர்வையும்...” என்று தேநீர் கோப்பைகளை நீட்டினார்கள். செல்லக்கருப்பி முன்நின்று போராட்டத்தை நடத்தினாள். எந்த அரசியல் கட்சிகளுக்கும் இந்தப் போராட்டத்தில் பங்கில்லை என்றாள். இது எங்கள் உரிமைப் போராட்டம். பெண்களின் நிலமையை, ஒற்றுமையைப் புரிந்து தலைவர்கள் பேச அழைக்கட்டும். வந்து பேசுகிறோம். அதுவரை இங்கு எதுவும் மாறாது. போராட்டம் இரவும் பகலும் தொடரும் என்று உறுதியோடு நின்றாள்.

தேன் என்றவுடன் அதன் சுவையும் தேநீர் என்ற உடன் அதன் மணமும் மனதுக்குள் நுழைந்துவிடுகிறது. தேனியின் உழைப்போ முயற்சியோ உணராமல் போவதுபோலவே தேயிலைத் தோட்ட மக்களின் அடிமை வாழ்க்கையும் மனதிலும் முதுகிலும் சுமக்கும் சுமையையும் நாம் நினைத்துக்கூடப் பார்ப்பதில்லை. அடக்குமுறையில் அடுக்கி வைக்கப்பட்ட ஆத்திரத்தின் அத்தனை வேதனைகளையும் உருக்கிச்செய்த உறுதிவாய்ந்த ஒற்றை ஆயுதமாய் அவள் நின்றாள்.

இந்த மலையைத் தாண்டி இருக்கும் உலகத்தைக் கண்ணுக்கும் காதுக்கும் எட்டவிடாமல் பார்ப்பதோடு யாராவது கொஞ்சம் தலை தூக்கினால் பெரிய பாறாங்கல்லை அவர்கள் மீது போட்டு அப்படியே புதைத்துவிடுகிறார்கள். நிர்வாகத்தினர் போடும் காசுக்கு மயங்குபவர்களால் இந்தக் காடு

சிறைக்கூடமாகிவிட்டது. இதை இப்படியே விடக்கூடாது. இங்கிருக்கும் அனைவரும் தங்கள் சிறகுகளை உணர வேண்டும். இந்த தேயிலைக் காட்டின் வேலைகளைச் சுதந்திரமாகச் செய்ய வேண்டும். அடிமைகளாய் அடங்கி ஒடுங்கி வாழ்பவர்களாக இல்லாமல் மன மகிழ்வோடு செய்திட வழி செய்ய வேண்டும். செல்லக்கருப்பிக்குத் தூக்கமே வரவில்லை.

19

கொத்தடிமைத்தனம் என்பது ஒரு புதைகுழி. அதில் அகப்பட்டு மீண்டு வந்தவர்களைவிட மூழ்கி அமிழ்ந்தவர்கள்தான் ஏராளம். உடல் உழைப்பை எவ்வளவு பிழிந்து எவ்வளவு வேலை வாங்குகிறோம் என்று எண்ணுபவர்களுக்கு சக்கையாகி உலர்ந்துகொண்டிருக்கும் மனித உயிர்களைப் பற்றிய கவலை இருப்பதில்லை. உள்ளே ஒட்டிக்கொண்டிருக்கும் மனதையோ மனம் சுமந்த கனவையோ புரிந்துகொள்ள முடிவதில்லை. அன்றாடம் வேலை செய்து இயந்திரமாக உழைப்பவர்களுக்கு ஆசைகள் ஏதுமே இல்லை என்றே எண்ணி விடுகிறார்கள்.

மனிதாபிமானம் உழைப்பை உறிஞ்சிய பலன்களுக்குள் மறைந்துகொள்கிறது. தேயிலைக் காடு வேலைகளில் மழையோ பனியோ எதுவானாலும் ஏற்றங்களிலும் சரிவுகளிலும் உடம்பும் உயிரும் எதுவும் ஆகாமல் பிழைத்து வந்தால்தான் அவர்களுக்கு நிச்சயமான அடுத்த நிமிடம். காட்டு வழிகளில் நடந்துவந்த பலரும் பாதியிலே இறந்தும் தப்பித்தும் போனபிறகு எப்படியோ மீதிப்பேர் உயிரைக் கையில் பிடித்து இங்குவந்து சேர்ந்தார்கள். அடர்ந்த வனமும் விலங்குகளும் மழையும் மஞ்சள் காமாலை மலேரியா காய்ச்சல் இன்னும் பல தொற்று நோய்களுக்கும் ஆளாகி மீதம் கிடந்தவர்களின் தலைமுறைகள் இன்று தமக்கான உரிமைகளைக் கேட்டுப் போராடுகிறார்கள்.

உயிரைப் பணயம்வைத்து ஊதியத்தை இரையாக எண்ணி ஓடிக்கொண்டிருக்கும் குதிரைகள். முடமாகும்வரை நிலைக்காத ஓட்டம். அலுப்பை நீக்கிப் புத்துணர்ச்சி பரவ பறிக்கப்படும் தேயிலைகளில் முழுவதுமாகச் சுருட்டப்பட்டிருக்கின்றன அவர்களின் புத்துணர்ச்சிகள். செல்லக்கருப்பியின் தலைமையிலான போராட்டம் சீக்கிரமாக ஒரு முடிவுக்கு வரவில்லை. அதனால் பெரும் சிக்கலை எதிர்கொள்ள வேண்டி வரும் என்ற நிலை ஏற்பட்டது.

கட்சிக்கொடிகளைத் தொடாமல் கருப்புக் கொடிகளுடன் நடந்த போராட்டம். போராட்டத்துக்கு ஆதரவாக வருகிறோம் என்ற தொழிற்சங்கத் தலைவர்களையும் கட்சிக்காரர்களையும் ஒரு கோட்டுக்கு வெளியே நிறுத்தினாள். நாங்களே பார்த்துக்கொள்கிறோம் என்று உணர்ச்சிப்பெருக்குடன் உண்மையான அக்கறையுடன் போராட்டம் தொடர்ந்து கொண்டே இருந்தது. கருப்புக்கொடிகள் மட்டுமாக ஏந்தி, கட்சிகளின் வண்ணக்கொடிகளை ஒதுக்கித் தள்ளிய இப்படிப்பட்ட போராட்டம் இதுவரை யாருமே கண்டதுமில்லை.

நிர்வாகம் போராட்டத்தை வலுவிழக்கச் செய்ய இழுத்தடித்தாலும் எதற்கும் அசையாமல் போராட்டம் தொடர்ந்தது. இரவு அடங்கும்வரை கோரிக்கைகளின் முழக்கங்களும் ஓயவில்லை. பெண்களுக்குள் அடங்கிக் கிடந்த அக்கினித் துகள்கள் ஒன்றுகூடி எரிமலைக் குழம்பாய் வெடித்துச் சிதறிக் கொண்டிருந்தன. வாழ்க்கையின் வலிகளும் வாங்கி வந்த வலிகளும் முட்டிமோதி விடுபட வேண்டிய அடிமைத்தனத்தை, விடியலை எதிர்நோக்கிய முழங்கங்களை பலரையும் திரும்பிப் பார்க்க வைத்தன.

காடு இதுவரை காணாத விதத்தில் கொழுந்துகளால் நிறைந்தது. பச்சைப் பூக்கூடையில் இளந்தளிர்களை அள்ளி வைத்ததுபோல் கொழுந்துகள் நீளமாக வளர ஆரம்பித்துவிட்டன. ஏக்கர் கணக்கில் வளர்ந்து நிற்கும் கொழுந்துகள் சரியான நேரத்தில் எடுக்கவில்லை என்றால் மிகப்பெரிய இழப்பைத் தந்துவிடும். பச்சைக் காம்புகள் செங்காம்புகளாக மாறிவிட்டால் அது தரம்

இன்றி பயன் இழந்துவிடும். அடைமழைக் காலம் முடிந்து ஓண காலம் வந்துவிட்டால் அதற்காக இரண்டுநாள் விடுமுறையும் அளிக்க வேண்டி இருக்கும். கொழுந்து எடுக்காததால் ஃபாக்டரி வேலையும் முடங்கும். ஏற்றுமதி செய்யப்பட வேண்டிய இடத்திலிருந்து பல்வேறு கேள்விகளும் வர ஆரம்பித்துவிடும். சிறு தாமதம்கூட வேறு கம்பெனிகளுக்கும் வேறு நாடுகளுக்கும் ஒப்பந்தம் செய்ய வழிவகுத்துவிடும். மேலிடத்திலிருந்து வரும் கேள்விகள் நிர்வாகிகளைத் துளைத்தன.

செல்லக்கருப்பியின் போராட்டம் மிக உறுதியாகத் தொடர்ந்துகொண்டே இருப்பது ஆபத்தான ஒன்று. வெயில் காணாத தேயிலைத் தோட்டம் பூச்சி புழுக்களால் பாதிக்கப்படும். மருந்தடிக்க களைபறிக்க என்று யாரையும் வேலை செய்ய அனுமதிக்காமல் போராட்டம் நீண்டுபோகுமோ என்ற பயம் அனைவரையும் கவ்வியது. நிர்வாகம் போராட்டத்தை முடிவுக்குக் கொண்டுவர பல வகையில் முயற்சிகளைத் துவங்கியது. அரசுத் தரப்பிலும் அழுத்தம் அதிகரிக்கத் துவங்கியது. தொழிற்சங்கத் தலைவர்கள் எங்கு போனார்கள் என்றே தெரியவில்லை. கணக்கர் அந்தோணியும் சேதுபதி ஐயாவும் காடு பற்றிய கவலையில் அனைத்து அதிகாரிகளையும் நேரில் சந்தித்துப் பேசினார்கள்.

“உங்க மனைவிய போராட்டத்துக்கு அனுப்பிவிட்டு இங்கே வந்து நல்ல பிள்ளை மாதிரி பேசுறீங்களே அந்தோணி...?” பாலகுமாரன் கோபத்துடன் கேட்டார்.

“போராட்டத்துக்குப் போறது அவங்க விருப்பம். நான் வேலை செய்ற இடத்துக்கு உண்மையாய் இருப்பது என்னோட கடமை. எல்லாரும் இந்தக் காட்டுல கிடைக்கிற வருமானத்தில்தான் வாழ்ந்துட்டு இருக்கோம். இதுல அவங்க உரிமையை அவங்க பெறுவதற்காகப் போராடுறாங்க. இதுல நான் தடுக்குறதுக்கு என்ன இருக்கு?”

பாலகுமாரனும் கம்பெனி உடமைகளுக்கு என்ன பதில் சொல்வதென்று பயந்துவிட்டார் என்பது அவரது பேச்சில்

தெரிந்தது. மாடசாமி கங்காணியும் மாயனும் சாராயத்தையும் பொரித்த கோழியும் கொண்டுவந்த இரவில் அவர்களிடம் கோபமாய் பேசி விரட்டிவிட்டார். எப்போதும் சிரித்து சகஜமாக சமமாகப் பேசுபவர்கூட அதிகாரியாகத் தங்களை விரட்டியதைப் பொறுக்க முடியாமல் தங்கள் கூட்டு மிக பலவீனமாக உணர்ந்தார்கள். லீடர் குருசாமி தங்களுக்கு உடன் படாமல் கருப்பியின் போராட்டத்துக்கு மறைமுகமாக ஆதரவு கொடுத்து வந்ததும் ஆத்திரத்தை உருவாக்கியது.

“மாயா உனக்குத் தெரியுமாலே... கங்காணிகளையும் மேஸ்திரிகளையும் எதிர்த்தவன் எவனுமே வாழ்ந்ததில்லை. இந்தக் காட்டுக்கு கூலிக்காரங்க இல்லாம இருந்தப்ப அப்பனும் தாத்தாவும்தான் ஊர்லருந்து கைகாசு போட்டுக் கொண்டுவந்து கொடுத்தாங்க. வேலக்காரனுக வேலை செய்யுற அளவு மேஸ்திரி கமிஷன் கெடைக்கும். ஆளுக்கு அறுபது பேரு கூலிகளே... அவிய மாடா கழுதையா உழைச்சுட்டு ஆணும் பொண்ணுமா தேயிலைப்பொரையில வந்து கையக்கட்டி நிப்பாளுக. தலைக்கூலிய வாங்கிட்டு கால்ல விழுந்து கும்புட்டுப் போவாக. அடிச்சு மிதிச்சு வேலை பாக்க வச்சுருவாக கூலிக்கார கழுதைக... அப்படியே ஐயாமாருக்கும் மேஸ்த்திரிக்கும் பயந்து நடுங்குவாகலே...எனக்கு ஒரு மரியாதையில்ல. எம் பொண்டாட்டிகூட மதிக்கிறதில்லலே..”

கொண்டுபோன சாராயம் தீரும்வரை குடித்துப் புலம்பித் தீர்த்தான் மாடசாமி கங்காணி. மாயன் எப்போதோ போதையைப் போர்த்தி தூங்கிவிட்டான்.

அன்பையும் அக்கறையையும் மட்டுமே பெண்களிடமிருந்து அனுபவித்துக்கொண்டிருந்த ஆண்கள் கூட்டம் திகைத்துப் போய் கொஞ்சம் கொஞ்சமாக அவர்களின் போராட்டத்துக்கு ஆதரவு காட்டி அரணாக நிற்கத்தொடங்கினர். மிகவும் சோர்ந்துபோனவர்களையும் குழந்தைகளையும் வயதானவர்களையும் கோவிந்தனும் சீனிவாசனும் அப்துல்லாவும் லயத்தில் கொண்டுவந்து தங்கவைத்து அவர்களுக்கான தேவைகளைக் கவனித்துக்கொண்டார்கள்.

போக்குவரத்து முற்றிலுமாக நின்றுகொண்டதால் நெடுங்காடு நகரமே முடங்கிக் கிடந்தது. காய்கறிகள் பழங்கள் பால் எல்லாம் தேங்கிக்கிடந்து கெட்டுப்போக ஆரம்பித்தன. நெடுங்காடு சந்தையை நம்பி வாழ்ந்துகொண்டிருந்த அத்தனை மக்களுக்கும் வியாபாரிகளுக்கும் பெரும் பிரச்சனைகள் ஏற்படத் துவங்கின.

இதற்கிடையில் துவங்க இருக்கும் ரம்ஜான் நோன்பையும் பெருநாளையும் ஓணத்தையும் நம்பிக் கொண்டுவந்து குவித்த வியாபாரப் பொருட்கள் தேங்கிவிட்டால் என்ன செய்வது என்ற பயம் அனைவருக்கும் ஏற்பட்டது. பல்வேறு கட்சித் தலைவர்களும் செல்லக்கருப்பியுடனும் பார்வதியுடனும் பேசிட முயன்றனர். கோவிந்தன் அவர்களை எல்லாம் தடுத்துவிட்டான்.

கோரிக்கைகளை நேரடியாக நிறைவேற்றத் தகுதியுள்ளவர்களிடம் மட்டும்தான் செல்லக்கருப்பி பேசுவதாய் சொல்லியிருக்கிறாள் என்று கண்டிப்பாக மறுத்துவிட மாயன் கோபத்தில் கொந்தளிந்தான்.

"அவ குடும்பத்துக்குள்ளே புருஷனை நுழையவிடல... அப்புறம் எப்படிடா..?"

மாடசாமி கங்காணியின் பிறவிக்குணம் மாறாமலே பேசினார். யார் என்ன சொன்னாலும் போராட்டத்தின் தீவிரம் குறையாமல் பார்த்துக்கொண்டாள் கருப்பி. மழை வெயில் குளிர் எதையும் பாராமல் இரவு பகல் என்று கடந்து கொண்டிருந்தன நாள்கள். செல்லக்கருப்பியின் தலைமைப்பண்பு போராட்டத்தின் வீரியத்தை நாளுக்குநாள் வளர வைத்துக்கொண்டிருந்தது.

அமைதியாகத் தொடங்கிய போராட்டம் கலவரமாக மாறிவிடுமோ என்று அச்சப்படும் வண்ணம் பல கலகங்களை உருவாக்கிக் கொண்டிருந்தனர் சில தொழிற்சங்க உறுப்பினர்கள். நிர்வாகம் சார்பாகப் பேசவந்தவர்களில் சிலர் இவர்கள் கேட்கும் கூலியைக் கொடுத்து பிரச்சனையை சுமூகமாக முடித்துவிடலாம் என்றுகூட எண்ணத்தொடங்கினர். அப்படி பணிந்துபோவது மீண்டுமொரு போராட்டத்தால் எதையும் சாதிக்க முடியும்

என்ற எண்ணத்தை உருவாக்கிவிடும் என்பதால் என்ன நடந்தாலும் கோரிக்கைகளுக்கு அடிபணிய மாட்டோம் என்ற உறுதியில் நின்றனர் பலரும்.

அரசுத் தரப்பிலான அதிகாரிகள் கோரிக்கைகளை எழுதிப் புகாராக அளிக்கச் சொன்னார்கள். அதற்கும் செல்லக்கருப்பி மறுத்துவிட்டாள். இது உடனடியாகத் தீர்க்கவேண்டிய பிரச்சனை. புகார் விசாரணை என்று நீட்டிக்கொண்டு போக முடியாது என்று உறுதியாக நின்றாள்.

“செல்லக்கருப்பி நீ நேத்து முளைச்சவ... நீ எங்கள பகைச்சுக்கப் பாக்குற...” ஆத்திரத்தில் கத்தினான் மாயன்.

“முந்தாநாளு முளைச்ச நீ என்னத்த பெருசா செஞ்சு கிழிச்சுட்ட?” ஆவேசமாகப் பேசினாள் கருப்பி.

“என்ன பேச்சு பேசுற...” அவளை நோக்கி கையை ஓங்கி அடிக்கவந்த மாயனைத் தடுத்தான் கோவிந்தன். அவன் தோளில் ஓங்கிக் குத்தினான் மாயன். கோவிந்தன் பதிலுக்கு அவன் கன்னத்தில் ஓங்கி அறைய, செல்லக்கருப்பி கத்தினாள்.

“ரெண்டு பேரும் இங்கருந்து போயிருங்க. எதாச்சும் சேட்டபண்ணி இந்தப் போராட்டத்தக் கலைக்க நினைக்காவ... அது என் உசுரு இருக்குறவரைக்கும் நடக்காது. நாங்க கேட்டது கெடக்கவரைக்கும் இங்கருந்து யாரையும் அசைக்க முடியாது...”

மாயனைக் கையோடு இழுத்துக்கொண்டு கோவிந்தன் அங்கிருந்து போய்விட்டான்.

அதற்குள் காவலர்கள் ஓடிவர, செல்லக்கருப்பி அமைச்சருடனான பேச்சு வார்த்தைக்கு அழைக்கப்பட்டாள். போராட்டக் களத்துக்குப் பக்கத்தில் இருந்த ஓர் இடத்தில் பேச்சுவார்த்தைக்கு ஏற்பாடு செய்யப்பட்டிருந்தது. செல்லக்கருப்பி, சிவகாமி, பார்வதி, சுபைதா, கணக்கர் அந்தோணியின் மனைவி மேரி ஐந்து பேரும் காவலர்களுடன் அமைச்சரின் அறைக்குள் நுழைந்தனர்.

அமைச்சரும் பாலகுமாரனும் அவர் அருகில் யாரோ இரண்டு நபர்களும் அமர்ந்திருந்தனர். அமைச்சர் அனைவருக்கும் காப்பி கொண்டு வருமாறு கூற... “சார் சாயா.” என்றாள் செல்லக்கருப்பி அமைதியாக. பார்வதி திகைப்போடு அவளைப் பார்க்க அமைச்சர் வியப்போடு பார்த்துப் புன்னகைத்து தலையாட்டினார். சூடான தேநீரை ஒருமுறை உறிஞ்சிக் குடித்தாள்.

“ஐயா இந்த சாயா இந்த கப்புல வருவதற்குள்ள நாங்க படுற நோவை யாருமே மனசிலாக்கலணா எப்படி ஐயா... வெள்ளைக்காரங்கதான் நம்மள கொடுமைப்படுத்தினாங்கன்னா நம்ம ஆளுங்களும் அதையே செஞ்சா எப்படிய்யா..?”

ஏதோ பக்கத்து வீட்டுக்காரர்களிடம் பேசுவதுபோல மிக இயல்பாக ஆனால் வேதனை நிறைந்த வார்த்தைகளால் பேசினாள். அமைச்சரே இந்த வார்த்தைகளை அவளிடமிருந்து எதிர்பார்க்கவில்லை. சில நிமிடங்கள் அமைதியாக இருந்தார்.

“நீங்களெல்லாம் என்ன கேக்குறிங்க. எதுக்குப் போராட்டம் பண்ணி பிரச்சனை பண்றிங்க..?”

“ஐயா பிரச்சனைகளத் தீக்கத்தானே போராட்டமே பண்றோம். போராட்டமே பிரச்சனைனா எப்படி ஐயா... காட்டுக்குள்ள எங்க பேச்சு எடுபடலனுதான் ரோட்டுக்கு வந்துட்டோம்.”

“ம்.. சரி, என்ன கேக்குறிங்க..?”

“அடிப்படை சம்பளத்துல கூலி கொறஞ்சது அம்பது ரூபாயாவது ஒசத்தணும். இருபது சதவீதம் போனஸு வேணும். நாங்க புள்ளகுட்டிகளோட பயப்படாம தூங்குற மாதிரி வீட்டு வசதிக வேணும்யா...”

“ஐயா பொம்பளப்புள்ளைங்க ஒதுங்குறதுக்கு ரொம்ப அவஸ்தபடுதுங்க.... வீட்டுக்கு ஒரு கக்கூஸும் வேணும்.” பார்வதி குறுக்கிட்டாள்.

“எல்லா எஸ்டேட்டுக்கும் தனித்தனியா ஆஸ்பத்திரி டாக்டர் வேணும்... இப்ப பல வாரத்துக்கு ஒருநாள்தான் டாக்டர் வாராரு. ராத்திரில திடீர்னு ஒண்ணுனா நாங்க எங்க போவோங்க...” என்றாள் மேரி பணிவாக. பெண்களின் கோரிக்கை எல்லாமே நியாயமானதாகத் தெரிந்தது அமைச்சருக்கு. இதை எஸ்டேட் நிர்வாகம் ஏன் நிறைவேற்றாமல் தட்டிக் கழிக்கிறது என்ற எண்ணமே அமைச்சருக்குள்ளும் உருவானது. ஆனால் அதைக் காட்டிக்கொள்ளவில்லை.

“அம்மா... எல்லாம் சரிதான். எஸ்டேட் கொஞ்சம் நஷ்டத்தில் போகுதுன்னு சொல்றாங்க. கொழுந்து எடுத்து மருந்தடிச்சு கள பறிச்சு ஃபாக்டரிக்குப் போய் பக்குவப்பட்டு வரும்போது கூலியை விட அதிகமாகுதுனு நிர்வாகம் சொல்றாங்க. நீங்க கேட்கிற கூலியையும் போனஸையும் கொடுத்தா எஸ்டேட் பூட்ட வேண்டி வருமாம். அப்புறம் நீங்க எல்லாம் எங்கே போய் பொழைக்க முடியும். உங்க யாருக்கும் இந்த வேலையைத் தவிர எந்த வேலையும் தெரியாதே..?”

“ஐயா தேயிலை விலை இல்லைன்னு சொல்றத எப்படி ஐயா ஏத்துக்க முடியும்..? ஒவ்வொரு நாளும் வெளியில விக்கிற விலை கூடிட்டேதான் இருக்கு. உற்பத்தியும் கூடிட்டேதான் இருக்கு. நல்லபடியா பராமரிச்சா தேயிலை இன்னும் நல்லா வெளயும். நாங்க செடிகளைப் புள்ளைங்க மாதிரிதான் பார்க்கிறோம். ஆனா எங்க புள்ளைங்களுக்கு மூணுவேளை நல்ல கஞ்சியோ ஒரு நல்ல படிப்போ காட்ட வேண்டாமா ஐயா.... நீங்க சொல்ற கணக்கெல்லாம் புரிஞ்சுக்கிற அறிவு எங்களுக்கு இல்ல. ஆனா நட்டத்துல ஓடுதுனு சொல்றது தப்புய்யா...” மெதுவான குரலில் அழுத்தமாகப் பேசினாள் செல்லக்கருப்பி.

“ஒரு வருஷத்துல வர்ற லாபத்துல பார்த்துதான் போனஸ் கொடுக்க முடியும். இங்க நாங்க அதிகமா கொடுத்தா மற்ற எஸ்டேட் ஓனர்கள் ஒத்துக்க மாட்டாங்க. தோட்ட உடமைகள் எல்லாரும் பேசித்தான் எதுவும் முடிவெடுக்க முடியும். எஸ்டேட்டுல இப்பல்லாம் லாபமில்ல...” பாலகுமாரன் அமைச்சர் முன் பவ்வியமாகப் பேசினார்.

அமைச்சர் போனஸ் விகிதத்தைக் கொஞ்சம் குறைத்து இந்தப் பிரச்சனையைத் தீர்க்க செல்லக்கருப்பியிடம் எவ்வளவு பேசியும் போராட்டத்தைக் கைவிட முடியாது என்று முடிவாகச் சொல்லிவிட்டாள். இரவு போராட்டக்களம் ஏதோ சோகத்தில் ஆழ்ந்திருந்தது. விரக்தியில் மூழ்கிய மனங்களின் வெப்பத்தில் குளிர் விலகி நின்று வேடிக்கை பார்த்தது. அந்தோணி கணக்கரின் மனைவி மேரி சூடாகக் கஞ்சி காய்ச்சி அனைவருக்கும் பரிமாறினாள்.

“செல்லக்கருப்பி... போனஸ என்ன வந்தாலும் கூட்டித் தரமாட்டாகளாம். கூலி மட்டும் ஏதோ கொஞ்சம் கூட்டுவாகளாம். என் புருசன் சங்கடமா வந்து சொல்லுச்சு...”

“எக்கா இப்ப விட்டா எப்பவும் புடிக்க முடியாது. அவுகளா நாமளானு பாத்துருவோம்... நாம ஒண்ணும் சும்மா எதையும் கேக்கலையே...”

“கருப்பி நாங்கல்லாம் என்ன நடந்தாலும் உன் கூடத்தான் இருப்போம். ஏசப்பா நல்ல வழி காட்டுவாரு...” மேரி, செல்லக்கருப்பியின் தோளில் தட்டினாள்.

மேரிக்கு வேலை செய்யவேண்டிய தேவையே இல்லை. அந்தோணி கணக்கர் என்பதால் வசதிகள் தேவையான அளவு இருந்தன. ஆனாலும் திருமணத்திற்கு முன்பிருந்தே செய்துகொண்டிருந்த வேலையை விடாமல் செய்துகொண்டிருந்த மேரி நிர்வாகத்தைக் கண்டித்தும் போராட்டத்தில் இணைந்துகொண்டாள்.

கருப்பி கை கழுவப்போன இடத்தில் கோவிந்தன் கையில் சிறு தடியோடு உட்கார்ந்திருந்தான்.

“காவக்காரச் சாமி... நீ இங்க என்ன பண்ற..?”

“கருப்பி நான் உசுருக்கு உசுரா நினைச்ச வள்ளி இன்னொருத்தன்கூட போனதுக்கு நான் முடங்கிப் போகல. இரண்டு மனசுகளுக்கு நடுவுல ஒரு வெறுப்பு வந்தா, அது

சோத்தோட மெல்லுற கல்லுபோல உறுத்தும். அப்புறம் வாழற வாழ்க்கை பெரிய போராட்டம். அவளுக்கு என்ன ஒப்பல... அவ புடிச்சவனோட போயிட்டா. ஆனா இந்தப் பாழாப்போன மனுசங்க பேச்சுதான்... என்னால தாங்க முடியல."

"செல்லக்கருப்பி..." கோவிந்தன் மிக மென்மையாக அழைத்தான்.

"என்ன சாமி அழுதிரும் போல..." கருப்பி கலகலவெனச் சிரித்தாள்.

"கருப்பி நீ எத்தனை நாளைக்குத்தான் இப்படி இந்த மனுஷங்களோட போராடப் போறே?"

"சாவுற வரைக்கும்..." அந்தப் பதில் அவன் நெஞ்சை ஓங்கி அடித்துத் துவைத்தது.

"நாம ஏன் ஒண்ணா வாழ்ந்து சாகக் கூடாது..?" உள்ளுக்குள் பயமிருந்தாலும் காதலைச் சொல்லாமல் சுமக்கும் உறுத்தலை ஒளித்து வைத்துவிட்டு வாழக்கூடாதென்ற எண்ணம் வந்துவிட்டது. செல்லக்கருப்பிக்கு சிரிப்பை அடக்க முடியவில்லை.

"ஒத்தையில கிடந்து கிடந்து உனக்கு கிறுக்குப் புடிச்சுப் போச்சா... உருப்படி இல்லாம ஒண்ண புடிச்சிட்டு வந்த... இனிமேலயாவது உருப்படியா ஒண்ண தேடு..."

"ஏன் உனக்கென்ன குறைச்சல்..?"

"கொறச்சல் ஒண்ணுமில்ல. கூடுதல்தான். கோபம், ஆத்திரம், எதையும் பாத்து அடங்குற பொறுமை என்ட்ட இல்ல..."

"ஏன் தில்லான காதலிச்சில்ல..." செல்லக்கருப்பியின் முகத்தில் அப்படியே இருள் சூழ்ந்தது.

"பாத்தியா... உன் வாயிலேயே வந்துருச்சில்ல. அதுதான் எதுவும் செரியாவாது. எனக்கு இப்ப பல கவல... இந்த சனங்களுக்கு என்ன தெரியுது? உழைக்கவும் சாப்பிடவும் புள்ளைங்க

பெத்துக்கவும் மட்டுமா நாம இருக்கோம்? இப்படியே சொழன்றா முடியுமா... நம்ம புள்ளைங்கள மாத்த வேணாமா... ஏதாவது செய்யணும்...”

“கருப்பி நான் தப்பா எதும் சொல்லல. உனக்கு ஒரு வாழ்க்கை வேணாமா..?”

“காவக்கார சாமி... நாம எல்லாத்தையும் கொழுந்து கிள்ளுற மாதிரி நுனிலே கிள்ளிப்போட்டுறணும். ஒருமுறை வாழ்க்கையில வலிச்ச தாலியையும் கழற்றி எறிஞ்சுட்டேன். காதல்னு நெனச்ச ஈரக்கொலையும் பறிச்சு வீசிட்டேன். இனிமே நிம்மதியா இருக்கணும். இனிமே இந்த மாதிரி பேசிட்டு வராத.” கருப்பி கோபத்தோடு சொன்னாள். ஏதோ சொல்ல முயன்றவனை வாயை மூடு என்பதுபோல் சைகை செய்தாள்.

“இங்கன என்ன நடந்துட்டுருக்கு... நீ எதைப் பேசிட்டுருக்க, போய் படுத்துத் தூங்கு. எதையெல்லாம் செய்ய நினைக்கிறமோ அதச் செய்றது சுதந்திரமில்ல எதைச் செய்ய விரும்பலையோ அத செய்யாம இருக்குறதுதான் சுதந்திரம். நான் விரும்பாத எதையும் என்ட்ட பேசாத. மத்தவங்க நெனப்புக்கு தீனி போடாத...” கோபத்துடன் பெண்களுக்குள் கலந்தாள்.

கோவிந்தனுக்கு இப்போது இதைப் பேசியிருக்க வேண்டாமோ என்று உறுத்த ஆரம்பித்தது.

20

வெண்மையும் இளஞ்சிவப்புமான வானம் சிவந்த எரிமலைக் குழம்பு போலானது. அது உருகி உருகி கீழ்நோக்கி வழியத் துவங்கியது. கடைசியில் அது ஒரு தீப்பந்தமாக மாறி செல்லக்கருப்பியின் கைகளில் வந்து அமர்ந்தது. உடம்பு ஒருமுறை சிலிர்த்தது. இது எதற்கு கையில் வந்தது.? பயத்துடன் நடுங்கிய கையிலிருந்த தீப்பந்தம் வெளிச்சமாகப் பரவியது.

இரவின் இருண்ட நினைவுகளைச் சுத்தமாகத் துடைத்துவைத்ததைப் போல் மனம் உற்சாகமாக இருந்தது. சிறிது கண்ணை மூடித் தூங்கியதும் கனவோ நினைவோ எனத் தெரியாமல் வந்து நிறைந்த ஏதேதோ சிந்தனைகள்.

நாளை மீண்டும் பேச்சுவார்த்தை நடக்கும். அமைச்சரும் நிர்வாகமும் இணைந்த பொதுப்பேச்சு வார்த்தை. என்ன நடந்தாலும் இந்தமுறை உரிமைகளைப் பெற்றே ஆக வேண்டும். நடுரோட்டில் பாயும் தலையணையும் கம்பளியுமாக நூற்றுக்கு மேற்பட்ட பெண்கள் சுருண்டு கிடக்க அவர்களிடையே சிறிதும் தூக்கமில்லாமல் தவித்தாள் செல்லக்கருப்பி.

எத்தனை நாட்கள் ஆகிவிட்டன இந்தப் போராட்டம் துவங்கி. பொதுமக்களுக்குப் பல்வேறு பிரச்சனைகள் ஏற்பட்டு விட்டது. என்ன செய்வது... எதிர்காலத்தை இப்போதே கண்டுகொண்டு

இருப்பதுபோல் ஒரு வாழ்க்கை. நேற்றும் இன்றும் நாளையும் இதுதான் என்று வரையறுத்துவிட்டனர். சிந்திக்க ஆரம்பித்த பிறகுதான் போக வேண்டிய பாதைகள் தெளிவாகத் தெரிகின்றன. ஆடத் தெரிந்தவரும் பாடத் தெரிந்தவரும் ஓடத் தெரிந்தவரும் கூடையை மட்டும் சுமந்து காட்டோடு மட்டும் உழன்று அறிவைப் பழக்கும் எதையும் நாடாமல் உடலைப் பழக்கிய இயந்திரமாக மடிந்து போவதா..?

மாற்றங்கள் வேண்டாமா..? வேண்டும் என்றால் போராடித்தான் பெறவேண்டும். தலைமுறைகள் தங்களுக்கான சரியான பாதையைத் தேர்ந்தெடுக்க வேண்டும். இந்தப் போராட்டம் வாழும் உரிமைக்கான முதல் போராட்டம்.

இது தன்னால் துவக்கப்பட்டது மகிழ்ச்சியாக இருந்தது. எல்லா பெண்களும் ஒன்றாகத் திரண்டது உலகத்தையே திரும்பிப் பார்க்க வைத்துவிட்டது.

நல்லவேளை தில்லானின் காதலின் நினைவுகளைச் சுமந்து சோகமாக அலையாமல் இந்த மக்களுக்காகப் போராட ஒரு வாய்ப்புக் கிடைத்திருக்கிறதே... தில்லான் காதலின் இனிமையைக் கண்ணாடியில் காட்டி கசப்பை ஊட்டிவிட்டவன். பிழைத்துப்போ என்று மனதால் சொல்லிவிட்டுத் தூக்கி எறிந்து வந்தாலும் அவன் நினைவு இதயத்தில் அக்கினி மழையாய் பெய்துகொண்டேதான் இருக்கிறது. நினைத்தாலே இப்போதும் மனது எரியத்தான் செய்கிறது.

“செல்லக்கருப்பி... இன்னும் தூங்கலையாட்டி..?” பானு எழுந்து உட்கார்ந்திருந்தாள்.

“ஏன் உனக்கு தூக்கம் வரலையா. நோன்பு வைக்கணும்ல... பேசாம படு..”

சாலையில் கம்பளிகளை விரித்துப் பெண்கள் தூங்கிக்கொண்டிருந்தார்கள். பாதுகாப்புத் தடுப்பு விரிப்புகளை நெடுங்காடு வியாபாரிகள் கட்டித் தந்திருந்தார்கள். ஒழுகும் வீட்டுக்குள் வாழ்ந்த இவர்களுக்கு சாலைத்தூக்கம்

சங்கடத்தைத் தரவில்லை. குளிர்காற்று இரவில் கடுமையாக வீசும்போது மட்டும் பலருக்கும் தூங்க முடியவில்லை. இந்தப் போராட்டம் தொழிலாளர்களுக்குள் சில மாற்றங்களையும் உருவாக்கி இருந்தது. அன்று பல்வேறு ஊர்களில் இருந்து கொண்டுவந்த தொழிலாளர்களுக்குக் கூட்டிவந்த மேஸ்திரிகளே பொறுப்பாக இருந்தனர். மேய்த்துவந்த ஆட்டு மந்தைகள் போல கண்காணிப்பவர்களால் ஒரே இடத்தில் அமர்த்தப்பட்டுத் தங்கும் இடங்களும் ஒரே லயத்தில் கொடுக்கப்பட்டது.

லைன் வீடுகள் குன்றுகளில் அங்கும் இங்குமாக அமைய ஊர்மீது கொண்ட பற்றினாலும் ஒன்றாக அனுபவித்த துயரங்களாலும் மற்ற ஊர்களைச் சேர்ந்தவர்களுடன் கொஞ்சமும் ஒட்டாமலே இருந்தார்கள். ஆனால் இந்தப் போராட்டம் எல்லா வேற்றுமைகளையும் தூக்கி எறிந்துவிட்டது.

ஆயுதங்கள் நிகழ்த்தாத பலதையும் அமைதி நடத்திவிடுகிறது. ஆர்ப்பரிப்பு சாதிக்காத பலதையும் அகிம்சை சாதித்துக் காட்டுகிறது. செல்லக்கருப்பியின் உறுதியின் முன் பெண்களின் கரங்கள் பிணைத்த கோட்டைக்கு முன் நிர்வாகம் இறங்கி வர வேண்டிய கட்டாயத்துக்குள்ளானது. தொழிலாளர் நல வாரிய அதிகாரிகள் செல்லக்கருப்பியின் மக்கள் செல்வாக்கு சில நாளிலே பெருகிவிட்டதைக் கண்டு வியந்து நின்றனர். மாவட்ட ஆட்சியர் போராட்டக் களத்திலே தங்கிவிட்டார். பார்வதி,மேரி, சுபைதா,சிவகாமி அனைவரையும் தெரியாதவர்கள் இல்லை என்றாகிவிட்டது.

கொழுந்து எடுப்பதைத் தவிர இந்தப் பெண்களுக்கு என்ன தெரியும் என்று நினைத்தவர்கள் முன் நின்று பெண்கள் சட்டம் பேசினார்கள், சங்கடங்கள் பேசினார்கள், விடுதலையின் தேவைகளைப் பேசினார்கள், தலைமுறைகளின் முன்னேற்றத்தைப் பேசினார்கள், வாழ்வின் அடிப்படைத் தேவையைப் பேசினார்கள், உரிமைகளைப் பேசினார்கள்.

இவர்களெல்லாம் இதுவரை எதுவும் தெரியாத அப்பாவிகளாய் வாழ்ந்தவர்களா என்று வியக்கும் வண்ணம் அடைத்து

வைக்கப்பட்டிருந்த உணர்வுகள் அணை உடைத்தன. இதுவரை நன்மைகளைச் செய்கிறோம் என்று வந்தவர்களால் நாடகங்கள் நடத்தப்பட்டன. நடிக்கத் தெரிந்தவர்களும் நா வன்மை உள்ளவர்களும் எளிதாக வென்றுவிட்டார்கள். இப்போது எதையும் நம்பத் தயாராகாத இதயம் எல்லாவற்றையும் உரசிப் பார்க்கிறது.

தொழிற்சங்கங்களில் உறுப்பினரைச் சேர்க்க பல்வேறு நம்பிக்கைகள் முன் விரிக்கப்படும். விட்டில்கள் ஆயிரம் ஆயிரமாய் படபடக்க, அந்தப் பல்லிகளின் கண்களில் ஓர் ஒளி தெரியும். சிறகுகளோடு உயிரையும் இழந்த விட்டில்களாய் தொழிலாளர்கள் பல சங்கங்கள் முன்னே தோற்றுப்போனார்கள். உண்மையான அக்கறையுடன் வந்தவர்களால் தோட்டம் பல்வேறு நல்ல மாற்றங்களையும் கண்டது. மாயன் போன்றவர்களால் தொழிலாளர்கள் வஞ்சனைக்கும் ஆளானார்கள்.

இயலாமையும் ஆதரவுக்கும் ஆள் வேண்டும் என்ற எண்ணத்திலும் பலரைச் சார்ந்தே இருக்க வேண்டிய கட்டாயத்துக்கு ஆளாகிப் போனவர்கள். அதனால் செல்லக்கருப்பி ஒரு முடிவுக்கு வந்திருந்தாள். தேயிலைக் காட்டின் வேலைகளில் முக்கால் பங்கு வேலையும் பெண்களாலே நடைபெறுகிறது. அதனால் பெண்களின் தேவைகளுக்கான போராட்டத்தைப் பெண்களே நடத்துவது என்றும் கட்சிகள்,சங்கங்கள், ஆண்கள் யாரையும் இந்தப் போராட்டத்தில் சேர்க்க வேண்டாம் என்றும் உறுதியான முடிவில் நின்றாள்.

ரம்ஜான் நோன்பு ஆரம்பம் ஆகிவிட்டதால் அதிகாலை மூன்று மணிக்கு பானுவும் சுபைதாவும் ஏதாவது சாப்பிட்டு விட்டு அதிகாலைத் தொழுகையை முடித்துவிட்டு கொஞ்சம் ஓய்வெடுப்பார்கள். இரவு அப்துல்லாவும் ரஹீமும் உணவு கொண்டுவந்து கொடுக்கவில்லை.

“காலையில நோன்புவைக்க என்னட்டி சாப்பிடுவே...?” செல்லக்கருப்பி கவலைப்பட்டாள்.

“பன்னும் பழமும் இருக்குடி...போதும்.”

“அது எப்படி பத்தும்...? இங்க ஸ்டிரைக் பண்ண காட்டுக்கத்தல் கத்துறோம்... ஊர்வலம் வேற போறோம். பச்சைத்தண்ணி பல்லுல படாமா சாயங்காலம் வரைக்கும் எப்படி இருப்ப...?”

“அதல்லாம் இருக்கலாம். ரஹீமுக்கு காய்ச்சலுனுதான் அத்தா சோறு கொண்டுவரல... பரவால்ல..”

“எங்களையெல்லாம் மனுசியா நினைக்கத் தோணலையா நாங்களும் நோன்புதான வைக்குறோம்... படைச்ச ரப்பு பசியாக் கெடக்குறதப் பாத்துட்டு இருக்கச் சொல்லல... சகரு சாப்பாடு எங்ககூட சாப்பிடு. நோன்பு திறக்கும் நேரம் வேற பாத்துக்கலாம்.” கம்பளிக்குள்ளிருந்து ஆமினா தலையை நீட்டிப் பேசினாள்.

மேஸ்திரிகள் கொண்டுவந்து சேர்த்த பல கூட்டங்களில் மலப்புரம் சாலக்குடி என வடக்குப் பக்கமிருந்து வந்த இஸ்லாமியக் கூட்டங்களும் இருந்தனர். அவர்களது லயம் ஒதுங்கியே இருந்ததால் அதிகத் தொடர்பு இல்லாமல் போனது. மலையாளம் பேசும் ‘காக்காமார்கள்’ என்று அழைக்கப்பட்டவர்களின் பெண்களும் போராட்டத்தில் ஒன்றாக இணைந்துகொண்டார்கள். ஆமினாவும் அவர்களில் ஒருத்திதான். உரிமைகளைப் பெற்றுக்கொள்ள உள்ளுக்குள் கொதித்துக் கிடந்தவர்கள் மொழி இனம் ஊர் மறந்து ஒன்று கூடியது... அதுவும் பெண்கள் மட்டுமாய் போராடுவது பலருக்கும் பொறுக்க முடியவில்லை.

“செட்டியார் நோன்புக்கஞ்சி வைக்கவும் நோன்பு திறக்கவும் எல்லா ஏற்பாடுகளும் எப்போதும் மாதிரி செஞ்சுடுவார். அதனால் அந்தக் கவலை இல்லை...” பானு, ஆமினாவைப் பார்த்துச் சிரித்தாள்.

நெடுங்காடு மக்களுக்கும் வியாபாரிகளுக்கும் எந்த மதத்தினர் உடைய திருவிழாக்களும் கொண்டாட்டம்தான். அதனால் தான் எல்லா கோவில் திருவிழாக்களும் பள்ளிப் பெருநாள்களும் ஓண

விழாக்களும் பண்டிகைகளும் அவர்களுக்கான மகிழ்ச்சியுடன் ஒற்றுமையாகக் கொண்டாடப்படுகிறது.

நோன்பு நாட்களில் நோன்பு திறக்க எல்லா ஏற்பாடுகளையும் பள்ளிவாசலிலே மீரான் இராவுத்தர் தலைமையில் செய்து விடுவார்கள் என்றாலும் பெரிய கடைகளை வைத்துள்ள தங்கபாண்டி நாடாரும் முத்துச்செட்டியாரும் வர்கீஸ் முதலாளியும் ஒவ்வொருநாளும் விதவிதமான பலகாரங்கள் பாயாசங்கள் செய்திடச் சொல்லி நோன்பு திறப்பதை சிறப்பாக்கி விடுவார்கள். இந்தப் போராட்டக் காலத்திலும் நோன்பு துவங்கிய நேற்றும் அவர்களது விருந்து பெண்கள் அனைவருக்கும் மாலை வழங்கப்பட்டது.

“சரி சரி... தூங்குங்க. காலைல தோட்டத்துப் பெரிய சார் வருவாராம்...பேச்சுவார்த்தை நல்ல முறையில் நடக்கட்டும்...”

“சரி நீயும் படு...” கருப்பியை இழுத்து தன்னருகில் சாய்த்துக்கொண்டாள் பானு.

பலகட்ட பேச்சுவார்த்தைகள் தோல்வியடைந்ததைத் தொடர்ந்து உடைமைகளின் சார்பாக யாராவது ஒருவர் வந்தே ஆக வேண்டும் என அரசுத்தரப்பு சொல்லிவிட கொச்சியிலிருந்து அதிகாரி நிர்மல் புறப்பட்டு வருவதாய் நேற்றே தகவல் வந்து விட்டது. இனியாவது இந்தப் போராட்டம் ஒரு முடிவுக்கு வந்தால் போதும் என்ற எண்ணம் நிர்வாகிகளுக்கும் வந்துவிட்டது. எதற்கெடுத்தாலும் தொழிற்சங்கங்கள் குறுக்கிட்டுத் தொழிலாளிகளுக்கு ஆதரவாகவும் நிர்வாகத்திற்கு ஆதரவாகவும் இருப்பதுபோல் நடந்துகொண்டாலும் அவர்களால் பலதையும் முடிவெடுக்க முடியாமல் பின்வாங்கி விடுவார்கள்.

கருப்பி மட்டும் இத்தனை உறுதியாக இல்லை என்றால் இந்தப் பெண்களை ஏதாவது சொல்லி மிரட்டி கலைத்து இருக்கலாம். மாடசாமி கங்காணியும் மாயனும் நிர்வாகிகளிடம் பெரும் பணம் கைப்பற்றிக்கொண்ட செய்திகள் நம்பத் தகுந்த இடத்தில் இருந்து வந்ததும் அவர்கள் மேல் ஆத்திரத்தில்

இருந்த பெண்கள் நாளை பேச்சுவார்த்தைக்குப் பின் எதாவது செய்ய வேண்டும் என்ற திட்டத்தில் இருந்தனர்.

போனவாரம் சந்தையில் பார்த்த மாயனின் மனைவியிடம், “என்ன ரோசா சிமிக்கி புதுசா இருக்கு...” என்று முத்துமணி பாட்டி கேட்க... “மச்சான் நேத்துதான் வாங்கியாந்துச்சு” என்று அப்பாவியாகச் சொல்லிவிட்டுப் போனாள்.

கணக்கர் அந்தோணி சொன்னதும் மாயனின் மனைவி சொன்னதும் பொருத்தமாக இருக்க செல்லக்கருப்பிக்கு அந்த துரோகத்தை மன்னிக்க முடியவில்லை. ஆனால் போராட்டம் முடியும்வரை அந்தப் பிரச்சனையைப் பேச வேண்டாம் என்று நினைத்திருக்க, அலுவலகத்தில் பெரட்டுப் பொடியன் வேலை பார்க்கும் சுருளி எல்லாவற்றையும் கோவிந்தனிடம் சொல்லிவிட்டான்.

“அந்தக் கருங்காலி கையை ஒடிக்காமல் விட மாட்டேன்” என்று துள்ளிய கோவிந்தனிடம், “இப்ப பிரச்சனைய திசை திருப்பாத. இது பொம்பளைங்க சேந்து நடத்துற போராட்டம். அந்தப் பிரச்சனை இப்ப வேண்டாம்.” என்று சொல்ல கோவிந்தன் அமைதியாக வாயை மூடிக்கொண்டான்.

கைகளால் நுள்ளி கூடையை நிறைப்பதுபோலத்தான் தேயிலைக் குன்றின் பசுமைஅழகை விழிகள் வாங்கி வாங்கி இதயத்தை நிறைத்துக்கொண்டேயிருக்கும். பச்சைக் கடலாய் விரிந்து பரந்து கிடக்கும் மலை முகடுகள். அதில் தவழும் வெண்பனி. எங்கிருந்து பார்த்தாலும் மனதைக்கவரும் கொள்ளை அழகு. கொழுந்து எடுத்த கரும்பச்சை விரிப்பாகவும் கொழுந்து கிள்ளாத பகுதிகள் பொன்பட்டு மினுமினுப்பாகவும் மெய்மறக்கச் செய்யும். ஆனால் அதற்குள்ளே நின்று வேலை பார்ப்பவர்களுக்கும் கொழுந்துக் கூடையைச் சுமக்க முடியாமல் சுமந்து உயரங்களில் ஏறுபவர்களுக்கும் பச்சை கொழுந்துத் தோட்டம் விழிகளுக்கு எழிலின் வேட்கையைத் தராது. கடும் குளிரிலும் வேர்வை சுரந்தொழுகும் வேதனையைத்தான் தரும்.

இரவின் மௌனம் கொஞ்சமாய் கொடுத்திருந்த உற்சாகமும் காணாமல்போக செல்லக்கருப்பியின் மனதில் பல குழப்பங்கள் நிறைந்தன. போதாதென்று ராசுவும் தில்லானும் மாயனும் மாடசாமி கங்காணியும் அவள் தூக்கத்தை வேட்டையாடிக் கொண்டிருந்தார்கள். நம்பிக்கை துரோகங்கள் பலது. அதற்கெல்லாம் ஒவ்வொருவரும் ஒவ்வொரு பெயரை வைத்து அழைத்துக்கொள்கிறார்கள். சூழல் என்றும் விதி என்றும் இயலாமை என்றும் நம்பிக்கைத் துரோகங்கள் பல்வேறு பெயர்களால் அழைக்கப்பட்டு சாப விமோசனம் அடைந்து விடுகிறது. பானு எழுந்து அதிகாலை நோன்பு வைக்கும்வரை செல்லக்கருப்பிக்குத் தூக்கம் வரவில்லை.

நாளை பேச்சுவார்த்தை தோல்வி அடைந்தால் அடுத்து என்ன செய்வது... போராட்டத்தை இன்னும் வீரியமாகக் கொண்டுபோவது எப்படி என்று எண்ணி விழித்தேயிருந்தாள். மழைக்காக இழுத்துக் கட்டப்பட்டிருந்த பிளாஸ்டிக் விரிப்புகளில் மழை சடசடவெனத் தாளம் போட்டுப் பெய்துகொண்டிருந்தது. மழைநீர் சில இடங்களில் கட்டி நின்றது. கடைகளின் திண்ணையிலும் சாலையோர வீடுகளின் முற்றங்களிலும் படுத்துக் கிடந்தவர்கள் எல்லாம் குடைகளைப் பிடித்துக்கொண்டும் தலை மீது பிளாஸ்டிக் விரிப்புகளை போட்டுக்கொண்டும் எழுந்து உட்கார்ந்து விட்டார்கள்.

போராட்டத்தின் இத்தனைநாளும் மழை எந்த விதத்திலும் பிரச்சனையைக் கொடுக்கவில்லை. இந்தச் சாரல் விடாத மழை ஆகிவிட்டால் பலருடைய உடல்நிலையும் வெகுவாக பாதிக்கப்படும். அமைச்சரும் ஆட்சியாளரும் பிரச்சனைகளை சுமூகமாகத் தீர்த்திடவே முயல்கிறார்கள். நிர்வாகமும் கொஞ்சம் இறங்கிவந்தால் போராட்டத்தை வெற்றியுடன் முடித்துவிடலாம்.

அதிகாலையில் குளிர் அடங்கிய சிறிது நேரத்திலே பேச்சுவார்த்தைக்கான அழைப்பு அனைவருக்கும் வந்துவிட்டது. அரசுத் தரப்பிலும் நிர்வாகிகளின் தரப்பிலும் இருபதுபேர்

அடங்கிய குழு அமைச்சர் தலைமையில் கூடியது.

சட்டங்கள் உருவாக்கும்போதும் அதில் வார்த்தைகளைப் பயன்படுத்தும்போதும் மிக எச்சரிக்கையாக இருக்க வேண்டும் என்று அறிந்தவரே நிர்மல். தவறுதலாய் எழுதப்படும் ஒவ்வொரு வார்த்தையும் நாளை ஒவ்வொரு பிரச்சனையைக் கொண்டுவந்து சேர்த்துவிடும். ஆயிரக்கணக்கான ஏக்கர் பரப்பளவு தோட்டத்தையும் இலட்சக்கணக்கான தொழிலாளர்களையும் ஒருங்கிணைத்துக்கொண்டு போவது சாதாரண வேலையும் அல்ல. தொழிற்சங்கங்களைப் பகைக்காமல் அரசாங்கத்தின் ஆலோசனைகளுக்கும் முக்கியத்துவம் அளித்து தொழிலாளர்களை சேர்த்தணைத்தே தோட்டங்களை நிர்வகிக்க வேண்டியிருக்கிறது. வெள்ளையர்கள் ஆட்சி தனி மனித சுதந்திரத்துக்கு முக்கியத்துவம் கொடுக்கவில்லை. சட்டங்களும் தண்டனைகளும் அவர்களுக்குள்ளேயே அடங்கியிருந்தது. வெளிநபர்கள் யாரையும் சார்ந்து எதுவும் இயங்கவில்லை. ஆனால் சுலபமாகத் தீரும் என நினைத்த போராட்டம் தீப்பற்றி எரிகிறது.

“இந்த வருசமும் வரும் வருசமும் கம்பெனியின் லாபவிகிதத்தின் அஞ்சு சதவீதம் தொழிலாளர்களுக்கு போனஸாக வழங்கலாம்... என்ன சொல்றிங்க பாலகுமாரன்..?”

நிர்மல் இத்தனை பேருக்கிடையில் தன்னிடம் கேட்டதின் பெருமை தாங்காமல் சிரித்துக்கொண்டார் பாலகுமாரன்.

“ஆமா சார்...அப்படியே செய்யலாம்.” அதே சிரிப்புடன் தலையாட்டினார்.

“நிர்மல் இங்க உங்க கம்பனி கூட்டமா நடக்குது. நீங்களே முடிவெடுக்கிறீங்க...” அமைச்சர் கொஞ்சம் கோபத்தோடு கேட்டார்.

“இல்லை சார். புதிய ஊதிய ஒப்பந்தம் கண்டிப்பாகப் போடலாம். தொழிலாளர்கள் கோரிக்கை என்னன்னு சொல்லச் சொல்லுங்க..”

“அடிப்படைக் கூலியில் அம்பது ரூபா உயர்வு, போனஸ் இருபது சதவீதம், அதிக கொழுந்துக்கு எடுப்பதற்கு அதிக விலை, வீட்டுப் பராமரிப்பு, பள்ளிக்கூட வசதி, பால்வாடி, மருத்துவமனை வசதி, முதியோர் பராமரிப்பு, நூல்நிலையம், விளையாட்டு மைதானம், பொழுதுபோக்கு மையம்...”

அமைச்சரின் உதவியாளர் நீளமான பட்டியலை வாசிக்க நிர்மலின் முகம் இறுக்கமானது.

“இவ்வளவும் உடனே செய்ய முடியாது. இலாப விகிதத்தில் போனஸ் என்பதை ஏற்றுக்கொள்ளலாம். கூலி ஐம்பது ரூபாய் உயர்த்துவது இயலாத ஒன்று. மிகப்பெரிய இழப்பைத் தரும் அல்லது எஸ்டேட்டையே பூட்ட வேண்டியிருக்கும்...” செல்லக்கருப்பியை நோக்கி எச்சரிப்பதைப்போல் பேசினார்.

“லாபக்கணக்கை ஒழுங்கா காட்டித்தான கொடுப்பீங்க...?” மேரி அமைதியாகக் கேட்டாலும் பாலகுமாரன் நெஞ்சில் குப்பென்று ஏதோ ஒன்று அடைத்துக்கொண்டது.

கணக்கர் அந்தோணிக்கு எஸ்டேட் கணக்கு வழக்குகள் எல்லாம் நன்றாகவே தெரியும். பொதுவாக இருபத்தி ஒரு கிலோ அளவுக்கு மேல் எடுக்கும் கொழுந்துக்கு தனி காசு. ஆனாலும் கொழுந்துக் காலங்களில் நூறு கிலோவுக்கு மேல் பறிக்கும் பெண்கள் உண்டு. ஆனாலும் கணக்கில் அவ்வளவு காட்டாமல் மறைப்பது உண்டு. கொழுந்தின் மந்த வளர்ச்சி காலங்களில் இந்தக் கணக்கை சரிப்படுத்தலாம். சிலநேரம் அப்படியே விட்டும் விடலாம். இவையெல்லாம் கணக்கர் அந்தோணிக்குத் தெரியும். அது மேரிக்கும் தெரிந்திருக்குமோ என்ற பயம் பாலகுமாரனுக்கு ஏற்பட்டது.

தொழிலாளர்களின் கோரிக்கைகளுக்கு நிர்வாகம் சரியான பதிலை அளிக்காமல் அந்தக் கூட்டம் மாலைக்கு ஒத்திவைக்கப்பட்டது. அதற்குள் பேச்சுவார்த்தை தோல்வி அடைந்தது என்ற செய்தி கூட்டத்துக்குள் ரகசியமாகக் கசிய செல்லக்கருப்பி வருவதற்குள் எதிர்பார்ப்பின் நம்பிக்கையில்

காத்திருந்தவர்களுக்கு ஏமாற்றம் ஏற்பட பெண்கள் ஆவேசத்துடன் ஆர்ப்பாட்டம் செய்யத் துவங்கிவிட்டனர். காவலர்களால் கட்டுப்படுத்த முடியாத ஆவேசம் பேரலையாய் உருவெடுத்தது.

என்ன நடக்குமோ என்ற பயம் உருவாகும் அளவிற்கு பெண்கள் பெரும்வெள்ளம் போல் நெடுங்காடு நகரத்தையே முற்றுகை இட்டனர்.

21

கோடை வெயிலில் நீர்வற்றிப்போன புற்களாய் போராடிக்கிடந்த பெண்களிடையே வதந்தியின் மின்னல் கசிய காட்டுத்தீ போல் ஆவேசம் பற்றியது; எரியத் துவங்கிவிட்டது. காற்றின் திசையில் பற்றிப் படர்ந்து எரிகிறது.

செல்லக்கருப்பி செய்வதறியாது திகைத்தாள். தானே உருவாக்கிய போராட்டம் தன் கையை மீறிப்போக எப்படி அனுமதிக்க முடியும்..? இந்தப் பெண்களை எப்படிக் கட்டுப்படுத்துவது... செல்லக்கருப்பி ஆவேசக் கூச்சலுக்கு இடையே பாய்ந்து சென்றாள். முன்னின்று முழக்கமிட்டுக் கொண்டிருந்தவர்களிடம் கைகளை ஆட்டி அமைதி காக்கச் சொன்னாள். அதற்கு முன்னே காவலர்கள் அவர்களைத் தடுத்து நிறுத்தப் பெரும்பாடுபட்டுக் கொண்டிருந்தனர்.

“எல்லாரும் தயவுசெய்து உட்காருங்க. பேச்சுவார்த்தை இன்னும் முடியல. எல்லாம் நமக்கு சாதகமாத்தான் போயிட்டு இருக்கு. நம்ம போராட்டம் ஜெயிக்கும். அடுத்த பேச்சுவார்த்தை உடனே நடக்கும். எல்லாரும் பந்தலுக்கு வாங்க.” செல்லக்கருப்பியின் முழக்கம் ஆலயத்தின் நம்பிக்கை மணியாய் ஒலித்தது. இவர்கள் அனைவரும் உணர்ச்சிப் பெருக்கால் எதையும் செய்து விடுவார்கள். அன்பும் கோபமும் இவர்களால் அப்படித்தான்

காட்டப்படுகிறது. நாள்களாக நீண்ட போராட்டத்தால் மன உளைச்சலுக்கும் ஆளாகிவிட்டார்கள். மிகப் பக்குவமாகக் கையாள வேண்டும். ஒரு கலவரம் நிகழாமல் பார்த்துக்கொள்ள வேண்டும்.

“ஏன் அத்த... இதெல்லாம் என்ன..? நீங்கல்லாம் என்ன பண்ணிட்டு இருக்கீங்க. எல்லாம் முடியறதுக்குள்ள எதுக்கு இவ்ளோ பிரச்சனை. நம்ம போராட்டத்த கலைக்க திட்டம் போடுறானுக. கவனமா இருங்க...” பார்வதியிடம் கண்டிப்புடன் பேசினாள்.

காவல்துறையின் உயர் அதிகாரி வேகமாக வந்தார். “செல்லக்கருப்பி... சட்டம் ஒழுங்கு பிரச்சனை ஏற்பட்டால் எல்லோரையும் கைது செய்ய வேண்டி வரும். அமைதியா கலைஞ்சு போகச் சொல்லுங்க...”

செல்லக்கருப்பி கூட்டத்திற்கு முன் வந்து கெஞ்சுவதைப்போல நின்றாள்.

“தயவுசெஞ்சு கொஞ்சம் அமைதியா இருங்க. இன்னிக்கு சாயங்காலம் பேச்சுவார்த்தை முடிவுக்கு வரலனா நம்ம யாருனு காட்டுவோம். அதுவரை அமைதியாருங்க. இல்லன்னா நாம தோத்துருவோம்...” தன் மொத்த பலத்தையும் எடுத்து ஓங்கிக் கத்தினாள்.

செல்லக்கருப்பியின் பேச்சால் கொஞ்சம் அமைதியானார்கள். அந்த அமைதி அப்படியே காற்றில் ஆடிய புடவைபோல கடைசிவரை தவழ்ந்துபோக கலவரச் சூழல் சில நிமிடங்களிலே அடங்கிப்போனது. அப்பாடா என்றிருந்தது கருப்பிக்கு. இத்தனை நாளின் போராட்டம் சில நிமிடங்களில் ஒன்றுமில்லாமல் போயிருக்குமே..! சற்று நேரத்தில் மாவட்ட ஆட்சியாளரும் அமைச்சரும் நிர்வாகத் தலைவரும் அமர்ந்து இருந்த அறைக்குள் செல்லக்கருப்பிக்கும் மேரிக்கும் அழைப்பு வந்தது.

“செல்லக்கருப்பி... கொஞ்ச நேரத்துக்குள் ஏதேதோ நடந்துருச்சு. பிரச்சனை ரொம்ப பெரிதாகும்னு எல்லாரும் பயப்படுறாங்க.

அதனால நிர்வாகம் சில அவசர முடிவுகளை எடுத்து இருக்காங்க. நீங்க கேக்குற கோரிக்கைகள் எல்லாத்தையும் சில நிபந்தனைகளோட நிறைவேற்றலாம்னு முடிவுக்கு வந்துட்டாங்க. அதாவது போனஸ் இந்த வருசம் இருபது தருவாங்க. வரும் வருசங்கள்ள இலாபத்துக்குத் தகுந்த மாதிரி கொடுப்பாங்க. ஆனா குறைஞ்சது பதினைஞ்சு கண்டிப்பாகக் கிடைக்கும்."

செல்லக்கருப்பிக்கு மகிழ்ச்சி பொங்கியது. இதற்கு மேல் இழுத்துப் பிடிப்பதும் நியாயமில்லை. பெண்களையும் அடக்க முடியாது என்று உணர்ந்தாள்.

"ஐயா... எங்களுக்கு நிர்வாகத்துடன் எந்தக் கோபமும் இல்லை. அவங்களாலதான் நாங்க வாழணும். அதேநேரம் நாங்களும் முக்கியம்னு அவங்களுக்குத் தெரிஞ்சா போதும்..."

"ஒண்ணும் கவலைப்படாதீங்க. நீங்க கேட்ட மாதிரி ஊதிய உயர்வு போனஸ் மத்த கோரிக்கைகளும் ஒரு வருஷத்துக்குள்ள எல்லாமே நடைமுறைப்படுத்த ஒத்துக்கிட்டாங்க..."

அந்த அறை முழுவதும் பூக்களால் நிறைந்ததுபோல் ஒரு மகிழ்ச்சி ஏற்பட்டது செல்லக்கருப்பிக்கு.

மேரியை கட்டியணைத்துக் கொண்டாள். மேரி இன்ப அதிர்ச்சியில் முகம் பொத்தி அழுதாள்.

"எல்லோருக்கும் சாயா கொண்டுவரச் சொல்லுங்க..." அமைச்சர் செல்லக்கருப்பியைப் பார்த்து சிரித்தபடியே சொன்னார்.

"அம்மா நீ ரொம்ப கெட்டிக்காரி. ஒரு பத்து நிமிஷத்துல கொந்தளிச்சுட்டு இருந்தவங்கள அடக்கின பாரு... அதுதான் எல்லாம் சீக்கிரம் நல்லது நடக்கக் காரணம் ஆச்சு. உன் வார்த்தைக்கு மட்டும் யாரும் கட்டுப்படாமல் இருந்திருந்தால் இன்று என் பதவியும் அதிகாரமும் கேள்விக்குறியாக இருந்திருக்கும். பேப்பர்காரங்க எழுதிக் கிழிச்சுருப்பாங்க. நல்ல வேளை எல்லாம் சுமுகமாக முடிஞ்சிருச்சு."

மகிழ்ச்சியுடன் பேசினார்.

“செல்லக்கருப்பி... இதுவரை எந்தப் போராட்டத்திலும் நாங்க இந்த அளவுக்குப் பணிஞ்சு போனது இல்ல. உங்க போராட்டம் உண்மையானதா இருந்துச்சு. எங்களுக்கே பல விஷயங்களைப் புரியவச்சுருச்சு. உங்களுக்கு வேண்டியதை செய்து கொடுக்க முடிஞ்சா எங்களுக்கும் மகிழ்ச்சிதான்...” நிர்மல் நெகிழ்ச்சியோடு பேசினார்.

செல்லக்கருப்பிக்குச் சொல்ல வார்த்தைகள் இல்லை. எத்தனை வருட எதிர்பார்ப்பு. எத்தனை வருட ஏக்கம். பெண்கள் சாதனை செய்துவிட்டார்கள். இதை மகிழ்ச்சியோடு கொண்டாட வேண்டும்.

“ரொம்ப மகிழ்ச்சி ஐயா...! மத்தவங்ககிட்ட சொல்லிட்டு வரேன்...” செல்லக்கருப்பி மகிழ்ச்சியோடு வெளியில் ஓடினாள்.

அந்தத் தேயிலைத் தோட்டத்தில் இத்தனை மகிழ்ச்சியோடும் உற்சாகத்தோடும் அவளை யாரும் கண்டதில்லை. பார்வதியும் சிவகாமியும் சுபைதாவும் ஓடிவந்தார்கள்.

“நாம ஜெயிச்சிட்டோம். நாம ஜெயிச்சிட்டோம். எல்லார்ட்டயும் சொல்லிட்டு வாங்க. நாம கேட்டதெல்லாம் ஒத்துக்கிட்டாங்க..!”

பார்வதியால் நம்பவே முடியவில்லை. ஆனாலும் செல்லக்கருப்பி சொன்னதும் கூட்டத்தின் முன் நின்று கத்தினாள். ஓய்...ஓய்... என்று உற்சாகக் கூச்சல் பேரிரைச்சலாய் கேட்க, ஒருவரை ஒருவர் கட்டிப்பிடித்துக் கொண்டார்கள்.

தூரத்தில் நின்றிருந்த கோவிந்தனும் சீனிவாசனும் செய்தி அறிந்து துள்ளிக் குதித்தார்கள்.

“அரசாங்கம் உங்களுக்குத் தனி வீடு தருவதற்கான யோசனையில் இருக்கு. நல்ல திட்டங்களும் இருக்கும். பார்ப்போம்...”

அமைச்சர் அனைவருக்கும் முன்பாகச் சொல்லிவிட்டுப் புறப்பட்டுப்போக போராடிய கைகளும் கால்களும் வளர்ந்து நிற்கும் தேயிலைகளை நோக்கிப் பயணித்தன.

போராட்டங்கள் ஓய்ந்து மறுபடியும் இயல்பு நிலைக்குத் திரும்பினாலும் எங்கோ ஏதோ ஒட்டாததுபோல் மனம் தவித்தது. செல்லக்கருப்பியைப் புகழ்ந்து தள்ளிய ஊடகங்களும், அவளைக் கட்சியில் சேர்த்துக்கொள்ள ஆசைப்பட்ட பலரும் மாறி மாறி அவளை வந்து சந்தித்தவண்ணம் இருந்தனர். எல்லாம் வித்தியாசமான அனுபவங்களாக இருந்தாலும் இந்தப் போராட்டம் வெற்றிபெற்றது மட்டும் நிம்மதியாக இருந்தது.

சேதுபதி அய்யா செல்லக்கருப்பியை நாளை ஃபாக்டரிக்கு ஆபீஸுக்கு வரச்சொல்லும்படி கோவிந்தனிடம் சொல்லி அனுப்பினார்.

“என்ன எதுக்கு கூப்பிடுறாக..?”

“கருப்பி நீ முன்ன மாதிரியா... லீடராயிட்டல்ல. காட்டுக்கு கத்தரி புடிக்க பழக்குறதுக்கு ஆட்கள தேர்ந்துடுக்க உன்னையும் கூப்புடுறாக. நேத்துதான் லோடு அவுத்தோம். கொழுந்து நிறையா வளந்து கெடக்குல்ல... கையால எம்புட்டுக் கிள்ள முடியும்.? வெரலே வெடிச்சுருமே..”

உண்மைதான். தேயிலைக் கிள்ளக்கிள்ள கறைபடிந்த விரல்கள் வெடித்துப் புண்ணாக வலிக்கும். போராட்ட நேரத்தில் வளர்ந்து நிறைந்த தேயிலையைக் கிள்ள போதுமான ஆட்களும் இல்லை. கத்தரி பயன்படுத்திதான் ஆக வேண்டும்.

காலையிலே ஃபாக்டரியை நோக்கிப் புறப்பட்டாள் கருப்பி. சாலைஓரத்தில் காட்டின் மையப்பகுதியில் ஆலை அமைந்திருந்தது. பெரிய கருங்கல் சுற்றுச்சுவரால் சூழப்பட்டிருந்த ஆலை வெள்ளையர்களால் கட்டப்பட்டது. காடுகளை வெட்டித் தேயிலைச் சாகுபடிக்கு நிலத்தை மேம்படுத்தும்போது நின்றிருந்த பெரிய பெரிய மரங்களை முறித்து லைன் வீடுகள், தேயிலை ஆலைகள், பங்களாக்கள் போன்றவை கட்டப் பயன்படுத்திக்கொண்டார்கள்.

உறுதியான மரங்களைக் கொண்டு ஆலையின் உட்பகுதியை இரண்டு அடுக்காகக் கட்டித் தேவையான வசதிகளை

ஏற்படுத்திக் கொண்டார்கள். லண்டனிலிருந்து கப்பலில் கொண்டுவந்த இரும்பு கேட் நூறு வருடங்களுக்குப் பிறகும் உறுதியாக இருந்தது.

ஃபாக்டரிக்கு முன்னால் காவலுக்கு இருக்கும் மீசைக்கார மருதைய்யா பாசத்துடன் பேசினார்.

“அண்ணே... இங்க வந்தாதான உங்கள எல்லாம் பாக்க முடியுது.” கருப்பி சிரித்தபடி உள்ளே நுழைந்தாள்.

வாசலில் இருந்து ஆலையின் கடைசிப்பகுதிவரை அடுக்கிப்போட்டிருந்த பெரிய பெரிய மரங்கள் நீண்டு கிடக்க ஒருபக்கம் அவற்றை வெட்டிக் குவித்து வைத்திருந்தார்கள்.

செல்லக்கருப்பிக்கு அப்பாவைப் பற்றி லீடர் சொன்ன கதைதான் நினைவுக்கு வந்தது. அவர் குணம் தனக்கும் அப்படியே வந்திருக்கிறது. அம்மாவும் துணிந்தவள்தான். இந்தக் காட்டில் தனியாளாக நின்று சமாளிக்கிறாள். பெரிய மரக்கட்டை ஒன்றை லேசாக வருடியபடியே உள்ளே சென்றாள். இரவு துவங்கிய ஷிஃப்ட் வேலை முடியாமல் தொடர்ந்து கொண்டிருந்தது. இயந்திரங்களின் பேரிரைச்சலுடன் பச்சைத் தேயிலை வாசம் அந்த விசாலமான அறை எங்கும் நிறைந்து வழிந்தது. குப்பென்று முகத்தில் வந்து அடித்த தேயிலை வாசத்தில் தன் உயிரின் வாசத்தை உணர்ந்தாள்.

இரவு வேலை பார்த்து முடிந்திருந்த பெண்கள் யார் முகத்திலும் சிரிப்பைக் காணவில்லை. வாட்டி எடுத்த கொழுந்தைப் போல பலருடைய முகமும் சுருங்கிக் கிடந்தன. கண்களில் ஒருவித ஏக்கமும் சோர்வும் தெரிந்தன. ஆலையின் முதல் அடுக்கின் மேல் நீளமும் அகலமுமான படுக்கை போன்ற அமைப்பில் நேற்று கொண்டுவரப்பட்ட தேயிலை வாடுவதற்காக விரிக்கப்பட்டிருந்தது. மிகக் குறைந்த வெப்பம் வருவதற்கான வழிகள் அமைக்கப்பட்டு தேயிலை இலேசாக உலர்ந்து கொண்டிருந்தது.

பச்சைக் கொழுந்தை சாக்குகளில் அள்ளிச் சுழலும்

கொக்கிகளால் உயரமான இடத்தில் விரிக்கப்பட்டுப் பெரிய காற்றாடிகள் மூலம் வாடவைப்பார்கள். தேயிலையின் ஈரம் வற்றியபின் மீண்டும் சாக்குகளில் அள்ளி லேசான வாட்டத்தில் அதை அரைத்து எடுப்பதற்காக குழாய் போன்ற அமைப்பின் வழியாக அரைக்கும் இயந்திரத்தில் போடுவார்கள். அங்கு அரைத்து எடுக்கப்படும் தேயிலை மீண்டும் கருமைநிறம் வருவதற்காக நொதிக்க வைக்கப்படும். அதன்பின் உயர் வெப்பத்தில் வறுத்தெடுக்கப்பட்டுத் தரம் பிரிக்கப்படுகிறது. இதில் காம்பு, நார் போன்றவை பிரிக்கப்பட்டு தரம் சோதித்துப் பைகளில் பாதுகாக்கப்படுகிறது. சேதுபதி அய்யா அவளை உள்ளே அழைத்துச்சென்றார்.

“செல்லக்கருப்பி யாரு சொன்னாலும் எலக்சன்ல நீ நிக்க வேண்டாம். அது உனக்கோ உம் புள்ளைக்கோ ஆபத்தா முடிஞ்சுரும். அதிகாரத்துல இருந்து பழகுனவங்களுக்கு அதை விட்டு விலகுறது ரொம்பக் கஷ்டம். யூனியன் எலக்சன்ல உன்ன நிறுத்த கட்சி முடிவு பண்ணிருக்கு. ஆனா அது உள்ளயிருக்குற யாருக்கும் புடிக்கல. அப்படி ஒரு பிரச்சன வந்தா என்னல்லாம் பண்ணுவாங்கனு எனக்கு நல்லாத் தெரியும்...”

செல்லக்கருப்பி எதிர்பார்க்காத செய்தியாக அதிர்ச்சியைத் தந்தது.

“சரிய்யா... நான் பாத்துக்கிறேன். நன்றிங்கையா...”

அந்த ஞாயிறு மதியம் சந்தைக்குக் கிளம்பினாள் கருப்பி. கண்களுக்கு முன்னால் பெரிய திரைபோல் மூடுபனி அடர்த்தியாக மறைத்தது. மனித நிழல்களாய் சிலர் முன்னால் நடமாடிக் கொண்டிருந்தனர். காற்று ஊளையிட்டு மரங்களோடு மல்லுக்கு நின்றது. கடுங்குளிரின் அடையாளமாய் இருட்டு பரவியது. பறவைகள் கீச்சுக்குரலும் வண்டுகளின் கிரீச் ஒலிகளும் சூழலில் சலிப்பை உண்டு பண்ணியது. மழைக்காலம் ஓய்ந்து ஓணக்காலம் வரும்வரை இப்படித்தான் இருக்கும்.

செல்லக்கருப்பிக்கு வீட்டுக்குத் திரும்ப வேண்டும் போல்

இருந்தது. மகன் முகிலனின் செயல்களைக் கண்டு மனது உழன்றுகொண்டிருந்தது. வீட்டில் யாரையும் மதிப்பதில்லை. தேவையில்லாத செயல்களில் தலையிடுகிறான். அவளுக்கான மதிப்பை பல இடங்களில் பயன்படுத்திக் கொள்கிறான். கண்ணனுடன் அடிக்கடி சண்டைபோட்டு வந்து நிற்கிறான். எங்கோ எதுவோ தப்பாகத் தெரிகிறது.

கருப்பியின் செல்வாக்கு மகன் முகிலனுக்கும் எங்கு சென்றாலும் கிடைக்க ஆரம்பித்திருந்தது. காட்டைத் தாண்டி நெடுங்காடுச் சந்தைக்குள்ளும் அவனுக்குக் கிடைக்கும் மதிப்பில் அவன் தன்னை மறந்துவிட்டானோ எனக் கருப்பிக்கு கவலை நிறைந்தது.

“மக்களே! மக்களே!” என்று அன்பு எங்கும் ஆறாக ஒழுகியது. மாயனும் லீடரும் அவனிடம் குழைந்து குழைந்து பேசுகிறார்கள்.

ஒருநாள் அவர்களோடு பேசிக்கொண்டிருந்த மகனைக் கண்டதும் கையோடு இழுத்து வந்தாள்.

“அவககிட்டலல்லாம் ரொம்ப வச்சுக்காதல்லே...”

“அம்ம அவிய திருந்திட்டாவ... போராட்டம் நடக்கையில கூட்டத்துல வச்சு உன்ன அடிக்கப் பாத்தாகனு ரொம்ப வருத்தப்பட்டாக... இவக எங்கிட்ட பழகுறது கண்ணனுக்குப் புடிக்கலம்மெ... அவன் என் சினேகிதன்கிறதையே மறந்துட்டான்.”

“இங்க பாரு செல்லம்... மாயன் மாமனும் லீடரும் இப்ப வந்தவக... உங்கூட கூட்டு வக்கிறாக... ஆனா கண்ணன் உஞ்சினேகிதன். அவன்கூடத்தான் நீ பழகணும். அப்பத்தான் நல்ல புள்ளையா இருப்ப.”

“அவன் அம்ம செரில்ல... கங்காணிட்ட போறவதான்னு மாயன் மாமா சொன்னாரு...”

அவன் சொன்ன வார்த்தைகளுக்கு முன்னே ஓங்கி அறைந்திருந்தாள்.

“செவிளப் பேத்துறுவேன். என்ன பேச்சுல பேசுற... பெரிய மனுசனாயிட்டியோ. அவ உனக்கு இன்னொரு அம்மைல... உன் அம்மையைப் பத்தியும் சொல்லுவாங்கல. உனக்கு வாழ்க்கையப் பத்தி ரொம்பத் தெரியுமோ... கேடுகெட்ட பேச்சு பழகிருக்க..அவ காதுல மட்டும் இது விழுந்திருச்சுனா அப்பவே வெசத்தக் குடிச்சுட்டு போய் சேந்துருப்பா. நானும் உன்ன வெட்டிப் போட்டுருப்பேன். சேரக்கூடாத இடத்துல சேந்ததால வரக்கூடாத வார்த்தை வருதே...” தலையில் அடித்துக்கொண்டு கதறினாள்.

“தெரியாம பேசிட்டேம்மா...” அழுதுகொண்டே அருகே வந்தவன் கையைத் தட்டிவிட்டாள்.

“இங்க பாருல சக்கைப்பழத்த சுத்துற ஈ மாதிரி இவக உன்ன சுத்துறதுக்கு என்ன அர்த்தம்னு தெரியுமாலே. போனஸு வேணும்னும் கக்கூசு வேணும்னும் அம்ம முன்னால நின்னு போராடுனதால அப்ப அம்மைக்கு ஆளு சேந்துச்சு. மந்திரியே தலையிட்டுச் சொல்ல எஸ்டேட்டு அதையெல்லாம் ஒத்துக்கிருச்சு. காணாதத கண்டதால இந்தப் பாவப்பட்ட சனங்க என்ன கொண்டாடுதாவ. இந்த மாயனும் லீடரும் கங்காணியும் கட்சிக்காரனுகளகூட கூட்டு வச்சுக்கிட்டு எம்பின்னால வால புடிச்சு சுத்துறானுவ. எலக்சன் வருதுல்ல... நான் சொல்ற கட்சிக்கு அப்படியே அம்புட்டு ஓட்டும் கிடைக்கும்னு அலையுதாவ... என்ட்ட ஓட்டிக்க நெனச்சாவ, நடக்கலனதும் ஒன்ன முன்னால் நிப்பாட்டி ஓட்டு கேக்க யோசன பண்ணுதாவ...மடப்பய நீயும் நம்பிச் சுத்துற...”

“அப்பிடியெல்லாம் இல்லைம்மே. மாயன் மாமா பாசமாத்தான் என்ட்ட இருக்கு. அப்பன் இல்லாத புள்ளையின்னு சொல்லி ஸ்கூலுக்கெல்லாம் வந்து காசு குடுக்கு...”

“என்னல சொல்ற...”

செல்லக்கருப்பி பதைத்துப்போனாள். கையை ஓங்கி மீண்டும் அடிக்கச் சென்றாள்.

"கண்டவன்ட்டயும் காசு வாங்கிறியா நீ... எல மக்களே உனக்காகத்தாம்ல நான் உழைக்கேன். அவனுக திருட்டுப்பயலுக காசுக்கு மயங்குறவனுக... நாங்கல்லாம் இந்தத் தோட்டக்காட்டுல நின்னு கஷ்டப்பட்டு உங்கள படிக்க வைக்குறோம்னா நம்ம சனங்களுக்கு விடிவு காலம் பொறக்கும்; யார் கால்லயும் விழுற நில வேண்டாம்னுதான்... என்ன எலக்சன்ல நிக்கிறியானு மந்திரியே கேட்டாவளே. நான் ஒதுங்கிட்டேன். இப்ப சரினாலும் என்னத்தான் நிக்கவைப்பாக. நானும் எளிசா செயிச்சுருவேன்... எனக்குக் கட்சியும் வேணாம். பதவியும் வேணானு வந்துட்டேன். இவனுக சார்பா என்ன பேசச்சொல்ல பயந்துட்டு உன்ன மயக்குறானுவ. நீயும் மயங்கிக் கெடக்க... வலயகட்டி இரைய புடிக்கிற வெசச்சிலந்தி மக்களே... நீ அவனுககூட சேந்து ஏமாந்துராத என்ன... நல்லா படிக்கணும் என்னல. படிச்சு நம்ம தலையெழுத்த மாத்தணும். என்னல..." அவன் கண்ணீரைத் துடைத்து தலை கோதி முத்தமிட்டாள்.

அவள் பேச்சுக்கெல்லாம் தலையைத் தலையை ஆட்டிக்கொண்டிருந்தவன் கொஞ்சநேரம் மௌனமாக இருந்தான்.

இத்தனை பேச்சும் தனக்கானதில்லை என்பதுபோல சட்டையை மாற்றி தலைசீவி பௌடர் பூசி வெளியில் இறங்கிய மகனைக் கண்டதும் பயம் வந்து மனதைக் கவ்வியது. அதன் பிறகும் பலமுறை முகிலன் சந்தையில் மாயனுடன் சுற்றுவதைப் பார்த்துவிட்டாள்.

மனம் சந்தைக்குப் போகவேண்டாம் என்று தடுக்க பாதை வழியே திரும்பினாள். கோவிந்தன் கொழுந்து வண்டியில் எங்கோ போய்விட்டு வந்து இறங்கிக் கொண்டிருந்தான். அவசரமாக அவனிடம் சென்றாள்.

"பயல கொஞ்சம் கவனிச்சுக்கோ. எதுவும் சரியில்ல. மாயனும் லீடரும் நெருங்காம பாத்துக்க..." கோவிந்தன் என்ன விசயம் என்றுகூட கேட்காமல் தலையை ஆட்டினான்.

அவளிடம் பேசும்போது மேகம் புகுந்துவரும் நிலவுபோல் மனசு பளிச்சென்று ஆகிவிடுகிறது. அவன் பேச்சில் துடிப்பு இருந்தது. வாழ்வின் மீது நம்பிக்கை இருந்தது. இந்தக் காட்டிற்கு வெளிச்சம் விதைக்க வேண்டும் என்ற வேகம் இருந்தது. எல்லாவற்றையும் விட அவளே மறுத்துவிட்டபோதும் செல்லக்கருப்பியிடம் காதல் இருந்தது.

இப்போதெல்லாம் கோவிந்தனின் மாற்றம் அனைவரையும் பேச வைத்திருக்கிறது. போராட்டத்திற்குப் பின் காடு நிம்மதி அடைந்தது. ஆனாலும் சிலரது நிம்மதி ஒட்டுமொத்தமாகக் குலைந்தும் போனது. கேட்டதை எல்லாம் வாங்கித்தந்த கருப்பி என்ன சொன்னாலும் அப்படியே கேட்க கூட்டம் தயாராக இருந்தது. இரவுத் திண்ணையில் கூடியிருந்த கூட்டம் ஏதோ பேசி சிரிக்கையில் கங்காணிக்கு மட்டும் மனசு கனத்தது.

“இந்தப் பொட்டச்சிக அடுத்தவளுகள பத்தியே பேசிட்டு இருப்பாளுகளே... இப்ப எப்படி ஒண்ணா சேந்து உறுதியா நின்னு செவிச்சாளுக..?”

மாடசாமியும் அந்தக் கேள்விக்கு பதில் தெரியாமல் தவித்துக்கொண்டிருந்தான். ஒரு போராட்டத்தின் வெற்றி செல்லக்கருப்பிக்கு வாழ்க்கையின் மீது மிகப்பெரிய நம்பிக்கையைக் கொடுத்திருக்கிறது. பிரச்சனைகளைக் கண்டு துவண்டு விடுவதைவிட தெளிவாக அதை எப்படி சரி செய்வது என்ற பக்குவம் அவளுக்கு வந்திருக்கிறது. செல்லக்கருப்பி உலையில் ஊறிய இரும்பாய் எதையும் தாங்கும் சக்தி பெற்றுவிட்டாள்.

அவளுக்கு இந்தத் தேர்தலில் போட்டியிட வாய்ப்புக் கிடைக்கும் என்று ஒரு செய்தி சேதுபதி அய்யா சொன்னதுபோல் உலவ ஆரம்பித்ததும் அதிகாரத்தில் ஆட்டிப்படைத்துக் கொண்டிருப்பவர்களிடம் பயம் தொற்றிக்கொண்டது.

கோட்டைச்சுவரிலிருந்து உருவப்படும் ஒற்றைச் செங்கல்லும்கூட கோட்டையைத் தகர்த்துவிடும். இவள் இப்போது அதிகாரத்தின்

ஒவ்வொரு செங்கல்லாய் உருவத் துவங்கிவிட்டாள். அடக்கி ஆண்டுகொண்டிருந்த ஓர் ஆட்சியில் எதிர்பாராமல் ஒரு போராட்டத்தைத் துவங்கி அதில் வெற்றியையும் அடைந்துவிட்டாள். வெற்றிச்சுவையை சுவைத்த இதயம் இனி பசி கொண்டுதான் அலையும்.

கண்டிப்பாக இவள் வெற்றியும் பெற்றுவிடுவாள். ஏதாவது செய்தாக வேண்டுமென்ற திட்டம் மாயன் தலைமையில் நடைபெற்றது.

22

அடைமழையும் குளிரும் அட்டைகளும் அடங்கிய வசந்தகாலம். தேயிலைத் தோட்டத்தின் திருவிழாக் காலம். வளமான மண்ணுக்குள் புதைந்த வேர்கள் எல்லாம் திருவிழாக் கொண்டாடி மகிழ்வதைப்போல் இலையெல்லாம் பூக்களாகிச் சிரித்தன. லயத்தின் முற்றமெங்கும் சேறு நிறைந்திருந்தாலும் கல்லும் மண்ணுமிட்டு செம்மைப்படுத்தி பூக்கோலங்களை இடத் தயார் செய்துவிட்டார்கள்.

லைன் வீடுகளின் ஓரமாய் நின்ற மாமரத்தில் ஏறி தடிமனான கயிற்றால் ஊஞ்சல் கட்டினான் சீனிவாசன். சாக்கை மெத்தைபோல் இட்டு ஒருமுறை உட்கார்ந்து பார்த்தவன், பானுவைக் கண் சிமிட்டி அழைத்தான்.

“ஏட்டி பானுப்புள்ள... சீனி உனக்கு ஊஞ்ச கட்டியிருக்கான். எங்களையெல்லாம் உக்கார வைப்பானா..?” முத்துமணி பாட்டியின் கிண்டலை ரசித்தாள் பானு.

“கடைசி நோன்பு இன்னிக்கு... முத்தத்துல அடுப்பைக்கூட்டி கஞ்சி வப்போம். நாளைக்குப் பெருநாளு. பானு அத்தா இருட்டறதுக்குள்ள வந்துருவாக...” சுபைதா சொன்னதும், “நான் அடுப்பக் கூட்டுறேன்...” சந்திரா வேகமாக மூன்று கருங்கல் எடுத்து அவள் வீட்டு முற்றத்தில் அடுப்பைக் கூட்டிச்

சுள்ளிகளை வைத்துப் பற்றவைத்தாள். சிறிது நேரத்தில் நோன்புக் கஞ்சியின் வாசம் பனிக்காற்றோடு கலந்து கமகமத்தது.

இந்தமுறை நோன்புப் பெருநாளும் ஓணமும் மிக நெருக்கமாக வந்துவிட்டன. காட்டின் பல பிரச்சனைகள் ஒய்ந்தாலும் தொடர்ந்தாலும் மகிழ்ச்சி தலைகாட்டும் நேரங்களில் எல்லாம் மறந்து அதை அப்படியே கொண்டாடுவார்கள்.

பானு- சீனி திருமணத்திற்கு இன்னும் ஒரு வாரம் இருக்கிறது. அந்த மலையில் எங்கும் மல்லிகைப் பூத்ததாய் தோன்றியது பானுவுக்கு.

“ஏட்டி பானு...” கோழிகளை அடைத்துக் கொண்டிருந்த செல்லக்கருப்பியின் மகிழ்ச்சி கூச்சலுக்கு என்ன காரணம் என்று ஓடிவந்தாள் பானு. கைரோடு வழியாக அத்தாவுடன் பெரியத்தாவும் சிலரும் வந்துகொண்டிருந்தார்கள். மகிழ்ச்சியில் நெஞ்சை அடைத்தது பானுவுக்கு. துள்ளிக்கொண்டு சீனியின் அருகில் ஓடினாள்.

“பெரியத்தா வாராக... சீனி எங்க பெரியத்தா வந்துட்டாக...”

அன்று கோபத்தில் போனவர், இனி இந்த எஸ்டேட் பக்கமே வர மாட்டாரோ என்ற வருத்தத்தில் இருந்த அனைவருக்கும் மகிழ்ச்சி மனதெங்கும் ஊற்றெடுத்தது. படியேறி வந்த பெரியத்தாவை ஓடிச்சென்று கட்டிப்பிடித்துக் கண்கலங்கினாள் பானு.

ஒரு சந்தோஷ விடியலுக்கு அந்தக் காடு சாட்சியாக நின்றது. ரம்ஜான் பெருநாளுக்கான புத்தாடைகளும் வாழ்த்தொலிகளும் நோன்புக்காசு பரிமாற்றமும் லைன் வீடுகள் எங்கும் பானுவின் பெரியத்தா கொண்டுவந்த அல்வாவும் ஜிலேபியுமாக இனித்தது.

ஒருவாரம் பூக்கோலமும் புன்னகையுமாக மணக்க மணக்க நாட்கள் நகர்ந்தன. ஓணப்பண்டிகைக்கான ஒருநாள் ஊதியமும் இரண்டுநாள் விடுமுறையும் கிடைக்க திருமண ஏற்பாட்டை கீழ் மேல் லயத்தினர் அத்தனைபேரும் செய்து கொண்டிருந்தார்கள்.

பானு வீட்டிலிருந்து சீனிவாசன் வீடுவரை சேலைகள் இழுத்துக் கட்டப்பட்டன. நெடுங்காடு நகரத்து சினிமா கொட்டகையில் இருந்து வாடகைக்கு எடுத்துவந்த பெஞ்சுகளும் மேசைகளும் வாசலில் போடப்பட்டிருந்தன. ஈச்சம் ஓலைகளாலும் தென்னங்குலைகளாலும் அலங்காரம் செய்யப்பட்டு வாசலில் குலைவாழை கட்டிவைத்தார்கள்.

புரோட்டா, முட்டைக்குழம்பு எனக் காலை விருந்தும், கோழிக்கறியுடன் பருப்பு, பொரியல், அப்பளம், ஊறுகாய் என மதிய உணவும் பரிமாறிக்கொண்டு மாலைமாற்றிக் கைபிடித்துக் கொடுக்க திருமணம் முடிந்தது. பானுவின் சிரிப்பு முற்றம் எங்கும் நிறைந்து வழிந்தது. எத்தனையோ நாட்களுக்குப் பிறகு அந்த முற்றமெங்கும் மகிழ்ச்சி களம் விரித்து ஆடி நின்றது.

பளிச்சென்ற மறுநாள் விடியலில் பானு, சீனிவாசன் குடும்பத்தினர் அனைவரும் பெரியத்தா காசிமுடன் விருந்துக்குப் புறப்பட்டுச் சென்றார்கள். சந்திராவுக்கும் கருப்பிக்கும் மடியில் சுமந்த பாரம் ஒன்றை இறக்கி வைத்ததுபோல் நிம்மதி ஏற்பட்டது.

“அம்மா நெடுங்காடு கிரவுண்டுல கபடி பாத்துட்டு வாரேன்.” பக்கத்தில் வந்து கொஞ்சுவதுபோல முகிலன் கேட்டதும் மறுக்க முடியாமல் தலையை ஆட்டினாள். சிறிது நேரத்தில் பாலு குடித்துவிட்டு நிதானம் இல்லாமல் வந்து சேர்ந்திருந்தான்.

“சந்திரா... பாலு அண்ணாவ வீட்டுக்குள்ள கூட்டிப்போ. இல்லனா ஒரு குடம் தண்ணியெடுத்து தலையில ஊத்து. கொஞ்சம் சந்தோஷத்தையோ காசையோ காணக் கூடாதே... எல்லாத்தையும் அழிச்சிரணும்...”

“கருப்பி... என் தங்கச்சி... என் மக்களே நீ நல்லவ...நீ என்ன சொன்னாலும் இந்த அண்ணே கேட்பேன்... ஆனா உம்மவன் இருக்கானே... அவன் செரியில்ல. கோவக்காரேன் அவன். எம்மவனோட மல்லுக்கு நிக்கான்.”

“அவனுக கஎங்கே இருக்கானுக...?” கருப்பிக்கு பயம் வந்தது.

“அவனுக மாயன்கூட கட்சி ஆபீஸுல பந்தலு கட்டுதானுவ...” தள்ளாடியபடியே குழைந்தான். தடுமாறி அப்படியே குப்புற வீழ்ந்துவிட்டான். இனி இவனிடம் ஏதும் கேட்க முடியாது.

மாயனும் கண்ணனும் முகிலனும் ஒன்றாக நிற்கிறார்கள். அதுவும் கட்சி ஆபீஸில் என்றால் ஏதேனும் பிரச்சனை வந்து விடக்கூடாது என்று பயமாக இருந்தது. மனவலியும் உடல்வலியும் சுமந்து பெற்ற பிள்ளை உயிருக்கு இதமான மருந்தாக காயங்களை ஆற்றுவான் என்று நினைத்தாள். அவனோ சேரக்கூடாத இடத்தில் சேர்ந்து அலைகிறான். பொறிவைத்து விலங்குகளைப் பிடிக்கும் கூட்டத்தின் கண்களில் தெரியும் வஞ்சகத்தை அவனால் புரிந்துகொள்ள முடியவில்லையே..!

மனது ஏனோ பதறியது. நிலையாக அங்கு உட்கார முடியவில்லை. சந்தைக்குப் போனவர்கள் யாராவது வருகிறார்களா எனத் தேடித் தவித்தாள்.

“என்னட்டி.... ரொம்ப பரபரப்பா இருக்க..?”

“சந்திரா... நீ இங்கன பாத்துக்கோ. நான் நெடுங்காடு போய் அவனுகள இழுத்துட்டு வந்துடுறேன்.” அவள் பதிலுக்குக்கூட காத்திராமல் வேகமாக நடந்தாள்.

நெடுங்காடு சந்தையில் இருந்து யாராவது வருவார்களா என எதிர்பார்த்து நடந்துகொண்டிருந்தபோதுதான் குறுக்கு வழியில் முருகேசன் ஓடி வருவது தெரிந்தது. அந்த ஓட்டமே ஒரு பதைபதைப்பை அள்ளிக்கொண்டு வருவதைப் போலிருந்தது.

“செல்லக்கருப்பி... உம் புள்ளைய கவர்மென்ட் ஆஸ்பத்திரியில் சேர்த்து இருக்கு. சீக்கிரமா போ...”

மூச்சுவாங்க அவன் சொன்னது எதுவும் அவள் காதுகளில் சரியாய் கேட்காததுபோல் நின்றாள். ஏதோ மௌனத்துக்குள் சுழன்றுகொண்டிருப்பது போல கால்கள் நகர மறுத்தன.

“என்னண்னே சொல்ற... என்னாச்சுண்ணே...” நாக்கு உலர்ந்து

ஒட்டிக்கொண்டது.

“புள்ளைங்க சண்டையில முகிலனுக்கு அடிபட்டிருச்சு. பெருசா ஒண்ணும் இல்ல. சீக்கிரமா போ... நான் அம்மமேட்ட சொல்லிட்டு வரேன்...”

“அய்யோ என் தெய்வமே...”

செல்லக்கருப்பி அழுதபடியே குறுக்கு வழியே தெறித்து ஓடினாள். அதற்குள் லயத்திலிருந்து கோமதியின் அழுகையின் ஓலம் கேட்டதும் உடம்பு ஒருமுறை அதிர்ந்து அடங்கியது. ஆஸ்பத்திரி முன்னால் கோவிந்தன் நின்றுகொண்டிருந்தான்.

வாசலில் எஸ்டேட் ஆட்கள் கூடி நின்றார்கள். கூட்டுக்காரனுக சண்டையில் எதுக்கு இவளோ கூட்டம்..? பயம் அதிகரித்தது. பாய்ந்து உள்ளே சென்றவளைத் தடுத்து நிறுத்தினான் கோவிந்தன்.

“கருப்பி...புள்ளைக்கு ஒண்ணுமில்ல. கவலைப்படாதே...” அவன் சொற்களில் நம்பிக்கை வரவில்லை.

“ஐய்யோ...”

“கண்ணன்தான் ஏதோ பிரச்சனையில முகிலன குத்திட்டான். செரியான நேரத்துக்கு ஆளுங்க அங்கூடா போக தூக்கிட்டு வந்துட்டாக...”

“அய்யோ...கண்ணனா?” செல்லக்கருப்பியின் கண்கள் இருண்டன.

“என் புள்ளைக்கு என்னாச்சு. என்ன நடந்துச்சு. என் புள்ளைய மொதல்ல கண்ணுல காட்டுங்க...” அப்படியே கீழே வீழ்ந்து அழுதாள். அதற்குள் அவளைச்சுற்றி ஆட்கள் கூடிவிட அவளை மட்டும் உள்ளே அழைத்துச் சென்றார்கள்.

மருந்து வாசனை நிறைந்திருந்த அறையில் ஒரு திரைக்குப் பின் முகிலன் படுத்திருந்தான். மூச்சு விட முடியாமல்

திணறிக் கொண்டிருந்த மகனைப் பார்த்ததும் உயிர் உருகி வடிவதுபோலத் தோன்றியது.

“என்ன கோலத்தில கெடக்கான். துவண்டுபோயிட்டானே...” உற்றுப்பார்த்தாள். வயிற்றில் பெரியதாக ஒரு கட்டுப் போடப்பட்டிருந்தது. ஒருபக்கம் இரத்தம் ஏறிக்கொண்டிருந்தது. தன் இரத்தம் முழுவதையும் வார்த்துக் கொடுத்து அவனைக் காப்பாற்ற வேண்டும் போலிருந்தது. அவள் துடிப்பை உணர்ந்தாலும் மருத்துவர் அவளை முகிலனின் அருகில் செல்ல அனுமதிக்கவில்லை. செல்லக்கருப்பியால் தாங்க முடியவில்லை. அவள் உதடுகள் “எம்புள்ள...எம்புள்ள... செல்லமே...ரொம்ப வலிக்குதாடா... முழிச்சுப் பாருடா. அம்ம வந்துருக்கேன்... பேசுடா.” புலம்பித் தவித்தாள்.

முகிலன்தான் அவள் வாழ்வின் பிடிப்பு. வாழ்க்கையை முன்னால் செலுத்தும் நம்பிக்கை.எல்லோரும் நல்லாருக்கணும்னு நினைக்கிற எனக்கா இப்படியெல்லாம் நடக்கணும்? சந்திரா துடிச்சுப் போவாளே... கண்ணன் ஏன் இப்படி செஞ்சான்..?

சேதுபதி அய்யாவும் டாக்டரும் அவளருகில் வந்தார்கள்.

“கத்தி ஆழத்தில் பதியல கருப்பி, ஆபத்து ஒண்ணுமில்லை... இப்ப முழிச்சிருவான்.” சேதுபதி ஐயாவும் மருத்துவரும் அவளருகில் நின்று ஆதரவாகப் பேசினார்கள்.

அந்தச் சொற்கள் தன் ஆயுளில் கேட்டதிலே ஆறுதலானதான சொற்களாகத் தோன்றின. அவள் மூளை இயங்கியது.

கல்லாய் அடைத்துக்கொண்ட சுவாசப்பாதையைச் சீர் செய்தது.

“கடவுளே... எஞ்செல்லத்தைக் காப்பாத்து...” வேண்டுதலுடன் அவனைப் பார்த்துக்கொண்டிருந்தாள். வெளியில் கோமதியின் அழுகை ஒலி நெஞ்சைத் துளைத்தது.

“அம்மா...” அவன் உதடுகள் முணுமுணுத்தபடி கைகள் அசைந்தன. மருத்துவர் லேசாகத் தலையாட்ட வேகமாக அவனருகில் சென்றாள். அந்த இடமெங்கும் அவள்

தாய்ப்பாலின் வாடை நிறைந்திருப்பதாகத் தோன்றியது. மயக்க நிலையில் இருந்த முகிலனின் கண்ணோரத்தில் கண்ணீர் உறைந்து கிடந்தது.

“ஐயோ எப்படி வலிச்சுச்சோ... எப்படி அழுதானோ...” நினைப்பைத் தாங்க முடியாமல் கதறினாள். கட்டிலுக்குக் கீழே அப்படியே அமர்ந்து அடங்காத கண்ணீருடன் அவன் தலையை நெஞ்சோடு சேர்த்தாள். அவள் இதயத்துடிப்பின் தாலாட்டில் அவன் நிம்மதியாகத் தூங்குவதைப்போல் தோன்றியது.

ஏதோ சதி நடந்திருக்கு. மாயனின் சூழ்ச்சிதான் சே... என்ன வாழ்க்கை..? துளித்துளியாய் மகிழ்ச்சியும் பெருவெள்ளமாய் துயரங்களும். சோதனைகள் இப்படித் தொடர்ந்தால் எப்படித்தான் வாழ்வது.?

சேதுபதி அய்யா அவளை வெளியே வரும்படி சைகை செய்தார். அவருடன் இரண்டு காவலர்களும் இருப்பதைப் பார்த்ததும்தான் நடப்பவை உணரும் நிகழ்காலத்துக்கு வந்தாள்.

முகிலனை அப்படியே விட்டு வர முடியாமல் தயங்கியபடியே கதவைத்திறந்து வெளியே வந்தவளின் காலில் ஓடிவந்து விழுந்தான் கண்ணன். தேம்பித்தேம்பி அழுதவனை அள்ளி அணைத்துத் தூக்கினாள்.

ஏதுமறியாத பிஞ்சுகள் மனதில் வன்முறையைத் தூண்டிவிட்டிருக்கிறார்கள். முகிலனை விட கண்ணன் மென்மையானவன். பாசமானவன். அவனே ஆத்திரத்தில் கத்தியை எடுத்திருக்கிறான் என்றால் ஏதோ நடந்திருக்கிறது. அழுதபடியே கண்ணனை அன்போடு அணைத்துக்கொண்டாள்.

“நான் குத்தலம்மா. தெரியாம நடந்துருச்சும்மா. என் அம்மைய தப்புத்தப்பா பேசினதும் சண்டை வந்துருச்சும்மா...” தேம்பித்தேம்பி அழுதான். “அவன் வந்துருவானாம்மா..?”

கண்ணனின் அழுகையில் அவள் உடைந்து சிதறிப்போனாள். செல்லக்கருப்பியின் அன்பு பேரண்டம் ஆக விரிய கண்ணனது

பாவம் காணாமல் போன துகள் ஆனது. அவனது தவிப்பும் அழுகையும் அவனது மனதையே கழுவிக் கொண்டிருந்தது. பயத்தால் நடுங்கிக்கொண்டிருந்த கண்ணனைத் தன்னோடு சேர்த்துக்கொண்டாள். அவன் கண்ணீரை சேலைத்தலைப்பால் துடைத்தாள். அவனும் உடைந்து கதறினான். அவள் மார்போடு ஒட்டிக்கொண்டான். இதயம் நுரைத்து ததும்பிய அன்பில் அவனை மன்னித்துவிட்டாள். பாலுக்காய் அவன் அழும்போது அணைத்துப் பாலூட்டிய அதே அன்பில் அவனைக் குளிர்வித்தாள். இப்போது பேசும் எந்தச் சொல்லும் விரயமாகும் என்பதுபோல் அமைதியாக நின்றாள்.

சந்திரா எங்கிருந்தோ பரிதவிப்புடன் கத்திக்கொண்டே ஓடி வந்தாள். நிலைமை புரிந்ததும் தலையிலும் மார்பிலும் அடித்துக் கதறினாள். ஒரு பிள்ளைக் குத்துப்பட்டுக் கிடக்கிறது. இன்னொரு பிள்ளை கருப்பியின் அணைப்பில். என்னதான் நடக்கிறது..? இவள் உண்மையில் மனுசிதானா..? மகனைக் குத்தியவனை அணைத்துக்கொண்டு நிற்கிறாள்.

“விடு கருப்பி விடு இந்தப் பாவிப்பயலை... இப்பவே இவனைக் கொன்னு கூறு போடுறேன். எனக்கு இவன் புள்ளையே இல்லை...” அவனை ஓங்கி ஓங்கி அறைந்தாள். கண்ணன் பயந்து கருப்பியின் பின்னால் மறைந்து நின்றான். விழிகள் ஒன்றோடொன்று பார்த்துக் கதற சந்திராவை விலக்கினாள்.

“தெரியாம பண்ணிட்டான்...” செல்லக்கருப்பி தளர்ந்துபோன குரலில் சொன்னதும் சந்திராவின் அழுகை உச்சத்தை அடைந்தது. இதயத்தின் ஆழத்தில் எழுந்த மொழிகளால் பேசிக்கொண்டே அந்த மருத்துவமனை வாசலில் மூன்றுபேரும் அப்படியே சாய்ந்தார்கள்.

கண்ணன், முகிலனைக் குத்திவிட்டான் என்பதைவிட செல்லக்கருப்பி அவனை மன்னித்து விட்டாள் என்பதைத்தான் அனைவரும் பேசிக்கொண்டிருந்தனர்.

“இப்படி ஒரு பொம்பளையா... பெத்த புள்ளைய குத்தியிருக்கான்.

புகாரு இல்லனு எழுதிக் குடுத்துருக்காளே... நானெல்லாம் குத்துனவ உண்டு இல்லனு பண்ணிருப்பேன். ஆனாலும் இந்தக் கண்ணம்பயதான் குத்துனானா..?" மேல் லயத்து தங்கம்மாவுக்கு நடப்பதை நம்ப முடியவில்லை. அன்று இரவு செல்லக்கருப்பி, முகிலன் பக்கத்திலே இருந்தாள். இரண்டு லயத்து ஆட்களும் மருத்துவமனை வாசலிலே கூடிக்கொண்டார்கள்.

இரவெல்லாம் முகிலனின் வேதனை ஒலிகள் அவள் இதயத்தில் முட்களாய் குத்திப் புண்ணாக்கின. காலையில் காவலர்களும் பத்திரிகைகாரர்களும் கூட்டமாய் வந்துகொண்டிருக்க மாயனும் பாலகுமாரனும் தயக்கத்துடனே உள்ளே நுழைந்தனர்.அதுவரை அமைதியாக அழுதுகொண்டிருந்தவள் ஆத்திரத்துடன் எழுந்தாள்.

"எங்கல வந்த நீ. திட்டம் போட்டு நடத்துறியோ.... துப்புக்கெட்ட பயலே. பிஞ்சுகள மூட்டிவிட்டு வேடிக்க பாக்கியே... தூ..."

கோபத்தில் மாயனின் சட்டையைப் பிடித்து உலுக்கினாள். மாயன் திகைத்துப்போனான்.

"எனக்கு ஒண்ணுமே தெரியாது கருப்பி. லீடரு சொல்லித்தான் நானே அறிஞ்சேன்."

"பொய்யா சொல்லாதலே. இரண்டு பயலுககூட நீயும் கட்சி ஆபீஸுல நின்னுருக்க. கையில கத்தியைக் குடுத்து தூண்டி விட்டு எம்புள்ளைய இப்படி குத்திப்போட்டுட்டிகளே... அவனுக்கு எப்படி வலிச்சதோ... எம்புள்ள எப்படிக் கத்தினானோ... எப்படி தாங்கினானோ... தெய்வமே..." மாயனை அடிக்க ஓடினாள்.

"என்னல அரசியலு... நான் ஆதரவா இல்லன்னதும் எம்புள்ளையவே கொல்லப் பாக்குற. நீ நாலு நல்லத செய்யி. அவன் நாலு நல்லத செய்யட்டும். போட்டிபோட்டு உதவுங்க. ஓட்ட வாங்குங்க. என்ன வச்சுத்தானா செயிக்க நெனச்சிக. உங்களுக்கெல்லாம் நான் அடங்கலன்னதும் புள்ளைய அழிக்கவே துணிஞ்சுட்டிகளே... பாவிகளா. இப்படி பலி கொடுத்துட்டுப் பொணத்துமேல உக்காந்து நீலிக்கண்ணீரு

வடிக்கணும்னு நினைக்கியே... நீயெல்லாம் நல்லாருப்பியா..?" செல்லக்கருப்பி காட்டுக்கத்தல் கத்தினாள்.

"கருப்பி ரொம்ப பேசுற..." வெள்ளைச்சட்டையில் ஏதோ அழுக்குப் படிந்ததைத் துடைப்பதுபோல் துடைத்துக் கொண்டான் மாயன்.

"ஏஞ்சொல்ல மாட்ட.... உசுருக்கு இழுத்துட்டுக் கெடக்கவன் எம் மகன். ஒருத்தனுக்குக் கொடுத்த சுவத்துல இன்னொருத்தன நோட்டீஸு ஒட்டச்சொல்லி நீதான் சொல்லிருக்க... அவன் அம்மைய பேசிருக்க. கத்திய பக்கத்துலயே வச்சுருக்க... ஒண்ணுமே தெரியாம பேசுறேனு நெனச்சுயோ..."

மாயன் திகைத்தான். பதில் சொல்ல முடியாமல் விழித்தான்.

"அவனுக்குதான் ஒண்ணும் ஆவலைல... சின்னப்புள்ளைங்க ஏதோ தெரியாம செஞ்சுட்டானுக. கவலப்படாதா கருப்பி..."

"அவனுக்கு ஒண்ணும் ஆவாது... எனக்குத் தெரியும். எனக்குத் தெரியும்..."

கண்ணனின் பிடரியைப் பிடித்து இழுத்து வந்தாள்.

"குத்தினவன் இவன். இவன் கத்தி எங்க வர பாஞ்சுருக்கும்னு எனக்குத் தெரியும்லே மூதேவி..! என் நெஞ்சுல பால குடிச்சு வளந்தவன வச்சே இந்தக் கொடுமைய செய்யவச்சு அவன் நெஞ்சுலயும் நஞ்ச கலந்துட்டியே பாவி." தாங்க முடியாத விம்மலுடன் வெடித்தாள். அவளை அப்படியே நசுக்க வேண்டும் போல வந்த ஆத்திரத்தை அடக்கிக்கொண்டான் மாயன். இந்த இடத்துல துரும்ப கிள்ளிப் போட்டாலும் பெரிய பிரச்சனையா வளந்து நிக்கும். அவளுக்கு ஆள்பலமும் செல்வாக்கும் இப்ப அதிகம். அதோட பரிதாபமும் சேந்துருச்சு. பத்திரிகைகள் வேறு கிழிச்சுரும். அமைதியாகப் போவதே நல்லதென்று தோன்றியது.

"கருப்பி அவனுக்கு ஒண்ணும் ஆவாது. நீ சமாதானப்படு... எல்லாம் நாங்களே பாத்துக்குறோம்." கருப்பியின்

தோளில் தட்டினான். ஆவேசமாகக் கையைத் தட்டிவிட்டு சிலிர்த்துக்கொண்டாள்.

“நீ என்னத்த எம்மவன பாக்குறது?”

கண்களில் கண்ணீரும் தீயும் கலந்து பீறிட்டது. “நீ என்னத்த பாக்குறது...? வேணாம்வேணான்னு சொன்னேனே... இப்ப இப்படிக் கெடக்கானே...” ஓ என்று கதறினாள்.

கோவிந்தனுக்கு அவளை மார்போடு அணைத்துத் தேற்ற வேண்டும்போல் இருந்தது. செல்லக்கருப்பிக்கு அத்தனை கண்ணும் தன்னை சோகமாய் பார்ப்பதைப்போல் தோன்றியது. உள்ளிருந்து ஏதோ ஆவேசம் எழுந்தது. திடீரென முடியைச் சிலுப்பிக்கொண்டு எழுந்து வந்தாள்.

“கொழுந்து கூட புடிச்ச கை இனி கொடிய புடிக்கும்னுதானே பயந்திக... எலக்சன்ல நின்னு செயிச்சுருவேனுதான நடுங்கினிக.? உங்க அதிகார மோகத்துக்காக நான் பெத்த மகனுக்கு ரத்தக்காயத்த கொடுத்து இப்படிப் போட்டுட்டிங்களே... அவனக் கொன்னுதான் என்ன அடக்கணும்னு நினைச்ச முட்டாளுகளா... நான் எனக்குனு இதுவரைக்கும் என்னத்த செஞ்சேன்.? உங்க கருங்காலித்தனத்தை எதுத்தேன்... உழைச்சு ஓடா தேயுற மக்களுக்கு ஒழுங்கா கூலி கிடைக்க நெனச்சதுக்குக் கூடவே இருந்தே கழுத்தறுக்கப் பாத்துட்டிங்களே...” கதறித் துடித்தாள்.

“உன் ஒடம்புல ஓடுற இரத்தம்தானே எம் மவன் ஒடம்புலயும் ஓடுது. அவன கொல்ல இன்னொரு புள்ளய ஏவி விட்டுருக்க. இதுதான் உன் அரசியலா... கூலியா அடிமையா எதுக்கும் ஒதவாத சென்மமாத்தான் வாழ்ந்து சாவணுமா? கொஞ்சம் ஒசந்துறக் கூடாதா...ஒசந்துறக் கூடாதா... சொல்லு. நான் பதவி கேட்டேனா.? என்ன நம்புற மக்களெல்லாம் சொல்லியும் கட்சிக்காரக கேட்டும் நான் வந்தேனா... அப்புறம் எதுக்கு எம்புள்ளைய இந்தக் கதில கொண்டுவிட்டிக..? அதுக்காக எம் புள்ளைய எம் புள்ளைய....அய்யோ.” அழுகையும் புலம்பலுமாகக்

கதறினாள். எழுந்து ஓடினாள். மகன் இருக்கும் அறைக்குப்போய் அவன் கண் விழித்தானா என்று பார்த்து வந்தாள்.

அவள் கோபமும் அழுகையும் இடியும் மழையுமாக அந்த மலையெங்கும் ஒலித்தது. அங்கும் இங்குமாய் அலைந்தாள்.

“இல்ல இல்ல... இனி அடங்கியிருந்தா இந்த மண்ணோட மண்ணா போட்டு பொதைச்சுருவிக. எல்லாதையும் அடிமைகளா வச்சுருவிங்க... என்ன தொரத்தி தொரத்தியே உச்சில ஏற வச்சுட்டிக. இனி இறங்கினா செரியாவாது. இழுத்து விட்டிட்டிங்கள்ள... இனி கூத்த பாருங்கலே... செல்லக்கருப்பி எதுக்குப் பொறந்தானு இனிமேதான் பாக்கப் போறிங்க...”

உரத்த குரலை அடிமை விலங்கை அறுத்தெறியத் துடிக்கும் உறுதியான கூர்வாளாய் நிமிர்ந்தாள். அவள் ஒற்றைச்சொடுக்கில் பூக்கப்போகும் ஓராயிரம் வெற்றிப் பூக்களை இனிமேல் அந்த மலைகள் ஏந்திக்கொள்ளும்.

★★★

அல்லி பாத்திமா கே.

கேரள மாநிலம் இடுக்கி மாவட்டம் வண்டிப்பெரியாரில் கமால் சபுரா தம்பதிகளின் மகளாகப் பிறந்தார். முப்பது வருடங்களாக கேரள அரசு பள்ளியில் ஆசிரியையாகப் பணிபுரிந்து வருகிறார். தற்போது குமுளி அரசு மேனிலைப்பள்ளியில் தமிழாசிரியையாகத் தொடர்கிறார். கேரள அரசு பாடத்திட்ட உறுப்பினராகவும் பணியாற்றி வருகிறார்.

இவரது முதல் நூல் 'பாண்டிச்சி' 2018-ல் தமிழலைப் பதிகத்தால் வெளியிடப்பட்டு இலக்கிய உலகில் சிறந்த வரவேற்பைப் பெற்றுத் தந்தது. அடுத்த கவிதைத் தொகுப்பு 'விடியலுக்கு நகரும் விண்மீன்கள்' 2021 ஜனவரியில் தமிழலைப் பதிப்பகம் வெளியிட்டது. 'பாண்டிச்சி' நூல் தாழ்வாரம் இலக்கிய விருது, திருப்பூர் இலக்கிய விருது போன்றவைகளைப் பெற்றுள்ளது. தமிழக நூலகத்துறையின் சிறந்த எழுத்தாளர் விருதினை 2019 பெற்றுள்ளார். 'பாண்டிச்சி' நூல் கேரளத்தின் பல்வேறு பல்கலைக்கழகங்களில் முதுநிலைப் பாடத்திட்டத்திலும் இடம்பெற்றுள்ளது. 'செல்லக்கருப்பி' இவரது இரண்டாவது நாவல்.

www.ingramcontent.com/pod-product-compliance
Ingram Content Group UK Ltd.
Pitfield, Milton Keynes, MK11 3LW, UK
UKHW040621041026
15589UKWH00012B/801